ਬੋਰਿਸ

ਆਖ਼ਰੀ ਜਿਉਂਦਾ ਕਾਹਨ

ਨਿਰਪੱਖਤਾ ਦਾ ਬਰਛਾ ਲੱਭਣ ਦੀ ਕਹਾਣੀ

ਮੁਬਾਰਕ ਸੰਧੂ

N

Notion Press Media Pvt Ltd

No. 50, Chettiyar Agaram Main Road,
Vanagaram, Chennai, Tamil Nadu – 600 095

First Published by Notion Press 2022
Copyright © Mubarak Sandhu 2022
All Rights Reserved.

ISBN 979-8-88546-857-2

ਦਾਅਵਾ-ਤਿਆਗ

ਨਿਮਨਲਿਖਤ ਕਹਾਣੀ ਪੂਰੀ ਤਰ੍ਹਾਂ ਇੱਕ ਗਲਪੀ-ਕਾਰਜ ਹੈ, ਇਸ ਕਹਾਣੀ ਦੇ ਪਲਾਟ ਦਾ ਅਸਲ ਇਤਿਹਾਸਕ ਰਿਕਾਰਡਾਂ ਨਾਲ ਕੋਈ ਸਬੰਧ ਨਹੀਂ ਹੈ। ਇਸ ਵਿਚਲੇ ਨਾਮ, ਚਰਿੱਤਰ, ਦਿੱਖ, ਕਾਰੋਬਾਰ, ਘਟਨਾਵਾਂ ਸਿਰਫ਼ ਲੇਖਕ ਦੀ ਕਲਪਨਾ ਨਾਲ ਹੀ ਸਿਰਜੀਆਂ ਗਈਆਂ ਹਨ। ਕਿਸੇ ਅਸਲ ਜਿਉਂਦੇ ਜਾਂ ਮ੍ਰਿਤਕ ਵਿਅਕਤੀਆਂ ਜਾਂ ਅਸਲ ਘਟਨਾਵਾਂ ਜਾਂ ਕਿਸੇ ਹੋਰ ਕਲਾਮਈ ਕਾਰਜ ਨਾਲ ਜੇ ਕਿਤੇ ਇਹ ਕਹਾਣੀ ਮੇਲ ਖਾ ਜਾਂਦੀ ਹੈ, ਤਾਂ ਇਹ ਪੂਰੀ ਤਰ੍ਹਾਂ ਬਿਨਾ ਕਿਸੇ ਮਨਸ਼ਾ ਦੇ ਇੱਕ ਮੌਕਾ-ਮੇਲ ਹੀ ਹੋਵੇਗਾ।

ਲੇਖਕ ਦੀ ਟਿੱਪਣੀ

ਮਨੁੱਖ ਜਾਤੀ ਮੁੱਢ-ਕਦੀਮਾਂ ਤੋਂ ਸਦਾ ਕੁਝ ਵੀ ਨਵਾਂ ਜਾਣਨ ਲਈ ਉਤਸੁਕ ਰਹੀ ਹੈ, ਉਸ ਵਿੱਚ ਸਬਰ ਘੱਟ ਹੁੰਦਾ ਹੈ, ਇੱਛਾਵਾਂ ਜ਼ਿਆਦਾ ਹੁੰਦੀਆਂ ਹਨ। ਭਾਵੇਂ ਇਹ ਉਤਸੁਕਤਾ ਹੀ ਉਹ ਤਾਕਤ ਹੈ, ਜਿਸ ਨੇ ਅਣਗਿਣਤ ਖੋਜਾਂ ਤੇ ਤਰੱਕੀਆਂ ਕਰਵਾਈਆਂ ਹਨ। ਸਮੇਂ ਨਾਲ ਉਤਸੁਕਤਾ ਦੀ ਤੀਬਰਤਾ ਘਟਣ ਦੀ ਬਜਾਏ ਸਗੋਂ ਵਧਦੀ ਜਾਪਦੀ ਹੈ ਤੇ ਇਸੇ ਨਾਲ ਹੀ ਸਾਡੇ ਸਾਰਿਆਂ ਨੂੰ ਵਧੇਰੇ ਤਸੱਲੀ ਵੀ ਮਿਲਦੀ ਹੈ।

ਅਰੰਭ ਤੋਂ ਹੀ ਮੌਜੂਦ ਮਨੁੱਖ ਦੀ ਇਸ ਖੋਜੀ ਰੁਚੀ ਬਾਰੇ ਵਿਚਾਰ ਕਰਨਾ ਵਿਚਾਰਾਂ ਦੀ ਅਤਿਕਥਨੀ ਨਹੀਂ ਹੋਵੇਗੀ; ਇਸ ਵਿਚਾਰ ਨੂੰ ਲੈ ਕੇ ਸੰਖੇਪ ਹੋਣ ਦੀ ਕੋਸ਼ਿਸ਼ ਕਰਨਾ ਵੀ ਬੇਸ਼ੱਕ ਗ਼ੈਰ-ਵਾਜਬ ਹੋਵੇਗਾ। ਵਿਚਾਰਾਂ ਦੀਆਂ ਡੂੰਘਾਈਆਂ ਵਿੱਚ ਜਾ ਕੇ ਗੋਤੇ ਲਾਉਣ ਦੀ ਇਹ ਯੋਗਤਾ ਤੇ ਕੋਈ ਨਵੀਂ ਖੋਜ ਹੀ ਅਕਲਮੰਦੀ ਦੇ ਮਾਮਲੇ ਵਿੱਚ ਦਿਮਾਗ਼ਾਂ ਨੂੰ ਨਿਖੇੜਦੀ ਹੈ ਤੇ ਰੋਜ਼ਮੱਰਾ ਦੇ ਜੀਵਨ ਵਿੱਚ ਇੰਝ ਹੀ ਇੱਕ-ਦੂਜੇ ਤੇ ਜਿੱਤ ਹੁੰਦੀ ਹੈ। ਖੁਸ਼ੀ, ਖਿੱਚ, ਪਿਆਰ, ਸਹਾਇਤਾ ਤੇ ਇੱਕਜੁਟਤਾ ਜਿਹੀਆਂ ਹੋਰ ਭਾਵਨਾਵਾਂ ਸਾਡੇ ਮਿੱਤਰ-ਪਿਆਰਿਆਂ 'ਚ ਦਿਸਦੀਆਂ ਹਨ ਤੇ ਜਿਨ੍ਹਾਂ ਨਾਲ ਸਬੰਧ ਠੀਕ ਨਹੀਂ ਹੁੰਦੇ, ਉਹ ਈਰਖਾ, ਨਫ਼ਰਤ, ਗੁੱਸਾ, ਬਦਲਾ ਤੇ ਅਜਿਹੇ ਹੋਰ ਨਾਂਹ-ਪੱਖੀ ਪ੍ਰਗਟਾਵੇ ਕਰਦੇ ਹਨ।

ਅਜਿਹੇ ਮਤਭੇਦਾਂ ਦੀਆਂ ਮਿਸਾਲਾਂ ਅਸੀਂ ਆਪਣੇ ਆਲੇ-ਦੁਆਲੇ ਹਰ ਥਾਂ ਵੇਖ ਸਕਦੇ ਹਾਂ। ਜੇ ਜਮਾਤ ਵਿੱਚ ਕੋਈ ਬੱਚਾ ਇੱਕ ਸੁਆਲ ਹੋਰਨਾਂ ਤੋਂ ਪਹਿਲਾਂ ਹੱਲ ਕਰ ਲੈਂਦਾ ਹੈ, ਤਾਂ ਉਹ ਆਪਣੀ ਸੂਝਬੂਝ ਦਾ ਹੀ ਪ੍ਰਗਟਾਵਾ ਕਰਦਾ ਹੈ; ਜਿਸ ਤੋਂ ਅਧਿਆਪਕ ਤੇ ਦੋਸਤ ਖ਼ੁਸ਼ ਹੁੰਦੇ ਹਨ ਤੇ ਉਸ ਨੂੰ ਹੋਰ ਵੀ ਜ਼ਿਆਦਾ ਪਿਆਰ ਕਰਦੇ ਹਨ ਤੇ ਸਮਰਥਨ ਦਿੰਦੇ ਹਨ ਅਤੇ ਇਸ ਦੇ ਨਾਲ ਹੀ ਕੁਝ ਵਿਦਿਆਰਥੀਆਂ ਦੇ ਅੰਦਰ ਹੋਰ ਸਮੱਸਿਆਵਾਂ ਪਹਿਲਾਂ ਹੱਲ ਕਰਨ ਦੀ ਉਤਸੁਕਤਾ ਪੈਦਾ ਹੁੰਦੀ ਹੈ ਤਾਂ ਜੋ ਉਹ ਖ਼ੁਦ ਨੂੰ ਵਧੇਰੇ ਸੂਝਵਾਨ ਸਿੱਧ ਕਰ ਸਕਣ ਤੇ ਉਹੀ ਸ਼ਲਾਘਾ ਆਪਣੇ ਲਈ ਖੱਟ ਸਕਣ। ਅਜਿਹੇ ਵੀ ਬਹੁਤ ਸਾਰੇ ਵਿਅਕਤੀ ਹੁੰਦੇ ਹਨ, ਜੋ ਆਪਣੇ ਦਮ 'ਤੇ ਅੱਗੇ ਵਧਦੇ ਹਨ, ਬਹੁਤ ਸਾਰੇ ਹੋਰਨਾਂ ਨੂੰ ਅੱਗੇ ਵਧਣ ਲਈ ਸਹਾਰੇ ਦੀ ਲੋੜ ਹੁੰਦੀ ਹੈ ਤੇ ਫਿਰ ਕੁਝ ਅਜਿਹੇ ਵੀ ਹੁੰਦੇ ਹਨ, ਜੋ ਵਿਚਾਰਾਂ ਦੀ ਨਕਲ ਜਾਂ ਚੋਰੀ ਕਰਨ ਜਿਹੇ ਸ਼ਾਰਟ-ਕੱਟ ਅਪਨਾਉਣ ਨੂੰ ਤਰਜੀਹ ਦਿੰਦੇ ਹਨ। ਅਜਿਹਾ ਕੁਝ ਹੁੰਦਾ ਅਸੀਂ ਸਾਰੇ ਹੀ ਕਿੱਤਿਆਂ ਤੇ ਉਦਯੋਗਾਂ 'ਚ ਵੇਖ ਸਕਦੇ ਹਾਂ; ਇੰਝ ਸਾਨੂੰ ਇਹ ਵੀ

ਜਾਪਦਾ ਹੈ ਕਿ ਅਜਿਹਾ ਕੁਝ ਜ਼ਰੂਰ ਸਦੀਆਂ ਪਹਿਲਾਂ ਵੀ ਹੁੰਦਾ ਹੋਵੇਗਾ ਤੇ ਆਉਣ ਵਾਲੀਆਂ ਸਦੀਆਂ 'ਚ ਵੀ ਇੰਝ ਹੀ ਹੁੰਦਾ ਰਹੇਗਾ।

ਮੈਨੂੰ ਬਚਪਨ ਤੋਂ ਹੀ ਡੂੰਘਾ ਚਿੰਤਨ ਕਰਨ ਦੀ ਆਦਤ ਰਹੀ ਹੈ, ਮੈਨੂੰ ਵਧੇਰੇ ਕੁਝ ਹਾਸਲ ਕਰ ਕੇ ਅਤੇ ਨਾਲ ਹੀ ਉਤਸੁਕ ਬਣ ਕੇ ਤਸੱਲੀ ਮਿਲਦੀ ਹੈ। ਮੈਂ ਅਕਸਰ ਬੀਤੇ ਸਮੇਂ ਅਤੇ ਭਵਿੱਖ ਬਾਰੇ ਸੋਚਦਾ ਹਾਂ ਤੇ ਆਪਣੀ ਕਲਪਨਾ ਦੇ ਪਾਤਰਿਆਂ ਵਿਚਲੇ ਪੁਲ ਬਣਾਉਣ ਦੀ ਕੋਸ਼ਿਸ਼ ਕਰਦਾ ਹਾਂ। ਮੈਨੂੰ ਉਨ੍ਹਾਂ ਸਾਰੇ ਹਕੀਕੀ ਸੰਸਾਰਾਂ ਵਿਚਲੇ ਤੁਲਨਾ ਕਰਨ ਦਾ ਡਾਢਾ ਸ਼ੌਕ ਹੁੰਦਾ ਸੀ, ਜਿਨ੍ਹਾਂ ਦੀ ਕਲਪਨਾ ਮੈਂ ਵਰਤਮਾਨ 'ਚ ਵਾਪਰ ਰਹੀਆਂ ਪ੍ਰਚਲਿਤ ਸਥਿਤੀਆਂ ਨੂੰ ਮਿਲਾ ਕੇ ਕਰਦਾ ਸਾਂ। ਇੱਕ ਵਾਰ ਕਿਸੇ ਨੇ ਮੇਰੀਆਂ ਕਹਾਣੀਆਂ ਸੁਣ ਕੇ ਆਖਿਆ ਸੀ - 'ਤੂੰ ਪਹਿਲਾਂ-ਪਹਿਲ ਤਾਂ ਦਿਨ 'ਚ ਹੀ ਸੁਫ਼ਨੇ ਵੇਖਣ ਵਾਲਾ ਵਿਅਕਤੀ ਜਾਪਦਾ ਸੈਂ ਪਰ ਤੇਰਾ ਆਤਮ-ਵਿਸ਼ਵਾਸ ਤੇ ਜੀਵਨ ਲਈ ਜਨੂੰਨ ਬੇਹੱਦ ਸ਼ਲਾਘਾਯੋਗ ਹੈ ਅਤੇ ਕਿਸੇ ਨੂੰ ਉਸ ਦੀ ਸਮਝ ਕੇਵਲ ਤਦ ਹੀ ਆ ਸਕਦੀ ਹੈ, ਜੇ ਉਹ ਤੈਨੂੰ ਲੰਮੇ ਸਮੇਂ ਤੱਕ ਸੁਣਦਾ ਰਹੇ।'

ਕਈ ਵਾਰ ਅਜਿਹੇ ਸ਼ਬਦ ਤੁਹਾਡੇ ਅੰਦਰ ਬਹੁਤ ਜ਼ਿਆਦਾ ਪ੍ਰੇਰਣਾ ਭਰ ਦਿੰਦੇ ਹਨ ਕਿ ਤੁਸੀਂ ਪੂਰੀ ਦੁਨੀਆ ਨੂੰ ਵੀ ਜਿੱਤ ਸਕਦੇ ਹੋ। ਪਰ ਆਤਮ-ਵਿਸ਼ਵਾਸ ਤੇ ਹੱਦੋਂ ਵੱਧ ਵਿਸ਼ਵਾਸ ਨੂੰ ਨਿਖੇੜਨ ਲਈ ਉਨ੍ਹਾਂ ਵਿਚਲੇ ਬਹੁਤ ਹੀ ਪਤਲੀ ਜਿਹੀ ਰੇਖਾ ਹੁੰਦੀ ਹੈ ਅਤੇ ਜੇ ਅਜਿਹੀ ਤਾਰੀਫ਼ ਸੁਣ ਕੇ ਉਤੇਜਨਾ ਵਿੱਚ ਕੋਈ ਸੀਮਾ ਉਲੰਘ ਦਿੱਤੀ ਜਾਵੇ, ਤਾਂ ਇਹ ਤਬਾਹਕੁੰਨ ਵੀ ਹੋ ਸਕਦੀ ਹੈ। ਮੈਂ ਇਹ ਯਕੀਨੀ ਬਣਾਇਆ ਹੈ ਕਿ ਮੈਂ ਕਦੇ ਵੀ ਉਸ ਰੇਖਾ ਨੂੰ ਪਾਰ ਨਾ ਕਰਾਂ ਅਤੇ ਮੈਂ ਅੱਜ ਦੇ ਵਾਜਬ ਵਿਚਾਰਾਂ ਦੀ ਤੁਲਨਾ ਪ੍ਰਾਚੀਨ ਸਮਿਆਂ, ਜਦੋਂ ਆਧੁਨਿਕ ਵਸੀਲੇ ਬਿਲਕੁਲ ਵੀ ਨਹੀਂ ਹੁੰਦੇ ਸਨ, ਦੇ ਸਰੋਤਾਂ ਦੀ ਉਪਲਬਧਤਾ ਨਾਲ ਕਰ ਕੇ ਇਹ ਪੁਸਤਕ ਬਹੁਤ ਕੋਸ਼ਿਸ਼ਾਂ ਤੇ ਕਾਲਪਨਿਕ ਹੁਨਰਾਂ ਨਾਲ ਲਿਖੀ ਹੈ।

ਇਹ ਕਾਰਜ ਕਦੇ ਵੀ ਸੰਭਵ ਨਹੀਂ ਸੀ ਹੋ ਸਕਣਾ ਜੇ ਮੇਰੇ ਪਰਿਵਾਰ ਤੇ ਦੋਸਤਾਂ ਦਾ ਸਾਥ ਨਾ ਮਿਲਦਾ। ਇੰਝ ਇਹ ਪੁਸਤਕ ਸ਼ੁਕਰੀਆ ਅਦਾ ਕਰਨ ਲਈ ਉਨ੍ਹਾਂ ਨੂੰ ਹੀ ਸਮਰਪਿਤ ਹੈ ਕਿਉਂਕਿ ਉਨ੍ਹਾਂ ਨੇ ਮੇਰੇ 'ਚ ਭਰੋਸਾ ਪ੍ਰਗਟਾਇਆ ਤੇ ਮੈਨੂੰ ਪ੍ਰੇਰਿਤ ਕੀਤਾ ਕਿ ਮੈਂ ਖੁਦ ਨੂੰ ਇੱਕ ਲੇਖਕ ਸਿੱਧ ਕਰ ਸਕਾਂ।

ਮੁਬਾਰਕ ਸੰਧੂ

ਅਧਿਆਇ 1

ਪਰਮਾਤਮਾ ਨੂੰ ਇਨਸਾਫ਼ ਪਸੰਦ ਨਹੀਂ। ਕੀ ਅਜਿਹਾ ਇਸ ਲਈ ਹੁੰਦਾ ਹੈ ਕਿਉਂਕਿ ਉਸ ਨੇ ਆਪਣੇ ਕਿਸੇ ਵੀ ਕੰਮ ਲਈ ਕਿਸੇ ਨੂੰ ਕੋਈ ਸਪੱਸ਼ਟੀਕਰਨ ਨਹੀਂ ਦੇਣਾ ਹੁੰਦਾ ਜਾਂ ਕੋਈ ਕਾਰਣ ਨਹੀਂ ਦੱਸਣਾ ਹੁੰਦਾ? ਜਾਂ ਕਿ ਅਸੀਂ ਉਸ ਦੇ ਕਾਰਜਾਂ ਨੂੰ ਅਜਿਹੀ ਨਜ਼ਰ ਨਾਲ ਹੀ ਵੇਖਦੇ ਹਾਂ। ਸਮੁੱਚੀ ਸ੍ਰਿਸ਼ਟੀ ਹੀ ਅਨਿਆਂ ਅਤੇ ਅਸਮਾਨਤਾ ਨਾਲ ਭਰਪੂਰ ਜਾਪਦੀ ਹੈ। ਪਹਿਲੇ ਪਹੁ-ਫੁਟਾਲੇ ਤੋਂ ਹੀ ਕੁਦਰਤ ਨੇ ਪਰਮਾਤਮਾ ਦੀਆਂ ਪੇਝ-ਚਾਲਾਂ 'ਤੇ ਚੱਲਣ ਅਤੇ ਬੇਇਨਸਾਫ਼ੀਆਂ ਕਰਨ ਦਾ ਹੀ ਫ਼ੈਸਲਾ ਕਰ ਲਿਆ ਸੀ। ਉਂਝ ਕੁਦਰਤ ਨੇ ਕੁਝ ਥਾਵਾਂ 'ਤੇ ਮਿਹਰ ਜ਼ਰੂਰ ਕੀਤੀ ਤੇ ਉਨ੍ਹਾਂ ਨੂੰ 'ਧਰਤੀ ਉੱਤੇ ਸੁਰਗਾ ਵਾਂਗ ਬਣਾਇਆ; ਪਰ ਦੂਜੇ ਪਾਸੇ ਕੁਝ ਥਾਵਾਂ ਉੱਤੇ ਲਾਹਨਤਾਂ ਵਰ੍ਹਾ ਦਿੱਤੀਆਂ ਤੇ ਉਨ੍ਹਾਂ ਥਾਵਾਂ ਨੂੰ 'ਨਰਕ' ਬਣਾ ਦਿੱਤਾ। ਉੱਚੇ-ਨੀਂਵੇਂ ਮੈਦਾਨ, ਉੱਚੇ ਪਰਬਤ, ਬਰਫ਼ ਨਾਲ ਢਕੀਆਂ ਚੋਟੀਆਂ, ਭਖਦੇ ਰੇਗਿਸਤਾਨ, ਬੰਜਰ ਜ਼ਮੀਨਾਂ, ਜੰਗਲ, ਦਰਿਆ ਤੇ ਦੂਰ-ਦੁਰਾਡੇ ਤੱਕ ਫੈਲੇ ਮਹਾਂਸਾਗਰ - ਸਭ ਦੀਆਂ ਆਪੋ-ਆਪਣੀਆਂ ਵੱਖਰੀਆਂ ਖ਼ਾਸੀਅਤਾਂ, ਵਾਧਾਂ-ਘਾਟਾਂ ਹਨ ਅਤੇ ਇਨ੍ਹਾਂ ਸਾਰੀਆਂ ਥਾਵਾਂ 'ਤੇ ਉਨ੍ਹਾਂ ਦੇ ਆਪੇ-ਆਪਣੇ ਨਿਵਾਸੀ ਰਹਿੰਦੇ ਹਨ ਤੇ ਉਹ ਸਾਰੇ ਇੱਕ-ਦੂਜੇ ਨੂੰ ਕਦੇ ਨਾ ਕਦੇ ਮਿਲਦੇ ਵੀ ਰਹਿੰਦੇ ਹਨ।

ਧਰਤੀ ਤੋਂ ਬਹੁਤ ਦੂਰ ਪਹਿਲਾਂ ਸੁਰਗ ਤੇ ਨਰਕ ਦੇ ਫ਼ਰਿਸ਼ਤਿਆਂ ਤੇ ਸ਼ੈਤਾਨਾਂ ਵਿਚਾਲੇ ਜੰਗਾਂ ਹੁੰਦੀਆਂ ਰਹਿੰਦੀਆਂ ਸਨ। ਸ਼ੈਤਾਨਾਂ ਦੀ ਇਹ ਅੜੀ ਹੁੰਦੀ ਸੀ ਕਿ ਉਹ ਸੁਰਗ ਉੱਤੇ ਆਪਣਾ ਕਬਜ਼ਾ ਜਮਾਉਣਗੇ; ਜਦ ਕਿ ਫ਼ਰਿਸ਼ਤੇ ਕਿਸੇ ਵੀ ਹਾਲਤ 'ਚ ਸਹਿਜ-ਸੁਭਾਵਕ ਤੌਰ 'ਤੇ ਸੁਰਗ ਦਾ ਅਧਿਕਾਰ-ਖੇਤਰ ਆਪਣੇ ਹੱਥੋਂ ਗੁਆਉਣਾ ਨਹੀਂ ਚਾਹੁੰਦੇ ਸਨ। ਉਸ ਭਿਆਨਕ ਜੰਗ ਦੌਰਾਨ ਇੱਕ ਫ਼ਰਿਸ਼ਤੇ ਹੱਥੋਂ ਆਪਣਾ ਬਰਛਾ ਛੁੱਟ ਗਿਆ ਤੇ ਉਹ ਸਿੱਧਾ ਆ ਕੇ ਧਰਤੀ 'ਤੇ ਡਿੱਗਾ - ਉਹ ਸੀ ਨਿਰਪੱਖਤਾ ਦਾ ਬਰਛਾ। ਇਹ ਬਰਛਾ ਤਿਆਰ ਹੀ ਇਸ ਲਈ ਕੀਤਾ ਗਿਆ ਸੀ ਕਿ ਉਹ ਕਿਸੇ ਵੀ ਜੰਗ ਦੇ ਮੁੱਖ ਕਾਰਣ ਦਾ ਖ਼ਾਤਮਾ ਕਰ ਸਕੇ ਤੇ ਪੂਰੀ ਤਰ੍ਹਾਂ ਨਿਰਪੱਖ ਮਾਹੌਲ ਕਾਇਮ ਕਰ ਸਕੇ। ਇਸ ਬਰਛੇ ਦੇ ਜਾਣ ਤੋਂ ਬਾਅਦ ਤਾਂ ਸੁਰਗ ਦਾ ਅਮਨ-ਚੈਨ ਵੀ ਭੰਗ ਹੋ ਚੁੱਕਾ ਸੀ ਤੇ ਹਾਲੇ ਤੱਕ ਉਸ ਦੀ ਬਹਾਲੀ ਨਹੀਂ ਹੋ ਸਕੀ। ਫ਼ਰਿਸ਼ਤਿਆਂ ਤੇ ਸ਼ੈਤਾਨਾਂ ਵਿਚਾਲੇ ਜੰਗ ਜਾਰੀ ਸੀ, ਅਮਨ ਤੇ ਜੰਗ ਦੇ ਕਾਲ ਦਿਨ ਤੇ ਰਾਤ ਵਾਂਗ ਬਦਲ ਰਹੇ ਸਨ। ਸੁਰਗ 'ਚ ਮਾਰੇ ਗਏ ਫ਼ਰਿਸ਼ਤਿਆਂ ਤੇ ਸ਼ੈਤਾਨਾਂ ਦੀਆਂ ਆਤਮਾਵਾਂ ਮਨੁੱਖੀ ਜਨਮ ਲੈਣ ਦੀ ਆਸ ਵਿੱਚ ਉੱਡ ਕੇ ਧਰਤੀ 'ਤੇ ਆ ਗਈਆਂ।

ਉਨ੍ਹਾਂ ਫ਼ਰਿਸ਼ਤਿਆਂ ਦੀ ਯਾਦਦਾਸ਼ਤ ਜਾ ਚੁੱਕੀ ਸੀ ਤੇ ਉਨ੍ਹਾਂ ਨੂੰ ਬਿਲਕੁਲ ਚਿੱਤ-ਚੇਤੇ ਨਹੀਂ ਸੀ ਰਿਹਾ ਕਿ ਉਹ ਕੌਣ ਸਨ; ਬੱਸ ਉਹ ਆਪਣੇ ਸੁਭਾਅ ਦੇ ਕੁਝ ਟੁਕੜੇ ਹੀ ਇਕੱਠੇ ਕਰ ਸਕ ਰਹੇ ਸਨ। ਉਨ੍ਹਾਂ ਆਪਣੇ ਜੀਵਨ-ਕਾਲ ਦੌਰਾਨ ਜਾਂ ਤਾਂ ਉਸ ਸੁਭਾਅ ਨੂੰ ਮਜ਼ਬੂਤ ਕੀਤਾ ਤੇ ਜਾਂ ਉਸ ਦੇ ਉਲਟ ਕੀਤਾ। ਹਮ-ਖ਼ਿਆਲ ਆਤਮਾਵਾਂ ਦੀ ਖਿੱਚ ਵਧਦੀ ਗਈ, ਪਰਿਵਾਰ ਬਣਨੇ ਸ਼ੁਰੂ ਹੋ ਗਏ, ਫਿਰ ਉਨ੍ਹਾਂ ਆਪੋ-ਆਪਣੇ ਖੇਤਰ ਬਣਾ ਲਏ। ਸਭਿਅਤਾ ਸ਼ੁਰੂ ਹੋ ਚੁੱਕੀ ਸੀ। ਪਰ ਮਨੁੱਖੀ ਰੂਪ ਸਿਰਫ਼ ਠੀਕ ਜਾਂ ਗਲਤ ਨਹੀਂ ਸੀ, ਸਗੋਂ ਵਧੇਰੇ ਗੁੰਝਲਦਾਰ ਸੀ। ਆਤਮਾਵਾਂ ਖਿੰਡ ਚੁੱਕੀਆਂ ਸਨ ਤੇ ਮਨੁੱਖਾਂ ਵਜੋਂ, ਆਪੋ-ਆਪਣੇ ਜੀਵਨਾਂ ਵਿੱਚ ਉਨ੍ਹਾਂ ਦੀਆਂ ਆਪਣੀਆਂ ਪਸੰਦਾਂ ਸਨ। ਧਰਤੀ ਉੱਤੇ ਫ਼ਰਿਸ਼ਤਿਆਂ ਤੇ ਸ਼ੈਤਾਨਾਂ ਦਾ ਵਰਗੀਕਰਣ ਵੀ ਸਿੱਧ-ਪੱਧਰਾ ਨਹੀਂ ਸੀ। ਫ਼ਰਿਸ਼ਤਿਆਂ ਦੇ ਰੂਪ ਵਿੱਚ ਸ਼ੈਤਾਨ ਸਨ ਤੇ ਸ਼ੈਤਾਨਾਂ ਦੇ ਰੂਪ ਵਿੱਚ ਫ਼ਰਿਸ਼ਤੇ ਘੁੰਮਦੇ ਸਨ। ਧਰਤੀ ਨੂੰ ਵੀ ਆਪਣੀ ਖੁਦ ਦੀ ਲੜਾਈ ਲੜਨੀ ਪੈ ਰਹੀ ਸੀ, ਜਿਸ ਤੋਂ ਟਲਿਆ ਨਹੀਂ ਸੀ ਜਾ ਸਕਦਾ।

ਸਭ ਤੋਂ ਪਹਿਲਾਂ ਕਾਹਨ ਹੀ ਸਨ, ਜਿਨ੍ਹਾਂ ਨੇ ਦੂਰ-ਦੁਰਾਡੇ ਏਕਾਰਦਸ ਰਾਜ ਦੀ ਖੋਜ ਕੀਤੀ ਸੀ। ਦਰਅਸਲ, ਕਾਹਨ ਬੇਹੱਦ ਅਮਨਪਸੰਦ ਸਨ ਪਰ ਉਹ ਰਹਿਣ-ਸਹਿਣ ਲਈ ਨਵੀਆਂ ਜ਼ਮੀਨਾਂ ਦੀ ਭਾਲ 'ਚ ਸਨ। ਜਦੋਂ ਉਹ ਏਕਾਰਦਸ ਪੁੱਜੇ, ਤਾਂ ਉਨ੍ਹਾਂ ਨੂੰ ਇਹ ਜਗ੍ਹਾ ਬਹੁਤ ਪਸੰਦ ਆਈ ਕਿਉਂਕਿ ਅਜਿਹਾ ਸਥਾਨ ਉਨ੍ਹਾਂ ਪਹਿਲਾਂ ਕਦੇ ਨਹੀਂ ਸੀ ਤੱਕਿਆ।

ਏਕਾਰਦਸ ਦੀ ਜ਼ਮੀਨ ਜਾਦੂਮਈ ਸੀ। ਕੁਝ ਰੁੱਖ ਆਪਣੀਆਂ ਜੜ੍ਹਾਂ ਰਾਹੀਂ ਜ਼ਮੀਨ 'ਚੋਂ ਹੀ ਸੋਨਾ ਨਿਗਲ ਲੈਂਦੇ ਸਨ, ਇਸੇ ਲਈ ਉਨ੍ਹਾਂ ਦੇ ਪੱਤੇ ਵੀ ਸੋਨੇ ਦੇ ਸਨ। ਬਾਕੀ ਦੇ ਰੁੱਖਾਂ ਨੂੰ ਸਾਰਾ ਸਾਲ ਫਲ ਲੱਗਦੇ ਸਨ, ਉਨ੍ਹਾਂ ਉੱਤੇ ਕਈ ਪ੍ਰਕਾਰ ਦੇ ਪੰਛੀ ਰਹਿੰਦੇ ਸਨ। ਜੀਵਨ-ਚੱਕਰ ਬਹੁਤ ਵਧੀਆ ਲੈਅ-ਤਾਲ ਵਿੱਚ ਚੱਲ ਰਿਹਾ ਸੀ। ਏਕਾਰਦਸ ਵਿੱਚੋਂ ਦੀ ਨਿਸਲਾ ਨਾਂਅ ਦੀ ਨਦੀ ਵੱਗਦੀ ਸੀ, ਜੋ ਜੀਵਨ ਨਾਲ ਭਰਪੂਰ ਸੀ ਤੇ ਉਸ ਨਦੀ ਦੀ ਹੇਠਲੀ ਤਹਿ ਉੱਤੇ ਗਹਿਣੇ ਪਏ ਸਾਫ਼ ਆਮ ਅੱਖ ਨਾਲ ਵੀ ਵੇਖੇ ਜਾ ਸਕਦੇ ਸਨ ਕਿਉਂਕਿ ਪਾਣੀ ਹੀ ਇੰਨਾ ਸਾਫ਼ ਸੀ। ਇਨ੍ਹਾਂ ਗਹਿਣਿਆਂ ਨੂੰ ਕਦੇ ਵੀ ਬਾਹਰ ਨਹੀਂ ਸੀ ਕੱਢਿਆ ਗਿਆ ਤੇ ਉਹ ਉੱਥੇ ਨਦੀ ਦੀ ਹੇਠਲੀ ਤਹਿ ਉੱਤੇ ਹੀ ਪਏ ਰਹਿੰਦੇ ਸਨ। ਏਕਾਰਦਸ 'ਚ ਕਦੇ ਕੋਈ ਪੱਤਝੜ ਜਾਂ ਸਰਦੀ ਦਾ ਮੌਸਮ ਨਹੀਂ ਸੀ ਵੇਖਿਆ ਗਿਆ। ਉੱਥੇ ਕਦੇ ਮੀਂਹ ਵੀ ਨਹੀਂ ਸੀ ਪਿਆ। ਫਿਰ ਵੀ ਉਸ ਧਰਤੀ ਉੱਤੇ ਹਰ ਤਰ੍ਹਾਂ ਦਾ ਜੀਵਨ ਮੌਜੂਦ ਸੀ। ਏਕਾਰਦਸ ਦਾ ਇਲਾਕਾ

ਪੱਛਮ 'ਚ ਵਿਫ਼ਸ ਪਰਬਤਾਂ, ਦੱਖਣ 'ਚ ਕਲੀਸ਼ੀਆ ਦੇ ਜੰਗਲਾਂ, ਪੂਰਬ 'ਚ ਚਿੱਟੇ ਮਹਾਂਸਾਗਰ ਤੇ ਉੱਤਰ 'ਚ ਖੁੱਲ੍ਹੇ ਮੈਦਾਨਾਂ ਨਾਲ ਘਿਰਿਆ ਹੋਇਆ ਸੀ। ਉਨ੍ਹਾਂ ਸਭ ਦੇ ਆਪਣੇ ਡੂੰਘੇ ਭੇਤ ਸਨ, ਜਿਨ੍ਹਾਂ ਦੀ ਖੋਜ ਕਰਨੀ ਬਾਕੀ ਸੀ ਪਰ ਮਨਮੋਹਕ ਏਕਾਰਦਸ ਦੇ ਵਸਨੀਕਾਂ ਨੂੰ ਇੱਥੋਂ ਕਿਤੇ ਹੋਰ ਜਾਣ ਦੀ ਕੋਈ ਇੱਛਾ ਹੀ ਨਹੀਂ ਸੀ।

ਕਾਹਨ ਇਹ ਸਭ ਵੇਖ ਕੇ ਹੈਰਾਨ ਰਹਿ ਗਏ ਕਿਉਂਕਿ ਅਜਿਹੇ ਸਥਾਨ ਨੂੰ ਜੋ ਵੀ ਪਹਿਲੀ ਵਾਰ ਵੇਖਦਾ ਸੀ, ਉਸ ਨੂੰ ਆਲੇ-ਦੁਆਲੇ ਦੇ ਇੰਨੇ ਸੋਹਣੇ ਦ੍ਰਿਸ਼ਾਂ ਉੱਤੇ ਯਕੀਨ ਹੀ ਨਹੀਂ ਆਉਂਦਾ ਸੀ। ਸੁਨਹਿਰੀ ਤੇ ਫਲਾਂ ਨਾਲ ਲੱਦੇ ਰੁੱਖ, ਬਿਲਕੁਲ ਸਾਫ਼ ਪਾਣੀਆਂ ਨਾਲ ਵੱਗਦੀ ਨਦੀ - ਉਹ ਵੀ ਗਹਿਣਿਆਂ ਤੇ ਮੱਛੀਆਂ ਨਾਲ ਭਰਪੂਰ, ਜਾਦੂਮਈ ਮੌਸਮ। ਅਜਿਹੀ ਧਰਤੀ ਉੱਤੇ ਤਾਂ ਉਹ ਸਦਾ ਲਈ ਵੀ ਰਹਿ ਸਕਦੇ ਸਨ। ਇਸੇ ਲਈ ਉਨ੍ਹਾਂ ਫ਼ੈਸਲਾ ਕੀਤਾ ਕਿ ਉਹੀ ਉਨ੍ਹਾਂ ਦਾ ਆਖ਼ਰੀ ਟਿਕਾਣਾ ਹੋਵੇਗਾ।

ਕਾਹਨਾਂ ਦਾ ਸਰਦਾਰ ਯੂਰਾ ਇੱਕ ਮਹਾਨ ਅਧਿਆਤਮਿਕ ਰੂਹ ਸੀ। ਉਹ ਬਾਕੀ ਦੇ ਕਾਹਨਾਂ ਨਾਲੋਂ ਕੱਦ 'ਚ ਲੰਮਾ ਸੀ। ਉਹ ਵੇਖਣ ਨੂੰ ਨੈਜਵਾਨ ਜਾਪਦਾ ਸੀ ਪਰ ਉਨ੍ਹਾਂ ਨੇ ਜਦ ਤੋਂ ਹੋਸ਼ ਸੰਭਾਲੀ ਸੀ, ਉਹੀ ਕਾਹਨਾਂ ਦਾ ਮੋਹਰੀ ਚੱਲਿਆ ਆ ਰਿਹਾ ਸੀ। ਉਹ ਪਿਆਰ ਤੇ ਖੁਸ਼ਹਾਲੀ ਦਾ ਪ੍ਰਚਾਰਕ ਸੀ ਤੇ ਸ਼ਾਂਤੀਪੂਰਣ ਹੋਂਦ ਦਾ ਹੀ ਪ੍ਰਚਾਰ ਤੇ ਪਾਸਾਰ ਕਰਦਾ ਸੀ। ਉਹ ਦੁਨਿਆਵੀ ਝੰਜਟਾਂ ਤੋਂ ਬਹੁਤ ਅਗਾਂਹ ਸੀ ਅਤੇ ਕਾਹਨਾਂ ਦਾ ਜੀਵਨ ਭਰ ਉਨ੍ਹਾਂ ਦੀ ਯਾਤਰਾ ਦੌਰਾਨ ਮਾਰਗ-ਦਰਸ਼ਨ ਕਰਦਾ ਸੀ। ਯੂਰਾ ਨੂੰ ਪਤਾ ਸੀ ਕਿ ਇੱਥੇ ਜ਼ਰੂਰ ਕੋਈ ਨਾ ਕੋਈ ਭੇਤ ਵਾਲੀ ਗੱਲ ਹੈ ਕਿਉਂਕਿ ਇਹ ਸਭ ਇੰਨਾ ਚੰਗਾ ਸੀ ਕਿ ਸੱਚ ਨਹੀਂ ਜਾਪਦਾ ਸੀ। ਯੂਰਾ ਨੂੰ ਏਕਾਰਦਸ ਨੂੰ ਲੈ ਕੇ ਬੇਚੈਨੀ ਰਹਿੰਦੀ ਸੀ, ਉਂਝ ਭਾਵੇਂ ਉਨ੍ਹਾਂ ਇਸ ਸਥਾਨ ਨੂੰ ਆਪਣਾ ਟਿਕਾਣਾ ਬਣਾ ਲਿਆ ਸੀ ਤੇ ਕਾਹਨਾਂ ਨੇ ਏਕਾਰਦਸ ਨੂੰ 'ਘਰ' ਕਹਿਣਾ ਸ਼ੁਰੂ ਕਰ ਦਿੱਤਾ ਸੀ।

ਯੂਰਾ ਅਕਸਰ ਕਈ-ਕਈ ਮਹੀਨਿਆਂ ਤੱਕ ਆਪਣੀ ਗੁਫ਼ਾ ਵਿੱਚ ਸਮਾਧੀ 'ਚ ਲੀਨ ਰਹਿੰਦਾ ਸੀ ਪਰ ਜਦੋਂ ਵੀ ਕਦੇ ਉਸ ਦਾ ਕੋਈ ਪੈਰੋਕਾਰ ਮੁਸੀਬਤ 'ਚ ਹੁੰਦਾ ਸੀ, ਤਾਂ ਉਹ ਬਿਲਕੁਲ ਜਾਦੂ ਵਾਂਗ ਉੱਥੇ ਪ੍ਰਗਟ ਹੋ ਜਾਂਦਾ ਸੀ। ਏਕਾਰਦਸ ਦੀ ਧਰਤੀ ਨੇ ਕਾਹਨਾਂ ਨੂੰ ਸਭ ਕੁਝ ਮੁਹੱਈਆ ਕਰਵਾਇਆ ਸੀ, ਇਸੇ ਲਈ ਉਨ੍ਹਾਂ ਨੂੰ ਕਦੇ ਧਾੜਵੀ (ਹਮਲਾਵਰ) ਬਣਨ ਦੀ ਲੋੜ ਨਹੀਂ ਪਈ ਸੀ। ਉਹ ਕੁਨਬਾ ਉੱਥੇ ਸੱਚੇ ਅਰਥਾਂ ਵਿੱਚ ਵੱਸ ਗਿਆ ਸੀ। ਹੁਣ ਹਰੇਕ ਨੂੰ

ਕਿਸੇ ਸਥਾਨ ਬਾਰੇ ਅਗਲੇਰੀ ਖੋਜ ਕਰਨ ਦੀ ਤਾਂਘ ਤਾਂ ਹੁੰਦੀ ਹੀ ਹੈ। ਪਰ ਜੋ ਗੱਲ ਉਨ੍ਹਾਂ ਨੂੰ ਮਹਿਸੂਸ ਨਹੀਂ ਹੋ ਰਹੀ ਸੀ, ਉਹ ਇਹ ਸੀ ਕਿ ਏਕਾਰਦਸ ਦਾ ਜਾਦੂ ਉਨ੍ਹਾਂ ਉੱਤੇ ਕੰਮ ਕਰ ਰਿਹਾ ਸੀ। ਏਕਾਰਦਸ ਨੇ ਉਨ੍ਹਾਂ ਨੂੰ ਇੰਨਾ ਸੰਤੋਖ ਤੇ ਸਬਰ ਵਾਲਾ ਬਣਾ ਦਿੱਤਾ ਸੀ ਕਿ ਉਹ ਇੱਥੋਂ ਕਿਤੇ ਹੋਰ ਜਾਣਾ ਹੀ ਨਹੀਂ ਚਾਹੁੰਦੇ ਸਨ। ਇਸੇ ਲਈ ਜਦੋਂ ਉਨ੍ਹਾਂ ਨੂੰ ਉੱਥੇ ਹਰ ਚੀਜ਼ ਮੁਹੱਈਆ ਹੋ ਰਹੀ ਸੀ, ਇਸੇ ਲਈ ਉਨ੍ਹਾਂ ਦੀ ਹਰ ਤਰ੍ਹਾਂ ਦੀ ਉਤਸੁਕਤਾ ਵੀ ਖ਼ਤਮ ਹੋ ਗਈ ਸੀ।

ਕਈ ਸ਼ਾਂਤੀਪੂਰਨ ਸਾਲ ਲੰਘਣ ਤੋਂ ਬਾਅਦ ਇੱਕ ਦਿਨ ਚਿੱਟੇ ਰੰਗ ਦਾ ਮਹਾਂਸਾਗਰ ਗੂੜ੍ਹਾ ਸਲੇਟੀ ਰੰਗਾ ਹੋ ਗਿਆ। ਲੋਕ ਯੂਰਾ ਨੂੰ ਇਹ ਸਭ ਦੱਸਣ ਲਈ ਉਸ ਦੀ ਗੁਫ਼ਾ 'ਚ ਗਏ ਪਰ ਯੂਰਾ ਉੱਥੇ ਹੈ ਹੀ ਨਹੀਂ ਸੀ। ਤਦ ਲੋਕਾਂ ਨੂੰ ਚਿੰਤਾ ਲੱਗਣ ਲੱਗੀ ਤੇ ਮਹਾਂਸਾਗਰ ਦੀਆਂ ਲਹਿਰਾਂ ਦੀ ਬੇਚੈਨੀ ਵਧਦੀ ਜਾ ਰਹੀ ਸੀ।

ਅਚਾਨਕ, ਯੂਰਾ ਇੱਕ ਚਮਕਦਾ ਹੋਇਆ ਬੀਜ ਲੈ ਕੇ ਜੰਗਲ਼ 'ਚੋਂ ਬਾਹਰ ਆਇਆ। ਉਹ ਕੁਝ ਚਿੰਤਤ ਸੀ ਤੇ ਆਪਣੇ ਲੋਕਾਂ ਲਈ ਫ਼ਿਕਰਮੰਦ ਜਾਪਦਾ ਸੀ ਕਿਉਂਕਿ ਉਸ ਨੂੰ ਸੱਚਮੁਚ ਅਜਿਹੀ ਕਿਸੇ ਮਾੜੀ ਚੀਜ਼ ਬਾਰੇ ਪਤਾ ਲੱਗ ਗਿਆ ਸੀ, ਜੋ ਉਨ੍ਹਾਂ ਦੇ ਰਾਹ 'ਚ ਆ ਰਹੀ ਸੀ। ਪਹਿਲੀ ਵਾਰ ਇੰਝ ਜਾਪ ਰਿਹਾ ਸੀ ਕਿ ਜੋ ਕੁਝ ਵੀ ਵਾਪਰਨ ਜਾ ਰਿਹਾ ਸੀ, ਉਸ ਦਾ ਸਾਹਮਣਾ ਕਰਨ ਲਈ ਉਹ ਪੂਰੀ ਤਰ੍ਹਾਂ ਤਿਆਰ ਨਹੀਂ ਸੀ। ਫਿਰ ਵੀ ਉਸ ਨੇ ਆਪਣਾ ਹੌਸਲਾ ਬਰਕਰਾਰ ਰੱਖਿਆ ਤੇ ਉਸ ਨੇ ਤੁਰੰਤ ਏਕਾਰਦਸ ਦੇ ਲੋਕਾਂ ਨੂੰ ਪੂਰੇ ਆਤਮ-ਵਿਸ਼ਵਾਸ ਨਾਲ ਉੱਚੀ ਆਵਾਜ਼ 'ਚ ਹਦਾਇਤਾਂ ਜਾਰੀ ਕੀਤੀਆਂ।

ਉਸ ਨੇ ਆਖਿਆ ਕਿ ਹਰੇਕ ਵਿਅਕਤੀ ਖੁੱਲ੍ਹੇ ਮੈਦਾਨਾਂ ਵੱਲ ਨੱਸ ਜਾਵੇ ਤੇ ਇਸ ਦਾ ਕਾਰਣ ਨਾ ਪੁੱਛੇ। ਉਸ ਨੇ ਬੀਜ ਉਨ੍ਹਾਂ 'ਚੋਂ ਇੱਕ ਵਿਅਕਤੀ ਨੂੰ ਦਿੱਤਾ ਤੇ ਇਸ ਦਾ ਬਹੁਤ ਜ਼ਿਆਦਾ ਧਿਆਨ ਰੱਖਣ ਲਈ ਕਿਹਾ। ਯੂਰਾ ਨੇ ਉਸ ਨੂੰ ਹਦਾਇਤ ਕੀਤੀ ਕਿ ਉਹ ਕੋਈ ਸੁਰੱਖਿਅਤ ਜਿਹੀ ਜਗ੍ਹਾ ਵੇਖ ਕੇ ਇਹ ਬੀਜ ਧਰਤੀ 'ਚ ਬੀਜ ਦੇਵੇ। ਉਸ ਬੀਜ ਤੋਂ ਜਿਹੜਾ ਬੂਟਾ ਬਣੇਗਾ, ਉਸ ਦੇ ਪੱਤਿਆਂ ਉੱਤੇ ਕਾਹਨਾਂ ਦੇ ਵੰਸ਼ਜਾਂ ਵੱਲੋਂ ਪੁੱਛੇ ਸੁਆਲਾਂ ਦੇ ਜਵਾਬ ਹੋਣਗੇ। ਅਚਾਨਕ ਮਹਾਂਸਾਗਰ ਵਾਲੇ ਪਾਸਿਓਂ ਸਿੰਗਾਂ ਵਾਲੇ ਜਾਨਵਰਾਂ ਦੀ ਇੱਕ ਫ਼ੌਜ ਪ੍ਰਗਟ ਹੋਈ ਤੇ ਉਨ੍ਹਾਂ ਏਕਾਰਦਸ ਉੱਤੇ ਹਮਲਾ ਬੋਲ ਦਿੱਤਾ।

ਯੂਰਾ ਨੂੰ ਪਤਾ ਸੀ ਕਿ ਉਸ ਦੇ ਲੋਕ ਆਪਣਾ ਬਚਾਅ ਨਹੀਂ ਕਰ ਸਕਦੇ ਸਨ, ਇਸੇ ਲਈ ਉਨ੍ਹਾਂ ਕੋਲ ਉੱਥੋਂ ਆਪਣੀਆਂ ਜਾਨਾਂ ਬਚਾ ਕੇ ਨੱਸਣ ਤੋਂ ਇਲਾਵਾ ਹੋਰ ਕੋਈ ਚਾਰਾ ਨਹੀਂ ਸੀ। ਪਰ ਉਸ ਨੇ ਖੁਦ ਆਪਣੇ ਮੰਤਰਾਂ ਨਾਲ ਉਸ ਫ਼ੌਜ ਨੂੰ ਰੋਕਣ ਦੀ ਕੋਸ਼ਿਸ਼ ਕੀਤੀ। ਉਸ ਨੇ ਅੱਗ ਦੀ ਇੱਕ ਅਜਿਹੀ ਢਾਲ ਬਣਾਈ, ਜਿਸ ਨੇ ਉੱਥੋਂ ਦੀ ਆਲੇ-ਦੁਆਲੇ ਦੀ ਪੂਰੀ ਧਰਤੀ ਨੂੰ ਘੇਰ ਲਿਆ ਸੀ, ਤਾਂ ਜੋ ਫ਼ੌਜ ਅੰਦਰ ਦਾਖ਼ਲ ਨਾ ਹੋ ਸਕੇ ਅਤੇ ਉਹ ਜੰਗਲੀ ਜੀਵ ਸੁਆਹ ਹੋ ਕੇ ਰਹਿ ਜਾਣ ਅਤੇ ਇੰਨੇ ਨੂੰ ਉਸ ਦੇ ਲੋਕਾਂ ਨੂੰ ਆਪਣੀਆਂ ਜਾਨਾਂ ਬਚਾਉਣ ਲਈ ਹੋਰ ਸਮਾਂ ਮਿਲ ਜਾਵੇ। ਉਸ ਨੇ ਧਮਕ ਨਾਲ ਉਨ੍ਹਾਂ ਦੇ ਪੈਰਾਂ ਹੇਠਲੀ ਧਰਤੀ ਨੂੰ ਹਿਲਾ ਦਿੱਤਾ, ਤਾਂ ਜੋ ਉਹ ਡਰ ਜਾਣ ਪਰ ਇਨ੍ਹਾਂ 'ਚੋਂ ਕਿਸੇ ਵੀ ਉਪਾਅ ਨੇ ਕੰਮ ਨਹੀਂ ਕੀਤਾ। ਵੱਡੀ ਗਿਣਤੀ 'ਚ ਹਮਲਾਵਰ ਫ਼ੌਜੀਆਂ ਵਿੱਚੋਂ ਸਲੇਟੀ ਰੰਗ ਦਾ ਜੀਵ ਨਿੱਕਲਿਆ, ਜਿਸ ਦਾ ਸਿਰ ਤੇ ਚਿਹਰਾ ਤਾਂ ਮਨੁੱਖ ਵਰਗੋ ਸਨ ਪਰ ਉਸ ਦਾ ਸਰੀਰ ਇੱਕ ਵਿਸ਼ਾਲ ਕੇਕੜੇ ਜਿਹਾ ਸੀ। ਉਹ ਰੀਂਗਦਾ ਹੋਇਆ ਯੂਰਾ ਵੱਲ ਵਧਿਆ। ਤਦ ਯੂਰਾ ਦੀ ਹੈਰਾਨੀ ਦਾ ਕੋਈ ਟਿਕਾਣਾ ਨਾ ਰਿਹਾ ਕਿਉਂਕਿ ਉਹ ਬੇਖੌਫ਼ ਅੱਗ ਵਾਲੀ ਢਾਲ਼ ਵਿੱਚੋਂ ਦੀ ਹੁੰਦਾ ਹੋਇਆ ਸਿੱਧਾ ਉਸ ਵੱਲ ਵਧਿਆ ਤੇ ਉਸ ਉੱਤੇ ਹਮਲਾ ਕਰ ਦਿੱਤਾ। ਯੂਰਾ ਦਾ ਧਿਆਨ ਥੋੜ੍ਹਾ ਜਿੰਨਾ ਹੀ ਲਾਂਭੇ ਹੋਇਆ ਸੀ ਕਿ ਉਹ ਢਾਲ਼ ਅਲੋਪ ਹੋ ਗਈ।

ਧਾੜਵੀ ਫ਼ੌਜ ਨੇ ਕਾਹਨਾਂ ਨੂੰ ਮਾਰਨਾ ਸ਼ੁਰੂ ਕਰ ਦਿੱਤਾ, ਜਦ ਕਿ ਯੂਰਾ ਉਸ ਅਜੀਬ ਜੀਵ ਨਾਲ ਲੜਨ 'ਚ ਰੁੱਝਿਆ ਹੋਇਆ ਸੀ। ਉਸ ਜੰਗ ਵਿੱਚ ਉਹ ਜੀਵ ਯੂਰਾ ਉੱਤੋਂ ਦੀ ਤੇਜ਼ੀ ਨਾਲ ਤੁਰਦਾ ਹੋਇਆ ਆਇਆ ਤੇ ਆਪਣਾ ਪੈਰ ਯੂਰਾ ਦੇ ਢਿੱਡ ਵਿੱਚ ਖੋਭ ਦਿੱਤਾ ਤੇ ਬਹੁਤ ਭੈੜੀ ਜਿਹੀ ਆਵਾਜ਼ ਵਿੱਚ ਚੀਕਿਆ ਕਿ ਸਮੁੰਦਰੀ-ਸੱਤਾ ਦੇ ਸਮਰਾਟ 'ਕ੍ਰੇਟੋ' ਨਾਲ ਲੜਨਾ ਫ਼ਿਜ਼ੂਲ ਹੈ।

ਯੂਰਾ ਨੂੰ ਤਦ ਪਤਾ ਲੱਗ ਗਿਆ ਸੀ ਕਿ ਉਸ ਦਾ ਅੰਤ ਨੇੜੇ ਸੀ, ਇਸੇ ਲਈ ਉਸ ਨੇ ਆਪਣੇ ਬਾਕੀ ਦੇ ਲੋਕਾਂ ਨੂੰ ਬਚਾਉਣ ਦੀ ਆਖ਼ਰੀ ਕੋਸ਼ਿਸ਼ ਵਿੱਚ ਕੋਈ ਮੰਤਰ ਬੁੜਬੁੜਾਇਆ; ਜਿਸ ਨਾਲ ਉਸ ਦਾ ਸਰੀਰ ਇੱਕ ਅਜਿਹੇ ਵਿਸ਼ਾਲ ਖੇਤਰ ਵਿੱਚ ਬਦਲ ਗਿਆ ਕਿ ਉਸ ਨੇ ਆਪਣੇ ਆਲੇ-ਦੁਆਲੇ ਹਰੇਕ ਚੀਜ਼ ਨੂੰ ਨਿਗਲਣਾ ਸ਼ੁਰੂ ਕਰ ਦਿੱਤਾ। ਉਸ ਇਲਾਕੇ ਦੇ ਰੂਪ ਵਿੱਚ ਯੂਰਾ ਜਿਵੇਂ ਏਕਾਰਦਸ ਦੀ ਜਾਦੂਮਈ ਸ਼ਕਤੀ ਸਮੇਤ ਆਪਣੇ ਘੇਰੇ ਅੰਦਰ ਆਉਂਦੀ ਹਰੇਕ ਚੀਜ਼ ਨੂੰ ਜਿਵੇਂ ਹਜ਼ਮ ਕਰਦਾ ਜਾ ਰਿਹਾ ਸੀ। ਇਸ ਤੋਂ ਪਹਿਲਾਂ ਕਿ ਉਹ ਜਾਦੂਮਈ ਖੇਤਰ ਬੰਦ ਹੁੰਦਾ, ਕ੍ਰੇਟੋ ਨੇ ਉਸ ਵਿੱਚੋਂ ਬਚਣ ਲਈ

ਆਪਣੀਆਂ ਲੱਤਾਂ ਪੂਰਾ ਤਾਣ ਲਾ ਕੇ ਬਾਹਰ ਕੱਢਣ ਦੀ ਕੋਸ਼ਿਸ਼ ਕੀਤੀ। ਉਹ ਆਪਣੀ ਇਸ ਕੋਸ਼ਿਸ਼ ਵਿੱਚ ਨਾਕਾਮ ਰਿਹਾ ਤੇ ਉਸ ਖੇਤਰ ਨੇ ਆਪਣੇ-ਆਪ ਨੂੰ ਬੰਦ ਕਰ ਲਿਆ ਤੇ ਇਸ ਦੌਰਾਨ ਕ੍ਰੇਟੇ ਦੀ ਲੱਤ ਦਾ ਸਿਰਾ ਟੁੱਟ ਗਿਆ।

ਫਿਰ ਕਈ ਸਾਲਾਂ ਪਿੱਛੋਂ ਸਭਿਅਤਾ ਅੱਗੇ ਵਧਦੀ ਗਈ ਤੇ ਏਕਾਰਦਸ ਇੱਕ ਵਾਰ ਫਿਰ ਆਬਾਦ ਹੋ ਗਿਆ। ਯੂਰਾ ਤੇ ਕ੍ਰੇਟੇ ਨਾਲ ਉਸ ਦੀ ਜੰਗ ਦੀ ਕਹਾਣੀ ਬਹੁਤ ਸਾਰੇ ਰਾਜਾਂ ਵਿੱਚ ਸੁਣਾਈ ਜਾਂਦੀ ਸੀ। ਫਿਰ ਕਦੇ ਕਿਸੇ ਕਾਹਨ ਨੂੰ ਦੋਬਾਰਾ ਨਹੀਂ ਵੇਖਿਆ ਗਿਆ ਅਤੇ ਯੂਰਾ ਦੀਆਂ ਸਿੱਖਿਆਵਾਂ ਦਾ ਬੀਜ ਵੀ ਉਨ੍ਹਾਂ ਨਾਲ ਹੀ ਚਲਾ ਗਿਆ ਸੀ। ਸਿਰਫ਼ ਇੱਕ ਚੀਜ਼ ਨੇ ਉਨ੍ਹਾਂ ਦੀ ਕਥਾ ਨੂੰ ਜਿਊਂਦੀ ਰੱਖਿਆ ਸੀ ਕਿ ਹਰ ਸਾਲ ਉਸੇ ਦਿਨ ਚਿੱਟਾ ਮਹਾਂਸਾਗਰ ਸਲੇਟੀ ਰੰਗ ਦੀ ਭਾਅ ਮਾਰਨ ਲੱਗ ਪੈਂਦਾ ਸੀ। ਸਿਰਫ਼ ਇੱਕ ਦਿਨ ਲਈ, ਇੰਝ ਮਹਾਂਸਾਗਰ ਹਰੇਕ ਨੂੰ ਯੂਰਾ ਦੀ ਜੰਗ ਚੇਤੇ ਕਰਵਾਉਂਦਾ ਸੀ। ਬਹੁਤ ਸਾਰੇ ਰਾਜਿਆਂ ਨੇ ਕਾਹਨਾਂ ਤੇ ਉਨ੍ਹਾਂ ਦੇ ਬੀਜ ਨੂੰ ਲੱਭਣ ਦੀਆਂ ਕੋਸ਼ਿਸ਼ਾਂ ਕੀਤੀਆਂ ਜੋ ਕਿ ਨਾਕਾਮ ਹੀ ਰਹੀਆਂ।

ਅਧਿਆਇ 2

ਏਕਾਰਦਸ 'ਤੇ ਹੁਣ ਸਮਰਾਟ ਵਿਕਟਰ ਦਾ ਰਾਜ ਸੀ, ਜੋ ਬਹੁਤ ਹਰਮਨਪਿਆਰਾ ਸੀ ਤੇ ਲੋਕ ਉਸ ਦੀ ਹਕੂਮਤ ਨੂੰ ਬਹੁਤ ਪਿਆਰ ਕਰਦੇ ਸਨ। ਉਹ ਸ਼ਾਂਤ, ਬਹੁਤ ਵਧੀਆ ਤੇ ਸਨਿਮਰ ਸੀ। ਉਹ ਕਦੇ ਵੀ ਏਕਾਰਦਸ ਦੀ ਭਾਵਨਾ ਦੇ ਉਲਟ ਨਹੀਂ ਸੀ ਗਿਆ ਤੇ ਉਸ ਨੇ ਸੱਚਮੁਚ ਇੱਕ ਬਹੁਤ ਹੀ ਸਕਾਰਾਤਮਕ ਮਾਹੌਲ ਬਣਾ ਕੇ ਰੱਖਿਆ ਸੀ। ਏਕਾਰਦਸ ਦਾ ਇਹ ਰਾਜ ਸੱਚੇ ਅਰਥਾਂ ਵਿੱਚ ਸੰਤੋਖੀ ਸੀ।

ਉੱਤਰ ਦੇ ਖੁੱਲ੍ਹੇ ਤੇ ਰੜੇ ਮੈਦਾਨਾਂ ਵੱਲ ਜ਼ਿਆਸ਼ਾ ਦਾ ਰਾਜ ਸੀ। ਜ਼ਿਆਸ਼ਾ ਦੀ ਧਰਤੀ ਉੱਤੇ ਭਾਵੇਂ ਕੋਈ ਜਾਦੂਮਈ ਸ਼ਕਤੀਆਂ ਨਹੀਂ ਸਨ ਪਰ ਫਿਰ ਵੀ ਉਹ ਜਗ੍ਹਾ ਬਹੁਤ ਹੀ ਉਪਜਾਊ ਸੀ। ਜ਼ਿਆਸ਼ਾ ਦੇ ਖੁੱਲ੍ਹੇ ਮੈਦਾਨਾਂ ਦੇ ਹੇਠਾਂ ਹੀਰਿਆਂ, ਸੋਨੇ ਤੇ ਚਾਂਦੀ ਦੇ ਵੱਡੇ ਭੰਡਾਰ ਸਨ। ਰਾਜਾਂ ਦਾ ਵਪਾਰ ਵਧੀਆ ਚੱਲ ਰਿਹਾ ਸੀ। ਜ਼ਿਆਸ਼ਾ ਰਾਜ ਦੀ ਸ਼ਹਿਜ਼ਾਦੀ ਬਹੁਤ ਸੋਹਣੀ ਸੀ, ਉਸ ਦਾ ਨਾਂਅ ਸੀ ਅਲਾਨਾ। ਉਸ ਦੀ ਸ਼ਖਸੀਅਤ 'ਚ ਵੱਡੀ ਖਿੱਚ ਸੀ, ਉਹ ਦੁਬਲੀ-ਪਤਲੀ ਵੀ ਨਹੀਂ ਸੀ ਪਰ ਸ਼ਾਰੀਰਿਕ ਤੌਰ ਤੇ ਬਹੁਤ ਭਾਰੀ ਵੀ ਨਹੀਂ ਸੀ। ਬਿਲਕੁਲ ਇੱਕ ਫ਼ਰਿਸ਼ਤੇ ਵਾਂਗ ਉਸ ਦੀ ਮਨਮੋਹਕ ਮੁਸਕਰਾਹਟ ਸੀ ਤੇ ਉਸ ਦੀਆਂ ਨੀਲੀਆਂ ਅੱਖਾਂ ਇਸ ਬ੍ਰਹਿਮੰਡ ਦੇ ਕਿਸੇ ਵੀ ਵਿਅਕਤੀ ਨੂੰ ਮੋਹਿਤ ਕਰਨ ਲਈ ਕਾਫ਼ੀ ਸਨ।

ਸਮਰਾਟ ਵਿਕਟਰ ਨੂੰ ਜ਼ਿਆਸ਼ਾ ਦੀ ਸ਼ਹਿਜ਼ਾਦੀ ਅਲਾਨਾ ਨਾਲ ਪਿਆਰ ਹੋ ਗਿਆ। ਦੋਵਾਂ ਦਾ ਵਿਆਹ ਹੋ ਗਿਆ ਤੇ ਇੰਝ ਦੋਵੇਂ ਰਾਜ ਇੱਕ-ਦੂਜੇ ਦੇ ਹੋਰ ਵੀ ਨੇੜੇ ਆ ਗਏ। ਇੱਕਜੁਟਤਾ ਨਾਲ ਦੋਵੇਂ ਰਾਜ ਹੋਰ ਵੀ ਜ਼ਿਆਦਾ ਮਜ਼ਬੂਤ ਹੋ ਗਏ। ਅਲਾਨਾ ਨੂੰ ਵਿਕਟਰ ਬਹੁਤ ਜ਼ਿਆਦਾ ਪਿਆਰ ਕਰਦਾ ਸੀ। ਉਹ ਦੋਵੇਂ ਇੱਕ-ਦੂਜੇ ਨੂੰ ਤੇ ਆਪਣੀ ਜਨਤਾ ਨੂੰ ਬਹੁਤ ਪਿਆਰ ਕਰਦੇ ਸਨ। ਕੁਝ ਸਾਲਾਂ ਬਾਅਦ ਅਲਾਨਾ ਨੇ ਇੱਕ ਬੇਟੀ ਨੂੰ ਜਨਮ ਦਿੱਤਾ, ਜਿਸ ਦਾ ਨਾਂਅ ਉਨ੍ਹਾਂ ਜ਼ੀਆ ਰੱਖਿਆ। ਉਹ ਰਾਜਕੁਮਾਰੀ ਇੰਨੀ ਜ਼ਿਆਦਾ ਖੂਬਸੂਰਤ ਸੀ ਕਿ ਪਹਿਲਾਂ ਕਿਸੇ ਵੀ ਰਾਜ ਨੇ ਇੰਨੀ ਸੋਹਣੀ ਬੱਚੀ ਨੂੰ ਨਹੀਂ ਵੇਖਿਆ ਸੀ। ਜਦੋਂ ਉਹ ਵੱਡੀ ਹੋਈ, ਤਾਂ ਲੋਕਾਂ ਨੂੰ ਅਹਿਸਾਸ ਹੋਣ ਲੱਗਾ ਕਿ ਉਹ ਸਿਰਫ਼ ਸੋਹਣੀ ਹੀ ਨਹੀਂ ਸੀ, ਸਗੋਂ ਚੁਸਤ ਤੇ ਬਹਾਦਰ ਵੀ ਸੀ। ਉਸ ਨੂੰ ਘੁੜਸਵਾਰੀ ਪਸੰਦ ਸੀ ਤੇ ਕ੍ਰਿਪਾਨ ਚਲਾਉਣ 'ਚ ਉਸ ਨੇ ਮੁਹਾਰਤ ਹਾਸਲ ਕਰ ਲਈ ਸੀ। ਉਸ ਨੂੰ ਜੇ ਕੋਈ ਚੀਜ਼ ਚਾਹੀਦੀ ਹੁੰਦੀ ਸੀ, ਤਾਂ ਉਹ ਤਦ ਤੱਕ ਚੈਨ ਨਹੀਂ ਸੀ ਲੈਂਦੀ ਜਦੋਂ ਤੱਕ ਕਿ ਉਹ ਚੀਜ਼ ਉਸ ਨੂੰ ਮਿਲ ਨਹੀਂ ਸੀ ਜਾਂਦੀ। ਉਸ ਨੂੰ ਲੋਕਾਂ ਤੋਂ ਕੰਮ ਲੈਣਾ ਬਹੁਤ ਵਧੀਆ ਆਉਂਦਾ ਸੀ ਕਿਉਂਕਿ ਉਸ ਦਾ ਗੱਲਬਾਤ ਕਰਨ

ਦਾ ਅੰਦਾਜ਼ ਹੀ ਇੰਨਾ ਦਿਲਕਸ਼ ਸੀ ਤੇ ਉਸ ਨੂੰ ਗੱਲਬਾਤ ਰਾਹੀਂ ਦੂਜੇ ਤੋਂ ਆਪਣੀ ਗੱਲ ਮੰਨਵਾਉਣੀ ਆਉਂਦੀ ਸੀ। ਉਹ ਮਹਾਰਾਜ ਵਿਕਟਰ ਨਾਲ ਅਕਸਰ ਬਹਿਸ-ਮੁਬਾਹਿਸੇ 'ਚ ਭਾਗ ਲੈਂਦੀ ਰਹਿੰਦੀ ਸੀ ਤੇ ਹਰ ਵਾਰ ਉਹੀ ਜਿੱਤਦੀ ਸੀ ਕਿਉਂਕਿ ਉਸ ਦੀ ਸੋਚਣੀ ਤੇ ਹਾਜ਼ਰ-ਜਵਾਬੀ ਉੱਚ-ਪੱਧਰ ਦੇ ਸਨ।

ਇੱਕ ਦਿਨ ਖਾਨਾ-ਬਦੋਸ਼ਾਂ (ਫਿਰਤੂਆਂ ਜਾਂ ਘੁਮੰਤੂਆਂ) ਦਾ ਇੱਕ ਸਮੂਹ ਏਕਾਰਦਸ ਆਇਆ। ਉਨ੍ਹਾਂ ਨੇ ਸਮਰਾਟ ਤੋਂ ਪੁੱਛਿਆ ਕਿ ਕੀ ਉਹ ਕੁਝ ਮਹੀਨਿਆਂ ਲਈ ਇਸ ਰਾਜ ਵਿੱਚ ਕਿਤੇ ਆਪਣਾ ਕੈਂਪ ਸਥਾਪਤ ਕਰ ਸਕਦੇ ਹਨ ਤੇ ਅਗਲੇਰੀ ਤਿਆਰੀ ਕਰ ਕੇ ਅੱਗੇ ਰਵਾਨਾ ਹੋ ਜਾਣਗੇ। ਰਾਜਾ ਵਿਕਟਰ ਨੇ ਉਨ੍ਹਾਂ ਨੂੰ ਕਲੀਸ਼ੀਆ ਦੇ ਜੰਗਲ਼ ਲਾਗੇ ਇੱਕ ਜ਼ਮੀਨ ਦੇ ਟੁਕੜੇ 'ਤੇ ਉਨ੍ਹਾਂ ਨੂੰ ਕੈਂਪ ਸਥਾਪਤ ਕਰਨ ਦੀ ਇਜਾਜ਼ਤ ਦੇ ਦਿੱਤੀ। ਉਨ੍ਹਾਂ ਖ਼ਾਨਾ-ਬਦੋਸ਼ਾਂ ਵਿੱਚ ਬੋਰਿਸ ਨਾਂਅ ਦਾ ਇੱਕ ਨੌਜਵਾਨ ਸੀ।

ਦਰਅਸਲ ਉਸ ਖ਼ਾਨਾ-ਬਦੋਸ਼ ਕਬੀਲੇ ਦੇ ਸਰਦਾਰ ਨੇ ਬੋਰਿਸ ਨੂੰ ਗੋਦ ਲਿਆ ਹੋਇਆ ਸੀ। ਇੱਕ ਵਾਰ ਉਹ ਜਦੋਂ ਯਾਤਰਾ ਕਰ ਰਹੇ ਸਨ, ਤਦ ਬੋਰਿਸ ਉਨ੍ਹਾਂ ਨੂੰ ਇੱਕ ਦਰਿਆ ਦੇ ਕੰਢੇ 'ਤੇ ਮਿਲਿਆ ਸੀ। ਉਹ ਪਾਣੀ ਨਾਲ ਵਹਿ ਕੇ ਕਿਤੋਂ ਆਇਆ ਸੀ ਕਿ ਜਾਂ ਉਸ ਨੂੰ ਕੋਈ ਉੱਥੇ ਛੱਡ ਗਿਆ ਸੀ - ਇਸ ਬਾਰੇ ਕਿਸੇ ਨੂੰ ਕੋਈ ਜਾਣਕਾਰੀ ਨਹੀਂ ਸੀ। ਪਰ ਇਸ ਗੱਲ ਤੋਂ ਕਬੀਲੇ ਦੇ ਸਰਦਾਰ ਨੇ ਕੋਈ ਲੈਣਾ-ਦੇਣਾ ਨਹੀਂ ਸੀ ਅਤੇ ਉਹ ਇੱਕ ਬੱਚੇ ਨੂੰ ਇੰਝ ਜਾਣਬੁੱਝ ਕੇ ਇਕੱਲਾ ਕਦੇ ਵੀ ਨਹੀਂ ਛੱਡ ਸਕਦਾ ਸੀ। ਇਸੇ ਲਈ ਉਸ ਨੇ ਬੋਰਿਸ ਨੂੰ ਆਪਣੇ ਕੋਲ ਰੱਖ ਕੇ ਉਸ ਦਾ ਪਾਲਣ-ਪੋਸਣ ਆਪਣੇ ਪੁੱਤਰ ਵਾਂਗ ਕਰਨ ਦਾ ਫ਼ੈਸਲਾ ਕਰ ਲਿਆ ਸੀ। ਫਿਰ ਉਸ ਨੂੰ ਕਬੀਲੇ ਦੇ ਸਾਰੇ ਹੀ ਲੋਕ ਬਹੁਤ ਪਿਆਰ ਕਰਨ ਲੱਗ ਪਏ ਸਨ। ਵੱਡਾ ਹੋ ਕੇ ਉਹ ਬਹੁਤ ਹੱਟਾ-ਕੱਟਾ ਨਿੱਕਲਿਆ, ਉਸ ਵਰਗਾ ਉੱਥੇ ਹੋਰ ਕੋਈ ਵੀ ਨਹੀਂ ਸੀ, ਬਹੁਤ ਜ਼ਿਆਦਾ ਸੋਹਣਾ ਸੀ ਤੇ ਆਪਣੇ ਹਾਣ ਦੇ ਮੁੰਡਿਆਂ 'ਚੋਂ ਸਭ ਤੋਂ ਜ਼ਿਆਦਾ ਮਜ਼ਬੂਤ ਵੀ ਸੀ। ਉਹ ਆਪਣੀਆਂ ਇਨ੍ਹਾਂ ਵਿਲੱਖਣਤਾਵਾਂ ਕਾਰਣ ਉਸ ਖ਼ਾਨਾ-ਬਦੋਸ਼ ਕਬੀਲੇ 'ਚੋਂ ਸਭ ਤੋਂ ਅਲੱਗ ਹੀ ਦਿਸਦਾ ਸੀ।

ਜਨਮ ਤੋਂ ਹੀ ਉਸ ਦੇ ਮੱਥੇ ਉੱਤੇ ਤੀਰ ਦੀ ਨੋਕ ਵਰਗੀ ਇੱਕ ਨਸ ਉੱਭਰੀ ਹੋਈ ਸੀ; ਜਿਸ ਦਾ ਆਕਾਰ ਅੰਗ੍ਰੇਜ਼ੀ ਦੇ ਅੱਖਰ 'V' ਵਰਗਾ ਸੀ। ਇਸੇ ਲਈ ਸਾਰੇ ਉਸ ਨੂੰ ਜਿੱਤ ਦਾ ਨਿਸ਼ਾਨ ਸਮਝਦੇ ਸਨ। ਉਸ ਬਾਰੇ ਇਹ ਮੰਨਿਆ ਜਾਣ ਲੱਗਾ ਸੀ ਕਿ ਇਸ ਦੁਨੀਆ 'ਚ ਕੋਈ ਵੀ ਚੀਜ਼ ਅਜਿਹੀ ਨਹੀਂ ਹੋਵੇਗੀ,

ਜਿਸ ਉੱਤੇ ਬੋਰਿਸ ਜਿੱਤ ਹਾਸਲ ਨਾ ਕਰ ਸਕੇ। ਉਸ ਦੀਆਂ ਹਰੀਆਂ ਅੱਖਾਂ ਤੇ ਲੰਮੇ ਭੂਰੇ ਵਾਲਾਂ ਨਾਲ ਉਸ ਦੀ ਸ਼ਖ਼ਸੀਅਤ ਵਿੱਚ ਚਾਰ-ਚੰਨ ਲਗਦੇ ਜਾਪਦੇ ਸਨ। ਹਰ ਕੋਈ ਉਸ ਵੱਲ ਤੱਕਦਾ ਹੀ ਰਹਿ ਜਾਂਦਾ ਸੀ। ਉਹ ਛੇਤੀ ਹੀ ਏਕਾਰਦਸ ਦੀਆਂ ਮੁਟਿਆਰਾਂ 'ਚ ਮਸ਼ਹੂਰ ਹੋ ਗਿਆ ਤੇ ਨੈਜਵਾਨ ਲੜਕੇ ਉਸ ਤੋਂ ਈਰਖਾ ਕਰਨ ਲੱਗੇ। ਉਸ ਨੂੰ ਖ਼ੁਸ਼ ਕਰਨਾ ਇੰਨਾ ਸੌਖਾ ਨਹੀਂ ਸੀ ਤੇ ਖ਼ਾਨਾ-ਬਦੋਸ਼ ਕੁੜੀਆਂ ਤਾਂ ਇਸ ਤੱਥ ਤੋਂ ਪਹਿਲਾਂ ਹੀ ਜਾਣੂ ਸਨ। ਹਰ ਕੋਈ ਉਸ ਨੂੰ ਚਾਹੁੰਦਾ ਸੀ ਪਰ ਉਹ ਛੇਤੀ ਕਿਤੇ ਹਰੇਕ ਦੇ ਨੇੜੇ ਨਹੀਂ ਜਾਂਦਾ ਸੀ। ਬੋਰਿਸ ਇਸ ਸਭ ਤੋਂ ਪੂਰੀ ਤਰਵਾਂ ਬੇਖ਼ਬਰ ਤੇ ਬੇਪਰਵਾਹ ਸੀ।

ਏਕਾਰਦਸ 'ਚ, ਐਲਮਸ ਨਾਂਅ ਦਾ ਇੱਕ ਨੈਜਵਾਨ ਉਸ ਪ੍ਰਤੀ ਬਹੁਤ ਈਰਖਾਲੂ ਸੀ। ਉਹ ਏਕਾਰਦਸ ਦੇ ਫ਼ੌਜੀ ਜਰਨੈਲ ਦਾ ਪੁੱਤਰ ਸੀ। ਉਹ ਚਾਲਾਕ ਸੀ ਤੇ ਬੜਾ ਜਜ਼ਬਾਤੀ ਜਿਹਾ ਲੜਕਾ ਸੀ। ਉਸ ਦੇ ਮਨ ਵਿੱਚ ਬੋਰਿਸ ਤੋਂ ਖਹਿੜਾ ਛੁਡਾਉਣ ਦੀ ਇੱਛਾ ਨਿੱਤ ਮਜ਼ਬੂਤ ਹੁੰਦੀ ਜਾ ਰਹੀ ਸੀ। ਅਸਲ 'ਚ ਐਲਮਸ ਨੂੰ ਵੱਡਾ ਸਾੜਾ ਇਹੋ ਸੀ ਕਿ ਆਖ਼ਰ ਬੋਰਿਸ ਇੰਨਾ ਜ਼ਿਆਦਾ ਹਰਮਨਪਿਆਰਾ ਕਿਉਂ ਹੈ ਤੇ ਬੋਰਿਸ ਦੇ ਸਾਹਮਣੇ ਉਸ ਦੀ ਬੁੱਕਤ ਘਟ ਗਈ ਸੀ। ਐਲਮਸ ਨੂੰ ਅਕਸਰ ਆਪਣੇ ਪਰਿਵਾਰਕ ਪਿਛੋਕੜ ਦਾ ਲਾਹਾ ਮਿਲ ਜਾਂਦਾ ਸੀ ਤੇ ਇਸੇ ਕਰ ਕੇ ਉਸ ਦੇ ਵੀ ਬਹੁਤ ਸਾਰੇ ਜਾਣਕਾਰ ਸਨ। ਪਰ ਬੋਰਿਸ ਦੇ ਆਉਣ ਤੋਂ ਬਾਅਦ ਉਸ ਦੇ ਪੈਰੋਕਾਰਾਂ ਦੀ ਗਿਣਤੀ ਘਟਣ ਲੱਗ ਪਈ ਸੀ ਤੇ ਇਸੇ ਗੱਲ ਦਾ ਉਸ ਨੂੰ ਅਫ਼ਸੋਸ ਰਹਿੰਦਾ ਸੀ। ਉਹ ਸਦਾ ਇਹੋ ਚਾਹੁੰਦਾ ਸੀ ਕਿ ਬੋਰਿਸ ਕਿਵੇਂ ਨਾ ਕਿਵੇਂ ਇੱਥੋਂ ਕਿਤੇ ਹੋਰ ਚਲਾ ਜਾਵੇ ਪਰ ਉਸ ਨੂੰ ਇਹ ਸਮਝੀ ਨਹੀਂ ਸੀ ਪੈ ਰਿਹਾ ਕਿ ਉਹ ਇਸ ਲਈ ਕੀ ਕਰੇ।

ਖੂਬਸੂਰਤ ਮੁਟਿਆਰ ਸ਼ਹਿਜ਼ਾਦੀ ਜ਼ੀਆ ਅਕਸਰ ਆਪਣੇ ਘੋੜੇ 'ਤੇ ਬਹਿ ਕੇ ਕੁਝ ਸਮਾਂ ਕੁਦਰਤ ਦੇ ਨਜ਼ਾਰੇ ਲੈਣ ਲਈ ਨਿੱਕਲਦੀ ਸੀ। ਉਸ ਨਾਲ ਫ਼ੌਜੀਆਂ ਦੀ ਇੱਕ ਟੋਲੀ ਵੀ ਹੁੰਦੀ ਸੀ। ਰਾਹ 'ਚ ਉਹ ਆਮ ਲੋਕਾਂ ਨਾਲ ਗੱਲਬਾਤ ਕਰਦੀ ਉਨ੍ਹਾਂ ਦਾ ਹਾਲਚਾਲ ਪੁੱਛਦੀ ਜਾਂਦੀ ਸੀ 'ਤੇ ਇਹ ਯਕੀਨੀ ਬਣਾਉਂਦੀ ਸੀ ਕਿ ਕੀ ਰਾਜ ਦੇ ਸਾਰੇ ਲੋਕ ਸਹੀ-ਸਲਾਮਤ ਹਨ। ਇੱਕ ਦਿਨ ਉਸ ਦੇ ਮਨ 'ਚ ਏਕਾਰਦਸ 'ਚ ਰਹਿੰਦੇ ਖ਼ਾਨਾ-ਬਦੋਸ਼ਾਂ ਬਾਰੇ ਜਾਣਨ ਦੀ ਇੱਛਾ ਉਪਜੀ ਤੇ ਉਸੇ ਦਿਸ਼ਾ ਵੱਲ ਰਵਾਨਾ ਹੋ ਗਈ।

ਉੱਥੇ ਜਾ ਕੇ ਸ਼ਹਿਜ਼ਾਦੀ ਨੇ ਬੋਰਿਸ ਨੂੰ ਆਪਣੇ ਸਾਥੀਆਂ ਨਾਲ ਕੰਮ ਕਰਦਿਆਂ ਤੱਕਿਆ ਤੇ ਉਹ ਉਸ ਵੱਲ ਵਧ ਗਈ। ਬੋਰਿਸ ਨੇ ਪਹਿਲਾਂ

ਘੋੜਿਆਂ, ਫਿਰ ਸ਼ਹਿਜ਼ਾਦੀ ਤੇ ਉਸ ਦੇ ਸਾਥੀਆਂ ਨੂੰ ਵੇਖਿਆ। ਉਨ੍ਹਾਂ ਦੋਵਾਂ ਦੀਆਂ ਨਜ਼ਰਾਂ ਪਹਿਲੀ ਵਾਰ ਸਿਰਫ਼ ਇੱਕ ਛਿਣ ਲਈ ਇੱਕ-ਦੂਜੇ ਨਾਲ ਟਕਰਾਈਆਂ ਪਰ ਉਨੇ ਕੁ ਸਮੇਂ 'ਚ ਹੀ ਉਹ ਜਿਵੇਂ ਇੱਕ-ਦੂਜੇ ਬਾਰੇ ਕਾਫ਼ੀ ਕੁਝ ਜਾਣ ਗਏ ਸਨ। ਬੋਰਿਸ ਮੁਸਕਰਾਉਂਦਾ ਹੋਇਆ ਹਲਕਾ ਜਿਹਾ ਝੁਕਿਆ ਤੇ ਜ਼ੀਆ ਵੀ ਮੁਸਕਰਾਈ। ਬੋਰਿਸ ਨੇ ਕਿਹਾ ਕੁਝ ਨਹੀਂ। ਉੱਧਰ ਜ਼ੀਆ ਨੂੰ ਵੀ ਬੋਰਿਸ ਪ੍ਰਤੀ ਇੱਕ ਖਿੱਚ ਜਿਹੀ ਮਹਿਸੂਸ ਹੋਈ। ਬੋਰਿਸ ਦਾ ਸਾਹਮਣਾ ਕਰਨ ਤੋਂ ਬਾਅਦ ਜ਼ੀਆ ਨੂੰ ਅਸਲ ਦੁਨੀਆ 'ਚ ਪਰਤਣ ਵਿੱਚ ਕੁਝ ਸਮਾਂ ਲੱਗ ਗਿਆ। ਉੱਧਰ ਐਲਮਸ ਅਕਸਰ ਚੋਰੀ-ਛਿਪੇ ਜ਼ੀਆ ਉੱਤੇ ਨਜ਼ਰ ਰੱਖਦਾ ਸੀ। ਉਸ ਨੇ ਬੋਰਿਸ ਤੇ ਜ਼ੀਆ ਦੀਆਂ ਅੱਖਾਂ ਹੀ ਅੱਖਾਂ 'ਚ ਹੋਈ ਮਿਲਣੀ ਨੂੰ ਵੀ ਤੱਕਿਆ ਤੇ ਫਿਰ ਤਾਂ ਉਸ ਨੇ ਆਖਰ ਬੋਰਿਸ ਤੋਂ ਖਹਿੜਾ ਛੁਡਾਉਣ ਦੀ ਇੱਕ ਭਿਆਨਕ ਕਿਸਮ ਦੀ ਯੋਜਨਾ ਦਿਮਾਗ਼ 'ਚ ਉਲੀਕ ਲਈ।

ਉਹ ਆਪਣੇ ਪਿਤਾ ਕੋਲ ਗਿਆ ਤੇ ਉਸ ਨੇ ਉਨ੍ਹਾਂ ਦੇ ਮਨ ਵਿੱਚ ਬੋਰਿਸ ਬਾਰੇ ਕਈ ਤਰ੍ਹਾਂ ਦੇ ਸ਼ੰਕੇ ਭਰ ਦਿੱਤੇ ਤੇ ਉਨ੍ਹਾਂ ਸਾਹਮਣੇ ਇਹੋ ਜਚਾਇਆ ਕਿ ਬੋਰਿਸ ਦੀ ਮਨਸ਼ਾ ਕੁਝ ਗ਼ਲਤ ਕਰਨ ਦੀ ਹੈ। ਉਸ ਨੇ ਕਿਹਾ ਕਿ ਬੋਰਿਸ ਤਾਂ ਇਸ ਵੇਲੇ ਸ਼ਹਿਜ਼ਾਦੀ ਜ਼ੀਆ ਦੇ ਮਨ ਨਾਲ ਖਿਲਵਾੜ ਕਰ ਰਿਹਾ ਹੈ ਤੇ ਉਸ ਨਾਲ ਵਿਆਹ ਰਚਾ ਕੇ ਉਹ ਏਕਾਰਦਸ ਦਾ ਰਾਜਾ ਬਣਨਾ ਲੋਚਦਾ ਹੈ। ਉਸ ਨੇ ਆਪਣੇ ਪਿਤਾ ਉੱਤੇ ਜ਼ੋਰ ਪਾਇਆ ਕਿ ਉਹ ਇਹ ਸੰਦੇਸ਼ ਮਹਾਰਾਜਾ ਤੱਕ ਪਹੁੰਚਾ ਦੇਣ ਕਿਉਂਕਿ ਰਾਜ ਦੇ ਹਿਤ ਵਿੱਚ ਬੋਰਿਸ ਸਮੇਤ ਸਾਰੇ ਖ਼ਾਨਾ-ਬਦੋਸ਼ਾਂ ਨੂੰ ਦੇਸ਼-ਨਿਕਾਲਾ ਦੇਣਾ ਹੀ ਠੀਕ ਹੋਵੇਗਾ। ਐਲਮਸ ਦੇ ਫ਼ੌਜੀ ਜਰਨੈਲ ਪਿਤਾ ਨੂੰ ਆਪਣੇ ਪੁੱਤਰ ਦੀਆਂ ਦਲੀਲਾਂ ਜਚ ਗਈਆਂ ਤੇ ਉਸ ਨੇ ਇਹ ਸਭ ਕੁਝ ਜਾ ਕੇ ਸਮਰਾਟ ਨੂੰ ਦੱਸ ਦਿੱਤਾ। ਆਪਣੇ ਫ਼ੌਜੀ ਜਰਨੈਲ ਤੋਂ ਅਜਿਹੀਆਂ ਗੱਲਾਂ ਸੁਣ ਕੇ ਰਾਜਾ ਵਿਕਟਰ ਉੱਤੇ ਇਸ ਦਾ ਅਸਰ ਪੈਣਾ ਸੁਭਾਵਕ ਸੀ।

ਰਾਜਾ ਵਿਕਟਰ ਨੇ ਤੁਰੰਤ ਬੋਰਿਸ ਨੂੰ ਸੱਦ ਲਿਆ। ਰਾਜੇ ਨੇ ਪਹਿਲਾਂ ਆਪਣੇ ਮੰਤਰੀ-ਮੰਡਲ ਨਾਲ ਸਲਾਹ ਕੀਤੀ। ਅੰਤ 'ਚ ਬੋਰਿਸ ਨੂੰ ਦਰਬਾਰ 'ਚ ਸੱਦ ਲਿਆ ਗਿਆ। ਤਦ ਉਸ ਸਾਹਵੇਂ ਦੋ ਸ਼ਰਤਾਂ ਰੱਖੀਆਂ ਗਈਆਂ: ਪਹਿਲੀ ਤਾਂ ਇਹ ਸੀ ਕਿ ਉਹ ਤੇ ਸਾਰੇ ਖ਼ਾਨਾ-ਬਦੋਸ਼ ਏਕਾਰਦਸ ਦੇਸ਼ 'ਚੋਂ ਸਦਾ ਲਈ ਚਲੇ ਜਾਣ ਅਤੇ ਜਾਂ ਬੋਰਿਸ ਆਪ ਇਕੱਲਾ ਹੀ ਦੇਸ਼-ਨਿਕਾਲੇ ਦੀ ਸਜ਼ਾ ਭੁਗਤਣ ਲਈ ਕਲੀਸੀਆ ਦੇ ਜੰਗਲਾਂ 'ਚ ਚਲਾ ਜਾਵੇ। ਬੋਰਿਸ ਨੂੰ ਇਸ

ਫ਼ੈਸਲੇ 'ਤੇ ਬਹੁਤ ਹੈਰਾਨੀ ਹੋਈ, ਉਸ ਨੂੰ ਇਹ ਸਮਝ ਨਹੀਂ ਸੀ ਆ ਰਹੀ ਕਿ ਆਖ਼ਰ ਰਾਜੇ ਨੇ ਕਿਸ ਕਾਰਣ ਕਰਕੇ ਉਸ ਲਈ ਅਜਿਹਾ ਨਿਰਣਾ ਲਿਆ ਹੈ। ਉਸ ਨੇ ਇਸ ਬਾਰੇ ਕੁਝ ਪੁੱਛਣ ਦੀ ਕੋਸ਼ਿਸ਼ ਵੀ ਕੀਤੀ ਪਰ ਉਸ ਨੂੰ ਕਿਸੇ ਵੀ ਤਰ੍ਹਾਂ ਦਾ ਕੋਈ ਸਪੱਸ਼ਟੀਕਰਣ ਨਾ ਦਿੱਤਾ ਗਿਆ। ਇੱਕ ਮੰਤਰੀ ਨੇ ਬੋਰਿਸ ਨੂੰ ਭਰੋਸਾ ਦਿਵਾਇਆ ਕਿ ਜੇ ਉਹ ਇਕੱਲਾ ਏਕਾਰਦਸ ਛੱਡ ਜਾਵੇਗਾ, ਤਾਂ ਉਹ ਬਾਕੀ ਦੇ ਸਾਰੇ ਖ਼ਾਨਾ-ਬਦੋਸ਼ਾਂ ਨੂੰ ਜਿੰਨਾ ਚਿਰ ਮਰਜ਼ੀ ਇੱਥੇ ਰਹਿਣ ਦੇਣਗੇ। ਉਨ੍ਹਾਂ ਇਹ ਪੇਸ਼ਕਸ਼ ਵੀ ਕੀਤੀ ਕਿ ਜਿੰਨਾ ਚਿਰ ਵੀ ਉਹ ਇੱਥੇ ਰਹਿਣਗੇ, ਉਨ੍ਹਾਂ ਨੂੰ ਹਰ ਤਰ੍ਹਾਂ ਦੀ ਸਪਲਾਈ ਮੁਫ਼ਤ ਮੁਹੱਈਆ ਕਰਵਾਈ ਜਾਵੇਗੀ।

ਤਦ ਆਪਣੇ ਸਾਥੀਆਂ ਦੀ ਭਲਾਈ ਲਈ ਬੋਰਿਸ ਨੇ ਦੇਸ਼-ਨਿਕਾਲੇ ਦੀ ਸ਼ਰਤ ਨੂੰ ਚੁਣਿਆ ਪਰ ਤਦ ਵੀ ਉਸ ਦੇ ਮਨ 'ਚ ਕਈ ਤਰ੍ਹਾਂ ਦੇ ਸੁਆਲ ਚੱਲ ਰਹੇ ਸਨ ਕਿ ਆਖ਼ਰ ਉਸ ਨਾਲ ਅਜਿਹਾ ਕਿਉਂ ਵਾਪਰ ਰਿਹਾ ਹੈ। ਜਦੋਂ ਉਹ ਮਹਿਲ 'ਚੋਂ ਬਾਹਰ ਨਿਕਲ ਰਿਹਾ ਸੀ, ਤਾਂ ਉਸ ਨੇ ਪਰਤ ਕੇ ਵੇਖਿਆ ਕਿ ਜ਼ੀਆ ਦੂਜੇ ਪਾਸਿਓਂ ਅੰਦਰ ਦਾਖ਼ਲ ਹੋ ਰਹੀ ਸੀ। ਉਹ ਬੋਰਿਸ ਨੂੰ ਵੇਖ ਕੇ ਖ਼ੁਸ਼ ਹੋ ਗਈ ਪਰ ਉਸ ਨੂੰ ਇਹ ਪਤਾ ਨਹੀਂ ਸੀ ਕਿ ਉਸ ਨਾਲ ਕੀ ਵਾਪਰ ਚੁੱਕਾ ਹੈ। ਬੋਰਿਸ ਸਿਰਫ਼ ਮੁਸਕਰਾਇਆ ਤੇ ਅੱਗੇ ਵਧਦਾ ਰਿਹਾ। ਫਿਰ ਕੁਝ ਕਦਮ ਚੱਲਣ ਤੋਂ ਬਾਅਦ ਉਸ ਨੇ ਐਲਮਸ ਨੂੰ ਵੇਖਿਆ, ਜਿਸ ਦੇ ਚਿਹਰੇ ਉੱਤੇ ਖਚਰੀ ਜਿਹੀ ਮੁਸਕਰਾਹਟ ਸੀ। ਬੋਰਿਸ ਨੇ ਐਲਮਸ ਦੇ ਚਿਹਰੇ ਉੱਤੇ ਅਜਿਹੀ ਸ਼ਾਤਿਰ ਮੁਸਕਰਾਹਟ ਦਾ ਕਾਰਣ ਵੀ ਜਾਣਨਾ ਚਾਹਿਆ ਪਰ ਉਸ ਦਾ ਕਦੇ ਕੋਈ ਦੁਸ਼ਮਣ ਨਹੀਂ ਸੀ ਬਣਿਆ, ਇਸੇ ਲਈ ਉਸ ਨੂੰ ਇਹ ਪਤਾ ਨਹੀਂ ਲੱਗਾ ਕਿ ਉਸ ਨਾਲ ਜੋ ਕੁਝ ਵੀ ਵਾਪਰਿਆ ਹੈ, ਉਸ ਦੇ ਪਿੱਛੇ ਮੁੱਖ ਕਾਰਣ ਐਲਮਸ ਹੀ ਹੈ।

ਜਦੋਂ ਉਹ ਆਪਣੇ ਕਬੀਲੇ 'ਚ ਪਰਤਿਆ, ਤਾਂ ਉਸ ਨੇ ਸਭ ਨੂੰ ਇਹੋ ਦੱਸਿਆ ਕਿ ਰਾਜਾ ਨੇ ਉਸ ਨੂੰ ਇੱਕ ਖ਼ਾਸ ਮਿਸ਼ਨ 'ਤੇ ਭੇਜਣ ਲਈ ਚੁਣਿਆ ਹੈ। ਇਸ ਲਈ ਉਸ ਨੂੰ ਹੀਰੇ-ਮੋਤੀਆਂ ਦੇ ਗਹਿਣਿਆਂ ਦੀ ਪੇਟੀ ਲੱਭਣ ਲਈ ਕਲੀਸ਼ੀਆ ਦੇ ਜੰਗਲਾਂ 'ਚ ਜਾਣਾ ਪਵੇਗਾ। ਬੋਰਿਸ ਦੇ ਸਰਪ੍ਰਸਤ ਤੇ ਖ਼ਾਨਾ-ਬਦੋਸ਼ਾਂ ਦਾ ਸਰਦਾਰ ਇਸ ਅਚਾਨਕ ਮਿਸ਼ਨ ਬਾਰੇ ਜਾਣ ਕੇ ਸੱਚਮੁਚ ਪਰੇਸ਼ਾਨ ਹੋ ਗਿਆ ਤੇ ਕਿਹਾ ਕਿ ਉਹ ਜੰਗਲ 'ਚ ਇਕੱਲਾ ਨਾ ਜਾਵੇ, ਸਗੋਂ ਸਾਰਾ ਕਬੀਲਾ ਹੀ ਉਸ ਨਾਲ ਜਾਵੇਗਾ। ਪਰ ਬੋਰਿਸ ਨੇ ਇਹ ਗੱਲ ਕਹਿੰਦਿਆਂ ਇਸ ਗੱਲ ਤੋਂ ਸਾਫ਼ ਇਨਕਾਰ ਕੀਤਾ ਤੇ ਇਹੋ ਦੱਸਿਆ ਕਿ ਉਸ

ਨੇ ਇਕੱਲੇ ਜਾਣ ਦੀ ਸ਼ਰਤ ਜਾਣਬੁੱਝ ਕੇ ਚੁਣੀ ਹੈ ਕਿਉਂਕਿ ਇਸ ਦੇ ਬਦਲੇ ਪੂਰੇ ਕਬੀਲੇ ਨੂੰ ਸਾਰੀਆਂ ਵਸਤਾਂ ਦੀ ਸਪਲਾਈ ਮਿਲੇਗੀ ਤੇ ਸਾਰੇ ਜਿੰਨਾ ਚਿਰ ਮਰਜ਼ੀ ਇੱਥੇ ਰਹਿ ਸਕਣਗੇ। ਤਦ ਉਸ ਦੀ ਇਸ ਦਲੀਲ ਬਾਰੇ ਰਲਵਾਂ-ਮਿਲਵਾਂ ਹੁੰਗਾਰਾ ਮਿਲਿਆ। ਕੁਝ ਨੂੰ ਬੋਰਿਸ ਦੀ ਸੁਰੱਖਿਆ ਬਾਰੇ ਚਿੰਤਾ ਸੀ ਕਿਉਂਕਿ ਉਹ ਜੰਗਲ ਬੜਾ ਸੰਘਣਾ ਸੀ ਤੇ ਕਿਸੇ ਵੀ ਖ਼ਾਨਾ-ਬਦੋਸ਼ ਨੂੰ ਕੁਝ ਪਤਾ ਨਹੀਂ ਸੀ ਕਿ ਉਸ ਜੰਗਲ ਵਿੱਚ ਪਤਾ ਨਹੀਂ ਕੀ ਕੁਝ ਹੋਵੇਗਾ, ਜਿੱਥੇ ਦਿਨ ਵੇਲੇ ਵੀ ਸੰਘਣੇ ਰੁੱਖਾਂ ਕਾਰਣ ਹਨੇਰਾ ਰਹਿੰਦਾ ਹੈ। ਕਬੀਲੇ ਦੇ ਕੁਝ ਲੋਕ ਖ਼ੁਸ਼ ਸਨ ਕਿਉਂਕਿ ਹੁਣ ਖਾਣ-ਪੀਣ ਤੇ ਰਹਿਣ ਦੇ ਟਿਕਾਣੇ ਬਾਰੇ ਕਿਸੇ ਤਰ੍ਹਾਂ ਦੀ ਕੋਈ ਸਮੱਸਿਆ ਨਹੀਂ ਰਹੇਗੀ। ਬੋਰਿਸ ਨੂੰ ਆਪਣੇ ਫ਼ੈਸਲੇ 'ਤੇ ਪੂਰਾ ਯਕੀਨ ਸੀ ਅਤੇ ਇਸੇ ਲਈ ਉਸ ਨੇ ਸਮੁੱਚੇ ਕਬੀਲੇ ਦੇ ਏਕਾਰਦਸ ਛੱਡ ਕੇ ਜਾਣ ਦੀ ਸ਼ਰਤ ਨਹੀਂ ਮੰਨੀ ਸੀ। ਉਂਝ ਵੀ ਕਬੀਲੇ ਦੇ ਜ਼ਿਆਦਾਤਰ ਲੋਕ ਇਸ ਰਾਜ ਵਿੱਚ ਆ ਕੇ ਡਾਢੇ ਖ਼ੁਸ਼ ਸਨ ਤੇ ਇਸ ਤੋਂ ਵੱਧ ਸੁਰੱਖਿਅਤ ਹੋਰ ਜਗ੍ਹਾ ਪਹਿਲਾਂ ਹੋਰ ਕਿਤੇ ਉਨ੍ਹਾਂ ਨੂੰ ਨਹੀਂ ਮਿਲੇ ਸਨ।

ਬੋਰਿਸ ਦੇ ਪਿੱਛੇ ਕੁਝ ਫ਼ੌਜੀ ਜਵਾਨ ਵੀ ਆਏ ਸਨ। ਦਰਅਸਲ ਉਹ ਇਹ ਯਕੀਨੀ ਬਣਾਉਣ ਲਈ ਆਏ ਸਨ ਕਿ ਕੀ ਬੋਰਿਸ ਸੱਚਮੁਚ ਜੰਗਲ ਲਈ ਰਵਾਨਾ ਹੋ ਰਿਹਾ ਹੈ ਜਾਂ ਨਹੀਂ ਅਤੇ ਕਿਤੇ ਵਾਪਸ ਤਾਂ ਨਹੀਂ ਆਵੇਗਾ। ਤਦ ਬੋਰਿਸ ਉਨ੍ਹਾਂ ਫ਼ੌਜੀਆਂ ਕੋਲ ਗਿਆ ਤੇ ਉਨ੍ਹਾਂ ਨੂੰ ਚੇਤਾਵਨੀ ਦਿੱਤੀ ਕਿ ਉਹ ਇੱਥੇ ਕਿਸੇ ਨੂੰ ਕੁਝ ਨਾ ਦੱਸਣ ਕਿਉਂਕਿ ਉਸ ਨੇ ਆਪਣੇ ਲੋਕਾਂ ਨੂੰ ਆਪਣੇ ਦੇਸ਼-ਨਿਕਾਲੇ ਬਾਰੇ ਕੁਝ ਨਹੀਂ ਦੱਸਿਆ ਹੈ। ਕਬੀਲੇ 'ਚ ਬੋਰਿਸ ਦੇ ਸਾਥੀਆਂ ਨੇ ਉਸ ਨੂੰ 'ਅਣਦੱਸੇ ਮਿਸ਼ਨ ਉੱਤੇ ਰਵਾਨਾ ਹੋਣ ਤੋਂ ਪਹਿਲਾਂ ਕੁਝ ਭੋਜਨ ਦਿੱਤਾ। ਉਸ ਦੇ ਧਰਮ-ਪਿਤਾ ਨੇ ਉਸ ਨੂੰ ਆਤਮ-ਰੱਖਿਆ ਲਈ ਇੱਕ ਛੋਟੀ ਕ੍ਰਿਪਾਨ ਦਿੱਤੀ। ਉਂਝ ਉਸ ਨੇ ਆਪਣੇ ਕੋਲ ਉਹ ਵੱਡੀ ਕ੍ਰਿਪਾਨ ਵੀ ਰੱਖੀ, ਜਿਸ ਨਾਲ ਉਹ ਸਦਾ ਅਭਿਆਸ ਕਰਦਾ ਸੀ ਅਤੇ ਉਸੇ ਦੀ ਮਦਦ ਨਾਲ ਉਸ ਨੇ ਇੱਕ ਜੋਧਾ ਬਣਨ ਦੇ ਸਾਰੇ ਗੁਣ ਸਿੱਖੇ ਸਨ। ਉਸ ਨੇ ਆਪਣੇ ਚਿਹਰੇ ਉੱਤੇ ਬਹੁਤ ਜ਼ਿਆਦਾ ਉਤਸ਼ਾਹ ਵਾਲੇ ਹਾ-ਭਾਵ ਲਿਆ ਕੇ ਸਭ ਨੂੰ ਅਲਵਿਦਾ ਕਿਹਾ, ਨਾਲ ਹੀ ਇਹ ਵਾਅਦਾ ਕੀਤਾ ਕਿ ਉਹ ਛੇਤੀ ਪਰਤ ਆਵੇਗਾ ਤੇ ਇੰਝ ਉਹ ਵੇਖਦੇ-ਵੇਖਦੇ ਕਲੀਸ਼ੀਆ ਦੇ ਜੰਗਲ 'ਚ ਦਾਖ਼ਲ ਹੋ ਗਿਆ।

ਉੱਧਰ ਕਿਲ੍ਹੇ ਅੰਦਰ ਮਹਾਰਾਜਾ ਵਿਕਟਰ ਦੇ ਕਮਰੇ 'ਚ ਜ਼ੀਆ, ਵਿਕਟਰ ਤੇ ਅਲਾਨਾ ਵਿਚਾਲੇ ਬੇਚੈਨੀ ਵਧ ਗਈ ਸੀ। ਦਰਅਸਲ ਜ਼ੀਆ ਨੂੰ ਅਲਾਨਾ ਤੋਂ ਸਭ ਕੁਝ ਪਤਾ ਲੱਗ ਗਿਆ ਸੀ ਕਿ ਬੋਰਿਸ ਨੂੰ ਇੱਥੇ ਕਿਉਂ ਸੱਦਿਆ ਗਿਆ

ਸੀ ਤੇ ਉਸ ਨਾਲ ਕੀ ਵਾਪਰ ਚੁੱਕਾ ਹੈ। ਜ਼ੀਆ ਨੇ ਆਪਣੇ ਪਿਤਾ ਤੇ ਮਹਾਰਾਜਾ ਵਿਕਟਰ ਦਾ ਡਟ ਕੇ ਸਾਹਮਣਾ ਕਰਦਿਆਂ ਉਨ੍ਹਾਂ ਉੱਤੇ ਦੋਸ਼ ਲਾਇਆ ਕਿ ਐਲਮਸ ਦੇ ਪਿਤਾ ਨੇ ਉਨ੍ਹਾਂ ਨੂੰ ਜੋ ਵੀ ਜਾਣਕਾਰੀ ਦਿੱਤੀ ਹੈ, ਉਸ ਵਿੱਚ ਰੱਤੀ ਭਰ ਵੀ ਸੱਚਾਈ ਨਹੀਂ ਹੈ। ਪਰ ਇੰਝ ਸਗੋਂ ਮਹਾਰਾਜਾ ਵਿਕਟਰ ਦੇ ਮਨ 'ਚ ਜ਼ਬਦਸਤੀ ਭਰਿਆ ਗਿਆ ਸ਼ੱਕ ਹੋਰ ਵੀ ਪੱਕਾ ਹੋ ਗਿਆ ਕਿ ਜ਼ੀਆ ਹੁਣ ਜਿਹੜੀ ਬੋਰਿਸ ਦੇ ਬਚਾਅ ਵਿੱਚ ਆ ਕੇ ਡਟ ਗਈ ਹੈ, ਜ਼ਰੂਰ ਇਨ੍ਹਾਂ ਦੋਵਾਂ ਵਿਚਲੇ ਕੋਈ ਨਾ ਕੋਈ ਖਿਚੜੀ ਪੱਕ ਰਹੀ ਸੀ। ਤਦ ਜ਼ੀਆ ਰੋਣ ਲੱਗ ਪਈ। ਉਸ ਨੇ ਰੋਂਦਿਆਂ ਆਖਿਆ ਕਿ ਉਨ੍ਹਾਂ ਦੋਵਾਂ ਨੇ ਤਾਂ ਆਪਸ ਵਿੱਚ ਕਦੇ ਗੱਲ ਵੀ ਨਹੀਂ ਕੀਤੀ। ਉਨ੍ਹਾਂ ਨੇ ਤਾਂ ਬੱਸ ਇੱਕ ਵਾਰ ਇੱਕ-ਦੂਜੇ ਨੂੰ ਵੇਖਿਆ ਸੀ ਤੇ ਸਿਰਫ਼ ਉਸੇ ਕਰਕੇ ਬੋਰਿਸ ਨੂੰ ਦੇਸ਼-ਨਿਕਾਲੇ ਦੀ ਸਜ਼ਾ ਝੱਲਣੀ ਪੈ ਗਈ। ਜ਼ੀਆ ਨੇ ਕਿਹਾ ਕਿ ਜੇ ਕਿਸੇ ਦੀ ਗ਼ਲਤੀ ਬਾਰੇ ਹੀ ਫ਼ੈਸਲਾ ਕਰਨਾ ਹੈ, ਤਾਂ ਇਕੱਲੇ ਬੋਰਿਸ ਉੱਤੇ ਦੋਸ਼ ਮੜ੍ਹਨਾ ਠੀਕ ਨਹੀਂ ਹੋਵੇਗਾ ਤੇ ਇਸ ਸਭ ਲਈ ਉਸ ਨੂੰ ਵੀ ਦੋਸ਼ੀ ਠਹਿਰਾਉਣਾ ਚਾਹੀਦਾ ਹੈ। ਜ਼ੀਆ ਨੇ ਜ਼ਿੱਦ ਕੀਤੀ ਕਿ ਉਸ ਨੂੰ ਵੀ ਦੇਸ਼-ਨਿਕਾਲੇ ਦੀ ਸਜ਼ਾ ਦਿੱਤੀ ਜਾਵੇ।

ਤਦ ਸਮਰਾਟ ਵਿਕਟਰ ਨੂੰ ਰੋਹ ਚੜ੍ਹ ਗਿਆ ਤੇ ਉਨ੍ਹਾਂ ਜ਼ੀਆ ਨੂੰ ਕਿਲ੍ਹੇ ਅੰਦਰ ਹੀ ਕੈਦ ਕਰਵਾ ਦਿੱਤਾ। ਉਸ ਨੇ ਅਲਾਨਾ ਨੂੰ ਸਖ਼ਤ ਹਦਾਇਤਾਂ ਕੀਤੀਆਂ ਕਿ ਜ਼ੀਆ ਉੱਤੇ ਸਖ਼ਤ ਨਿਗਰਾਨੀ ਰੱਖੀ ਜਾਵੇ ਤੇ ਉਸ ਨੂੰ ਕਿਸੇ ਵੀ ਹਾਲਤ 'ਚ ਕਿਲ੍ਹੇ ਤੋਂ ਬਾਹਰ ਨਾ ਜਾਣ ਦਿੱਤਾ ਜਾਵੇ। ਅਲਾਨਾ ਨੇ ਆਪਣੀ ਧੀ ਦੇ ਜਜ਼ਬਾਤ ਨੂੰ ਮਹਿਸੂਸ ਕਰਦਿਆਂ ਉਸ ਨੂੰ ਸਮਝਾ ਕੇ ਸ਼ਾਂਤ ਕਰਨ ਦੀ ਸੋਚੀ। ਉਸ ਨੇ ਜ਼ੀਆ ਨਾਲ ਬੋਰਿਸ ਬਾਰੇ ਗੱਲ ਕਰਨ ਦੀ ਕੋਸ਼ਿਸ਼ ਕੀਤੀ। ਪਰ ਜ਼ੀਆ ਤਾਂ ਆਪਣੀ ਅੜੀ 'ਤੇ ਕਾਇਮ ਸੀ ਕਿ ਉਹ ਤਾਂ ਬੋਰਿਸ ਦੇ ਪਿੱਛੇ ਕਲੀਸ਼ੀਆ ਦੇ ਜੰਗਲ਼ 'ਚ ਜਾਵੇਗੀ। ਕੁਦਰਤ ਨੇ ਬੋਰਿਸ ਤੇ ਜ਼ੀਆ ਨੂੰ ਕਦੇ ਇੱਕ ਹੋਣ ਦੇਣਾ ਸੀ ਕਿ ਨਹੀਂ ਪਰ ਇਸ ਘਟਨਾ ਨੇ ਜ਼ੀਆ ਦੇ ਮਨ 'ਚ ਬੋਰਿਸ ਪ੍ਰਤੀ ਖਿੱਚ ਨੂੰ ਬਹੁਤ ਜ਼ਿਆਦਾ ਵਧਾ ਦਿੱਤਾ।

ਅਧਿਆਇ 3

ਲੰਮੇ ਤੇ ਉੱਘੜ-ਦੁੱਘੜੇ ਵਾਲਾਂ ਵਾਲਾ ਇੱਕ ਭੇਤ-ਭਰਿਆ ਵਿਅਕਤੀ ਜ਼ਿਆਸ਼ਾ ਰਾਜ 'ਚ ਪੁੱਜਾ ਤੇ ਉਸ ਨੇ ਪੁੱਛਿਆ ਕਿ ਕੀ ਇੱਥੇ ਕਿਸੇ ਨੇ ਖ਼ਾਨਾ-ਬਦੋਸ਼ਾਂ ਦੇ ਸਮੂਹ ਨੂੰ ਵੇਖਿਆ ਹੈ। ਉਸ ਵਿਅਕਤੀ ਕੋਲ ਲੱਕੜ ਦੀ ਇੱਕ ਬੈਂਤ ਸੀ, ਜਿਸ ਦਾ ਉੱਪਰਲਾ ਸਿਰਾ ਮੁੜਿਆ ਹੋਇਆ ਸੀ। ਇਹ ਦਰਅਸਲ ਕ੍ਰੇਟੇ ਦੀ ਲੱਤ ਦਾ ਟੁਕੜਾ ਸੀ, ਜੋ ਉਸ ਵੇਲੇ ਟੁੱਟ ਕੇ ਅਲੱਗ ਹੋ ਗਿਆ ਸੀ, ਜਦੋਂ ਕ੍ਰੇਟੇ ਨੇ ਯੂਰਾ ਦੇ ਉਸ ਜਾਦੂਮਈ ਖੇਤਰ 'ਚੋਂ ਬਾਹਰ ਨਿਕਲਣ ਦੀ ਕੋਸ਼ਿਸ਼ ਕੀਤੀ ਸੀ, ਜਿਸ ਨੇ ਸਾਰੀਆਂ ਵਸਤਾਂ ਨੂੰ ਨਿਗਲ ਲਿਆ ਸੀ।

ਉਹ ਭੇਤ-ਭਰਿਆ ਵਿਅਕਤੀ ਹੋਰ ਕੋਈ ਨਹੀਂ, ਸਗੋਂ ਸਮੁੰਦਰ ਦੀ ਸਤ੍ਹਾ 'ਚੋਂ ਨਿਕਲੀ ਫ਼ੌਜ ਦਾ ਤਾਂਤੋਹ ਨਾਂ ਦਾ ਇੱਕ ਜਵਾਨ ਸੀ; ਜੋ ਕਾਹਨਾਂ ਨੂੰ ਲੱਭ-ਲੱਭ ਕੇ ਉਨ੍ਹਾਂ ਦਾ ਖ਼ਾਤਮਾ ਕਰ ਰਿਹਾ ਸੀ। ਜਦੋਂ ਯੂਰਾ ਨੇ ਆਪਣੇ ਮੰਤਰ ਦੇ ਬਲ ਨਾਲ ਵਿਸ਼ੇਸ਼ ਖੇਤਰ ਸਿਰਜਿਆ ਸੀ, ਤਾਂ ਉਸ ਨੇ ਆਪਣੇ ਆਲੇ-ਦੁਆਲੇ ਮੌਜੂਦ ਹਰੇਕ ਵਸਤੂ ਨੂੰ ਨਿਗਲ ਲਿਆ ਸੀ ਪਰ ਤਦ ਤਾਂਤੋਹ ਏਕਾਰਦਸ ਦੇ ਨਿਰਦੋਸ਼ ਲੋਕਾਂ ਦਾ ਪਿੱਛਾ ਕਰਦਿਆਂ ਉਨ੍ਹਾਂ ਨੂੰ ਜਾਨੋਂ ਮਾਰਦਾ ਹੋਇਆ ਕਾਫ਼ੀ ਦੂਰ ਨਿੱਕਲ ਗਿਆ ਸੀ। ਜਦੋਂ ਤਾਂਤੋਹ ਨੇ ਵੇਖਿਆ ਕਿ ਉਸ ਦੇ ਆਲੇ-ਦੁਆਲੇ ਉਸ ਦਾ ਕੋਈ ਵੀ ਵਹਿਸ਼ੀ ਸਾਥੀ ਨਹੀਂ ਸੀ, ਤਾਂ ਉਹ ਵਾਪਸੀ ਲਈ ਨੱਸਿਆ ਤੇ ਵੇਖਿਆ ਕਿ ਉੱਥੇ ਮੈਦਾਨ-ਏ-ਜੰਗ ਵਿੱਚ ਤਾਂ ਸਭ ਕੁਝ ਯੂਰਾ ਦੇ ਸਰੀਰ ਅੰਦਰ ਜਾ ਕੇ ਅਲੋਪ ਹੋ ਰਿਹਾ ਸੀ। ਫਿਰ ਜਦੋਂ ਯੂਰਾ ਦਾ ਉਹ ਜਾਦੂਮਈ ਖੇਤਰ ਗ਼ਾਇਬ ਹੋਇਆ, ਤਾਂ ਤਾਂਤੋਹ ਇਸ ਆਸ ਨਾਲ ਉੱਥੇ ਇਹ ਵੇਖਣ ਲਈ ਆਇਆ ਕਿ ਜ਼ਰੂਰ ਹੀ ਕ੍ਰੇਟੇ ਹੀ ਜੇਤੂ ਰਿਹਾ ਹੋਵੇਗਾ। ਪਰ ਤਾਂਤੋਹ ਨੂੰ ਇਹ ਵੇਖ ਕੇ ਵੱਡਾ ਝਟਕਾ ਲੱਗਾ ਕਿ ਉਹ ਸਾਰੀ ਜਗ੍ਹਾ ਤਾਂ ਇੰਝ ਬੰਜਰ ਜਾਪ ਰਹੀ ਸੀ, ਜਿਵੇਂ ਕਿਸੇ ਬਹੁਤ ਵੱਡੇ ਉਲਕਾ-ਪਿੰਡ (ਪੁਲਾੜ 'ਚੋਂ ਆਇਆ ਕਿਸੇ ਹੋਰ ਗ੍ਰਹਿ ਦੀ ਧਰਤੀ ਦਾ ਕੋਈ ਵਿਸ਼ਾਲ ਟੋਟਾ) ਨੇ ਉੱਥੇ ਡਿੱਗ ਕੇ ਬਰਬਾਦੀ ਮਚਾ ਦਿੱਤੀ ਹੋਵੇ - ਇਸੇ ਲਈ ਏਕਾਰਦਸ 'ਚ ਤਾਂਤੋਹ ਨੂੰ ਤਦ ਜੀਵਨ ਦਾ ਕੋਈ ਚਿੰਨ੍ਹ ਤੱਕ ਵਿਖਾਈ ਨਹੀਂ ਸੀ ਦਿੱਤਾ। ਤਾਂਤੋਹ ਨੂੰ ਉੱਥੇ ਕ੍ਰੇਟੇ ਦੀ ਲੱਤ ਦਾ ਟੁੱਟਿਆ ਹੋਇਆ ਟੁਕੜਾ ਲੱਭ ਗਿਆ, ਜੋ ਉਸੇ ਸਥਾਨ 'ਤੇ ਪਿਆ ਸੀ, ਜਿੱਥੇ ਯੂਰਾ ਤੇ ਕ੍ਰੇਟੇ ਵਿਚਲੇ ਸਿੱਧਾ ਸੰਘਰਸ਼ ਹੋਇਆ ਸੀ। ਉਸ ਨੇ ਉਹ ਟੁਕੜਾ ਚੁੱਕ ਲਿਆ ਤੇ ਫਿਰ ਅਚਾਨਕ ਉਸ ਨੂੰ ਆਪਣੇ ਸਰੀਰ ਅੰਦਰ ਅਜੀਬ ਜਿਹੀ ਤਾਕਤ ਭਰਦੀ ਮਹਿਸੂਸ ਹੋਈ। ਉਸ ਨੇ ਛੇਤੀ ਹੀ ਇਹ ਵੀ ਮਹਿਸੂਸ ਕੀਤਾ ਕਿ ਕ੍ਰੇਟੇ ਮਰਿਆ ਨਹੀਂ ਸੀ, ਸਗੋਂ ਕਿਸੇ ਅਨੋਖੀ ਤਾਕਤ ਦੇ ਜੰਜਾਲ ਵਿੱਚ ਫੱਸਿਆ ਹੋਇਆ ਸੀ। ਉਸ ਨੇ ਕ੍ਰੇਟੇ

ਦੀ ਕਮਜ਼ੋਰ ਆਵਾਜ਼ ਸੁਣੀ, ਜੋ ਤਾਂਤੋਹ ਨੂੰ ਆਖ ਰਿਹਾ ਸੀ ਉਸ ਵਿਅਕਤੀ ਨੂੰ ਲੱਭ, ਜਿਸ ਕੋਲ 'ਬੀਜਾ ਸਨ।

ਉਸ ਤੋਂ ਬਾਅਦ ਸਮਾਂ ਬੀਤਣ ਨਾਲ ਤਾਂਤੋਹ ਵਿਕਸਤ ਹੁੰਦਾ ਗਿਆ ਤੇ ਫਿਰ ਉਹ ਵਹਿਸ਼ੀ ਜਾਨਵਰ ਨਹੀਂ, ਸਗੋਂ ਮਨੁੱਖ ਵਧੇਰੇ ਜਾਪਣ ਲੱਗ ਪਿਆ ਸੀ।

ਕ੍ਰੈਟੇ ਦੀ ਟੁੱਟੀ ਹੋਈ ਲੱਤ ਦੇ ਟੋਟੇ ਨੇ ਤਾਂਤੋਹ ਨੂੰ ਕਈ ਤਰ੍ਹਾਂ ਦੀਆਂ ਸ਼ਕਤੀਆਂ ਦਿੱਤੀਆਂ ਸਨ ਤੇ ਉਸ ਨੂੰ ਕਈ ਦਹਾਕਿਆਂ ਤੇ ਸਦੀਆਂ ਤੱਕ ਜਿਉਂਦੇ ਰਹਿਣ ਦੇ ਯੋਗ ਬਣਾਇਆ ਸੀ ਤੇ ਉਸ ਨੇ ਇਹ ਸਾਰਾ ਸਮਾਂ 'ਬੀਜ ਵਾਲੇ ਵਿਅਕਤੀ ਨੂੰ ਲੱਭਣ 'ਚ ਹੀ ਬਿਤਾਇਆ ਸੀ। ਤਦ ਤੱਕ ਉਸ ਨੇ ਇੱਕ-ਇੱਕ ਕਾਹਨ ਨੂੰ ਲੱਭ ਕੇ ਉਸ ਨੂੰ ਮਾਰ ਮੁਕਾਇਆ ਸੀ। ਉਦੋਂ ਏਕਾਰਦਸ ਦੇ ਬਰਬਾਦ ਹੋਣ ਤੋਂ ਬਾਅਦ ਸਾਰੇ ਕਾਹਨ ਦੂਰ-ਦੁਰਾਡੇ ਇਲਾਕਿਆਂ ਵਿੱਚ ਕਿਤੇ ਖਿੰਡ-ਪੁੰਡ ਗਏ ਸਨ। ਸਿਰਫ਼ ਬੋਰਿਸ ਤੇ ਉਸ ਦੇ ਮਾਪੇ ਹੀ ਆਖ਼ਰੀ ਕਾਹਨ ਬਚੇ ਸਨ। ਉਹ ਸਾਰੇ ਕਾਹਨਾਂ ਦੇ ਖ਼ਾਤਮੇ ਨੂੰ ਭੁੱਲੇ ਨਹੀਂ ਸਨ ਤੇ ਉਨ੍ਹਾਂ ਬੋਰਿਸ ਨੂੰ ਉਸ ਦੀ ਕਿਸਮਤ ਦੇ ਸਹਾਰੇ ਛੱਡਣ ਦਾ ਫ਼ੈਸਲਾ ਕੀਤਾ ਤੇ ਸੋਚਿਆ ਕਿ ਲੋੜ ਪੈਣ 'ਤੇ ਉਹ ਤਾਂਤੋਹ ਦਾ ਮੁਕਾਬਲਾ ਵੀ ਕਰ ਹੀ ਲਵੇਗਾ। ਮਾਪਿਆਂ ਨੇ ਬੋਰਿਸ ਨੂੰ ਇੱਕ ਬਾਲਟੀ 'ਚ ਰੱਖਿਆ ਤੇ ਦਰਿਆ ਅੱਗੇ ਅਰਦਾਸ ਕੀਤੀ ਕਿ ਹੁਣ ਉਹੀ ਉਸ ਦੀ ਦੇਖਭਾਲ ਕਰੇ। ਅੰਤ 'ਚ ਤਾਂਤੋਹ ਨੇ ਉਨ੍ਹਾਂ ਨੂੰ ਵੀ ਲੱਭ ਕੇ ਮਾਰ ਮੁਕਾਇਆ ਪਰ ਉਸ ਨੂੰ ਪਤਾ ਸੀ ਕਿ ਹਾਲੇ ਕੋਈ ਨਾ ਕੋਈ ਹੈ ਜੋ ਬਾਕੀ ਰਹਿ ਰਿਹਾ ਹੈ, ਇਸੇ ਲਈ ਉਸ ਨੇ ਆਪਣੀ ਭਾਲ਼ ਜਾਰੀ ਰੱਖੀ। ਇੱਕ ਦਿਨ ਉਸ ਨੂੰ ਦਰਿਆ ਦੇ ਕੰਢੇ ਉੱਤੇ ਪਈ ਇੱਕ ਖ਼ਾਲੀ ਬਾਲਟੀ ਪਈ ਮਿਲੀ। ਉਸ ਦਾ ਸ਼ੱਕ ਹੋਰ ਵੀ ਵਧ ਗਿਆ। ਉਸ ਨੂੰ ਇਹ ਪਤਾ ਸੀ ਕਿ ਰਾਜਾਂ ਵਿੱਚੋਂ ਲੋਕ ਹਾਲੇ ਯਾਤਰਾ ਕਰਦਿਆਂ ਆਪਣੇ ਦੇਸ਼ਾਂ ਤੋਂ ਬਹੁਤੇ ਦੂਰ ਨਹੀਂ ਗਏ ਹੋਣਗੇ। ਉਹ ਜ਼ਰੂਰ ਖ਼ਾਨਾ-ਬਦੋਸ਼ ਹੋਣਗੇ।

ਕਈ ਸਾਲਾਂ ਬੱਧੀ ਤਾਂਤੋਹ ਦੂਰ-ਦੁਰਾਡੇ ਰਾਜਾਂ ਦੀ ਯਾਤਰਾ ਕਰਦਾ ਹੋਇਆ ਖ਼ਾਨਾ-ਬਦੋਸ਼ਾਂ ਦੀ ਭਾਲ਼ ਕਰਦਾ ਰਿਹਾ ਪਰ ਉਸ ਨੂੰ ਕੋਈ ਸਫ਼ਲਤਾ ਹੱਥ ਨਾ ਲੱਗੀ। ਤਾਂਤੋਹ ਆਖਰ ਜ਼ਿਆਸ਼ਾ ਪੁੱਜਾ ਪਰ ਉੱਥੇ ਵੀ ਕਿਸੇ ਨੇ ਕਿਸੇ ਖ਼ਾਨਾ-ਬਦੋਸ਼ ਨੂੰ ਨਹੀਂ ਤੱਕਿਆ ਸੀ, ਇਸੇ ਲਈ ਫਿਰ ਉਸ ਨੇ ਧਰਤੀ ਦੇ ਆਖ਼ਰੀ ਰਾਜ ਏਕਾਰਦਸ ਦਾ ਰੁਖ ਕੀਤਾ।

ਏਕਾਰਦਸ 'ਚ ਜ਼ੀਆ ਬਹੁਤ ਬੇਚੈਨ ਸੀ। ਆਪਣੀ ਧੀ ਨੂੰ ਦੁਖੀ ਵੇਖ ਕੇ ਅਲਾਨਾ ਵੀ ਡਾਢੀ ਪਰੇਸ਼ਾਨ ਸੀ। ਅਲਾਨਾ ਨੇ ਜ਼ੀਆ ਨੂੰ ਕਿਹਾ ਕਿ ਹੁਣ ਉਸ

ਲਈ ਬੋਰਿਸ ਨੂੰ ਭੁਲਾ ਦੇਣਾ ਹੀ ਠੀਕ ਰਹੇਗਾ; ਕਿਉਂਕਿ ਬੋਰਿਸ ਤਾਂ ਦੇਸ਼-ਨਿਕਾਲੇ ਦੀ ਸਜ਼ਾ ਦੀ ਪਾਲਣਾ ਕਰਦਾ ਹੋਇਆ ਕਲੀਸ਼ੀਆ ਦੇ ਜੰਗਲ 'ਚ ਚਲਾ ਗਿਆ ਹੈ। ਕਲੀਸ਼ੀਆ ਦੇ ਜੰਗਲ ਬਾਰੇ ਕਿਸੇ ਨੂੰ ਕੋਈ ਬਹੁਤੀ ਜਾਣਕਾਰੀ ਨਹੀਂ ਸੀ - ਸਭ ਨੂੰ ਬੱਸ ਇਹੋ ਪਤਾ ਸੀ ਕਿ ਉਸ ਜੰਗਲ ਦਾ ਨਾਂ ਕਲੀਸ਼ੀਆ ਨਾਂ ਦੀ ਇੱਕ ਮੁਟਿਆਰ ਦੇ ਨਾਂ 'ਤੇ ਰੱਖਿਆ ਗਿਆ ਸੀ; ਜਿਸ ਬਾਰੇ ਇਹ ਮਿੱਥ ਪ੍ਰਚੱਲਿਤ ਸੀ ਕਿ ਉਹ ਜੰਗਲ ਦੀ ਆਤਮਾ ਹੈ। ਉਸ ਜੰਗਲ ਵਿੱਚੋਂ ਕੁਝ ਵੀ ਕਦੇ ਬਾਹਰ ਨਹੀਂ ਸੀ ਆਇਆ ਪਰ ਇਹ ਵੀ ਸੱਚਾਈ ਸੀ ਕਿ ਉਸ ਜੰਗਲ ਅੰਦਰ ਦਾਖ਼ਲ ਹੋਇਆ ਵਿਅਕਤੀ ਕਦੇ ਵਾਪਸ ਵੀ ਨਹੀਂ ਸੀ ਪਰਤ ਸਕਿਆ। ਇਹੋ ਸਮਝਿਆ ਜਾਂਦਾ ਸੀ ਕਿ ਉਸ ਜੰਗਲ ਵਿੱਚ ਮਨੁੱਖੀ ਜੀਵਨ ਸੰਭਵ ਹੀ ਨਹੀਂ ਹੈ। ਉਹ ਜੰਗਲ ਇੰਨਾ ਭਿਆਨਕ ਸੀ ਕਿ ਕਿਸੇ ਨੇ ਉਸ ਦੇ ਉੱਪਰੋਂ ਦੀ ਕਦੇ ਪੰਛੀ ਵੀ ਉੱਡਦੇ ਨਹੀਂ ਤੱਕੇ ਸਨ। ਜ਼ੀਆ ਨੇ ਕਲੀਸ਼ੀਆ ਤੇ ਜੰਗਲ ਬਾਰੇ ਕਈ ਸੁਆਲ ਪੁੱਛੇ ਪਰ ਅਲਾਨਾ ਨੇ ਇਹੋ ਆਖਿਆ ਕਿ ਉਨ੍ਹਾਂ ਨੂੰ ਸਿਰਫ਼ ਓਨੀ ਕੁ ਹੀ ਪ੍ਰਚਲਿਤ ਜਾਣਕਾਰੀ ਹੈ, ਜਿੰਨੀ ਕਿ ਸਭ ਨੂੰ ਪਤਾ ਹੈ।

ਉੱਧਰ ਜੰਗਲ ਵਿੱਚ, ਬੋਰਿਸ ਕਦਮ ਪੁੱਟਦਾ ਹੋਇਆ ਸੰਘਣੇ ਰੁੱਖਾਂ ਦੇ ਹਨੇਰੇ ਨੂੰ ਚੀਰਦਾ ਹੋਇਆ ਅੱਗੇ ਵਧ ਰਿਹਾ ਸੀ। ਉਸ ਨੇ ਅੱਗੇ ਵਧਦਿਆਂ ਪਾਇਆ ਕਿ ਜੰਗਲ ਅੰਦਰ ਰੁੱਖ ਅਸਲ 'ਚ ਵੱਡੀਆਂ ਚੱਟਾਨਾਂ ਉੱਤੇ ਉੱਗੇ ਹੋਏ ਸਨ। ਰੁੱਖਾਂ ਦੀਆਂ ਜੜ੍ਹਾਂ ਨੇ ਪਹਿਲਾਂ ਸਾਰੀਆਂ ਚੱਟਾਨਾਂ ਨੂੰ ਢਕਿਆ ਹੋਇਆ ਸੀ ਤੇ ਫਿਰ ਉਨ੍ਹਾਂ ਨੇ ਅੱਗੇ ਧਰਤੀ ਵਿੱਚ ਆਪਣੀ ਪਕੜ ਬਣਾਈ ਹੋਈ ਸੀ। ਅਜਿਹਾ ਦ੍ਰਿਸ਼ ਬੋਰਿਸ ਨੇ ਪਹਿਲਾਂ ਕਦੇ ਨਹੀਂ ਸੀ ਤੱਕਿਆ। ਉੱਥੇ ਕਿਸੇ ਤਰ੍ਹਾਂ ਦਾ ਕੋਈ ਰੇਲਾ-ਰੱਪਾ ਵੀ ਨਹੀਂ ਸੀ। ਕਿਤੇ ਕੋਈ ਹਿੱਲਜੁੱਲ ਵੀ ਨਹੀਂ ਸੀ। ਉੱਥੇ ਸਿਰਫ਼ ਸਿੱਲ੍ਹੀ ਧਰਤੀ ਉੱਤੇ ਉਸ ਦੇ ਪੈਰਾਂ ਦੇ ਚੱਲਣ ਦੀ ਹੀ ਆਵਾਜ਼ ਸੁਣਾਈ ਦੇ ਰਹੀ ਸੀ। ਉਹ ਸਿਰਫ਼ ਅੱਗੇ ਵਧਦਾ ਚਲਾ ਗਿਆ ਤੇ ਉੱਥੇ ਉਹ ਕਿਸੇ ਵੀ ਤਰ੍ਹਾਂ ਦੇ ਸੋਚ-ਵਿਚਾਰ ਉੱਤੇ ਆਪਣਾ ਧਿਆਨ ਕੇਂਦ੍ਰਿਤ ਨਹੀਂ ਕਰ ਸਕਿਆ ਸੀ ਕਿਉਂਕਿ ਉਸ ਦੇ ਆਲੇ-ਦੁਆਲੇ ਦੇ ਦ੍ਰਿਸ਼ ਹੀ ਬਿਲਕੁਲ ਨਿਵੇਕਲੀ ਕਿਸਮ ਦੇ ਸਨ, ਜੋ ਉਸ ਨੇ ਕਦੇ ਵੀ ਤੱਕੇ ਨਹੀਂ ਸਨ ਤੇ ਉਨ੍ਹਾਂ ਦਾ ਸ਼ਬਦਾਂ 'ਚ ਵਰਣਨ ਕਰਨਾ ਵੀ ਔਖਾ ਸੀ।

ਜੰਗਲ 'ਚ ਅੱਗੇ ਵਧਦਾ ਹੋਇਆ ਬੋਰਿਸ ਸਿਰਫ਼ ਉਸੇ ਸਭ ਬਾਰੇ ਸੋਚ ਰਿਹਾ ਸੀ, ਜੋ ਕੁਝ ਉਸ ਨਾਲ ਮਹਾਰਾਜਾ ਦੇ ਮਹਿਲ 'ਚ ਵਾਪਰਿਆ ਸੀ ਤੇ ਉਸ ਦੇ ਮਨ ਅੰਦਰ ਇਹ ਸੁਆਲ ਹਰ ਅਗਲੇ ਛਿਣ ਹੋਰ ਵੀ ਵੱਡਾ ਹੁੰਦਾ ਜਾਪ

ਰਿਹਾ ਸੀ ਕਿ ਆਖ਼ਰ ਉਸ ਨੂੰ ਦੇਸ਼-ਨਿਕਾਲਾ ਦਿੱਤਾ ਕਿਉਂ ਗਿਆ ਹੈ। ਕਦੇ-ਕਦੇ ਉਸ ਨੂੰ ਜ਼ੀਆ ਚੇਤੇ ਆਉਂਦੀ ਤੇ ਉਸ ਨੂੰ ਉਸ ਦਾ ਉਹੀ ਚਿਹਰਾ ਦਿਸਦਾ, ਜੋ ਉਸ ਨੇ ਉਸ ਦਿਨ ਪਹਿਲੀ ਵਾਰ ਤੱਕਿਆ ਸੀ। ਫਿਰ ਬੋਰਿਸ ਨੂੰ ਉਹ ਛਿਣ ਵੀ ਚੇਤੇ ਆਇਆ, ਜਦੋਂ ਉਸ ਨੇ ਜ਼ੀਆ ਨੂੰ ਮਹਿਲ ਦੇ ਅੰਦਰ ਵੇਖਿਆ ਸੀ। ਉਸ ਨੂੰ ਜ਼ੀਆ ਦੀ ਉਹ ਮੁਸਕਰਾਹਟ ਵੀ ਯਾਦ ਆਈ, ਜੋ ਉਸ ਦੇ ਚਿਹਰੇ ਉੱਤੇ ਹੌਲੀ-ਹੌਲੀ ਅੱਗੇ ਵਧਦਿਆਂ ਵਿਖਾਈ ਦਿੱਤੀ ਸੀ। ਫਿਰ ਉਸ ਨੇ ਐਲਮਸ ਦੇ ਚਿਹਰੇ ਉੱਤੇ ਸ਼ਾਤਿਰ ਮੁਸਕਰਾਹਟ ਨੂੰ ਵੀ ਯਾਦ ਕੀਤਾ; ਉਸ ਛਿਣ ਨੂੰ ਚੇਤੇ ਕਰਦਿਆਂ ਜਿਵੇਂ ਉਸ ਦਾ ਖ਼ੂਨ ਉਬਾਲੇ ਮਾਰਨ ਲੱਗਾ ਸੀ। ਉਹ ਜੰਗਲ਼ 'ਚ ਕੁਝ ਤੇਜ਼ ਕਦਮਾਂ ਨਾਲ ਅੱਗੇ ਵਧਣ ਲੱਗਾ, ਉਸ ਨੂੰ ਪਤਾ ਨਹੀਂ ਸੀ ਲੱਗ ਰਿਹਾ ਕਿ ਉਹ ਕਿਹੜੀ ਦਿਸ਼ਾ ਵੱਲ ਅੱਗੇ ਵਧਦਾ ਜਾ ਰਿਹਾ ਹੈ। ਤਦ ਉਸ ਨੂੰ ਕੁਝ ਸਮਝ ਨਹੀਂ ਸੀ ਕਿ ਉਸ ਨਾਲ ਇਹ ਸਭ ਕਿਉਂ ਵਾਪਰਿਆ ਹੈ ਤੇ ਉਹ ਜਾ ਕਿੱਥੇ ਰਿਹਾ ਹੈ।

ਅਚਾਨਕ ਬੋਰਿਸ ਨੇ ਆਪਣੀਆਂ ਸੋਚਾਂ ਵਿੱਚੋਂ ਬਾਹਰ ਨਿੱਕਲਦਿਆਂ ਮਹਿਸੂਸ ਕੀਤਾ ਕਿ ਜਿਵੇਂ ਰੁੱਖ ਕੁਝ ਇੱਕ-ਦੂਜੇ ਦੇ ਵਧੇਰੇ ਨੇੜੇ ਆਉਂਦੇ ਹੋਏ ਉਸ ਦੁਆਲੇ ਸ਼ਿਕੰਜਾ ਕੱਸ ਰਹੇ ਸਨ। ਉਹ ਇੱਕ ਥਾਂ ਉੱਤੇ ਖਲੋ ਗਿਆ ਅਤੇ ਧਿਆਨ ਨਾਲ ਵੇਖਣ ਲੱਗਾ ਕਿ ਕੀ ਉਹ ਸਭ ਸੱਚ ਹੈ, ਜੋ ਉਸ ਨੂੰ ਮਹਿਸੂਸ ਹੋਇਆ ਸੀ। ਉਸ ਨੇ ਵੇਖਿਆ ਕਿ ਰੁੱਖ ਤਾਂ ਸੱਚਮੁੱਚ ਉਸ ਦੇ ਦੁਆਲੇ ਸ਼ਿਕੰਜਾ ਕੱਸਦੇ ਜਾ ਰਹੇ ਸਨ। ਉਹ ਥੋੜ੍ਹਾ ਖ਼ੌਫ਼ਜ਼ਦਾ ਹੋ ਗਿਆ, ਉਸ ਨੇ ਆਪਣੀ ਛੋਟੀ ਕ੍ਰਿਪਾਨ ਕੱਢ ਲਈ ਤੇ ਰੁੱਖਾਂ ਉੱਤੇ ਉਸ ਨਾਲ ਹਮਲਾ ਕਰਨ ਲੱਗਾ। ਫਿਰ ਉਸ ਨੇ ਮਹਿਸੂਸ ਕੀਤਾ ਕਿ ਇੱਕ ਟਹਿਣੀ ਉਸ ਦੀ ਗਰਦਨ ਦੁਆਲੇ ਆਪਣਾ ਸ਼ਿਕੰਜਾ ਵਧਾਉਂਦੀ ਜਾ ਰਹੀ ਸੀ। ਉਸ ਨੇ ਕ੍ਰਿਪਾਨ ਨਾਲ ਉਸ ਟਹਿਣੀ ਨੂੰ ਵੱਢਣ ਦੀ ਕੋਸ਼ਿਸ਼ ਕੀਤੀ। ਪਰ ਛੇਤੀ ਹੀ ਹੋਰ ਟਹਿਣੀਆਂ ਪਤਾ ਨਹੀਂ ਕਿੱਥੋਂ ਆ ਗਈਆਂ ਤੇ ਉਨ੍ਹਾਂ ਨੇ ਬੋਰਿਸ ਦੇ ਪੈਰ ਤੇ ਬਾਹਾਂ ਜਕੜ ਲਈਆਂ। ਉਸ ਦੇ ਹੱਥੋਂ ਕ੍ਰਿਪਾਨ ਛੁੱਟ ਗਈ ਤੇ ਜਿਵੇਂ ਹੀ ਉਸ ਨੇ ਟਹਿਣੀਆਂ ਤੋਂ ਖ਼ੁਦ ਨੂੰ ਛੁਡਾਉਣ ਲਈ ਤਾਕਤ ਲਾਈ, ਤਾਂ ਉਸ ਦੀ ਚੀਕ ਨਿੱਕਲ ਗਈ। ਉਸ ਨੇ ਬਹੁਤ ਸੰਘਰਸ਼ ਕੀਤਾ ਪਰ ਕਲੀਸ਼ੀਆ ਜੰਗਲ਼ ਦੇ ਰੁੱਖ ਜੇਤੂ ਰਹੇ ਤੇ ਇੱਕ ਟਹਿਣੀ ਨੇ ਉਸ ਦੀ ਗਰਦਨ ਨੂੰ ਇੱਕ ਵਾਰ ਫਿਰ ਜਕੜ ਲਿਆ। ਹੁਣ ਬੋਰਿਸ ਕੋਲ ਬਚਣ ਦਾ ਕੋਈ ਰਾਹ ਨਹੀਂ ਸੀ ਤੇ ਉਸ ਦਾ ਦਮ ਹੌਲੀ-ਹੌਲੀ ਘੁਟਦਾ ਜਾ ਰਿਹਾ ਸੀ। ਉਸ ਨੂੰ ਹੌਲੀ-ਹੌਲੀ ਦਿਸਣਾ ਘਟਦਾ ਜਾ ਰਿਹਾ ਸੀ ਕਿ ਇੰਨੇ ਨੂੰ ਇੱਕ ਮਨੁੱਖੀ ਸ਼ਕਲ ਉੱਥੇ ਪ੍ਰਗਟ ਹੋਈ ਅਤੇ ਰੁੱਖਾਂ ਨਾਲ ਗੱਲਾਂ

ਕਰਨ ਲੱਗੀ। ਬੋਰਿਸ ਨਾ ਤਾਂ ਕੁਝ ਸੁਣ ਸਕਦਾ ਸੀ ਤੇ ਨਾ ਹੀ ਹੁਣ ਉਸ ਨੂੰ ਕੁਝ ਦਿਸ ਰਿਹਾ ਸੀ ਤੇ ਉਹ ਪੂਰੀ ਤਰ੍ਹਾਂ ਬੇਸੁਰਤ ਹੋ ਗਿਆ ਸੀ।

ਬੋਰਿਸ ਦੀ ਸੁਰਤ ਹੌਲੀ-ਹੌਲੀ ਵਾਪਸ ਆ ਰਹੀ ਸੀ ਤੇ ਅਚਾਨਕ ਉਹ ਛਾਲ ਮਾਰ ਕੇ ਉੱਠ ਖਲੋਤਾ ਪਰ ਉਸ ਦੇ ਦਿਮਾਗ਼ ਨੂੰ ਹਾਲੇ ਵੀ ਸਦਮਾ ਲੱਗਾ ਹੋਇਆ ਸੀ। ਇੱਕ ਬਜ਼ੁਰਗ ਵਿਅਕਤੀ ਨੇ ਉਸ ਨੂੰ ਇਹ ਆਖ ਕੇ ਤਸੱਲੀ ਦਿੱਤੀ ਕਿ ਉਹ ਹੁਣ ਸੁਰੱਖਿਅਤ ਹੈ ਤੇ ਉਸ ਨੂੰ ਕੁਝ ਰਾਹਤ ਦਿੱਤੀ। ਬਜ਼ੁਰਗ ਨੇ ਕਿਹਾ ਕਿ ਉਸ ਦੀ ਹੋਣੀ ਰੁੱਖਾਂ ਦੁਆਰਾ ਖਾਧੇ ਜਾਣ ਵਾਲੀ ਨਹੀਂ ਸੀ, ਸਗੋਂ ਉਸ ਦੀ ਉਡੀਕ ਤਾਂ ਕਈ ਬਹਾਦਰੀ ਵਾਲੇ ਕਾਰਨਾਮੇ ਕਰ ਰਹੇ ਹਨ। ਉਸ ਨੇ ਤਦ ਦੱਸਿਆ ਕਿ ਉਹ ਦਰਅਸਲ 'ਬੀਜ-ਧਾਰਕ' ਹੈ। ਬੋਰਿਸ ਦੀ ਪਰਵਰਿਸ਼ ਤਾਂ ਕਿਉਂਕਿ ਇੱਕ ਖ਼ਾਨਾ-ਬਦੋਸ਼ ਕਬੀਲੇ 'ਚ ਹੋਈ ਸੀ, ਇਸੇ ਲਈ ਉਸ ਨੂੰ ਇਨ੍ਹਾਂ ਕਹਾਣੀਆਂ ਬਾਰੇ ਕੋਈ ਜਾਣਕਾਰੀ ਨਹੀਂ ਸੀ। ਉਹ ਤਾਂ ਬੱਸ ਆਮ ਸਾਦੇ ਲੋਕ ਸਨ, ਜੋ ਆਪਣੇ ਸਾਰੇ ਜੀਵਨ ਦੌਰਾਨ ਸਿਰਫ਼ ਯਾਤਰਾ ਹੀ ਕਰਦੇ ਰਹਿੰਦੇ ਸਨ। ਉਸ ਨੇ ਬੱਸ ਯੂਰਾ ਨਾਂਅ ਦੇ ਕਾਹਨਾਂ ਦੇ ਬਹਾਦਰ ਸਰਦਾਰ ਦਾ ਨਾਂਅ ਹੀ ਸੁਣਿਆ ਹੋਇਆ ਸੀ ਤੇ ਉਹ ਕਦੇ ਕਿਸੇ ਹੋਰ ਕਾਹਨ ਨੂੰ ਮਿਲਿਆ ਵੀ ਨਹੀਂ ਸੀ। ਇਸੇ ਲਈ, ਜਦੋਂ ਉਸ ਨੂੰ ਦੱਸਿਆ ਗਿਆ ਕਿ ਉਹ ਕਾਹਨਾਂ 'ਚੋਂ ਆਖ਼ਰੀ ਸੀ, ਤਾਂ ਉਸ ਨੂੰ ਪਹਿਲੀ ਵਾਰ ਤਾਂ ਕੁਝ ਸਮਝੀਂ ਨਹੀਂ ਪਿਆ। ਉਸ ਦਾ ਪਾਲਣ-ਪੋਸ਼ਣ ਤਾਂ ਇੱਕ ਖ਼ਾਨਾ-ਬਦੋਸ਼ ਵਜੋਂ ਹੋਇਆ ਸੀ। ਜਿਵੇਂ ਉਸ ਬੀਜ-ਧਾਰਕ ਨੇ ਬੋਰਿਸ ਨੂੰ ਯੂਰਾ, ਕ੍ਰੇਟੇ, ਯੂਰਾ ਵੱਲੋਂ ਦਿੱਤੇ ਬੀਜ ਬਾਰੇ ਤੇ ਆਪਣੇ ਬਾਰੇ ਦੱਸਿਆ ਸੀ, ਉਸ ਤੋਂ ਉਸ ਨੂੰ ਕੁਝ ਅਜਿਹਾ ਮਹਿਸੂਸ ਹੋ ਰਿਹਾ ਸੀ ਕਿ ਉਹ ਤਾਂ ਅਸਲ ਵਿੱਚ ਮਰ ਹੀ ਚੁੱਕਾ ਹੈ ਤੇ ਹੁਣ ਕਿਸੇ ਵੱਖਰੇ ਸੰਸਾਰ 'ਚ ਹੈ। ਉਸ ਦੇ ਮਨ ਵਿੱਚ ਜਿਵੇਂ ਸੁਆਲਾਂ ਦੀ ਝੜੀ ਲੱਗ ਚੁੱਕੀ ਸੀ।

ਅਧਿਆਇ 4

ਏਕਾਰਦਸ 'ਚ ਜ਼ੀਆ ਆਪਣੇ ਜਿੰਦਰਾ ਲੱਗੇ ਕਮਰੇ ਵਿੱਚੋਂ ਬਾਹਰ ਸਿਰਫ਼ ਜੰਗਲ਼ ਵੱਲ ਹੀ ਤੱਕਦੀ ਰਹਿੰਦੀ ਸੀ। ਉਸ ਦਾ ਦ੍ਰਿੜ੍ਹ ਵਿਸ਼ਵਾਸ ਸੀ ਕਿ ਬੋਰਿਸ ਉਸ ਨੂੰ ਬਿਲਕੁਲ ਸਹੀ-ਸਲਾਮਤ ਲੱਭ ਜਾਵੇਗਾ। ਉਹ ਬੋਰਿਸ ਨੂੰ ਲੱਭਣ ਲਈ ਬਾਹਰ ਜਾਣਾ ਚਾਹੁੰਦੀ ਸੀ ਪਰ ਕਿਲ਼ੇ ਦੀਆਂ ਰੁਕਾਵਟਾਂ ਉਲੰਘ ਕੇ ਬਾਹਰ ਜਾਣਾ ਬਹੁਤ ਵੱਡੀ ਚੁਣੌਤੀ ਭਰਿਆ ਕੰਮ ਸੀ। ਉਸ ਰਾਤ, ਜਦੋਂ ਇੱਕ ਨੋਜਵਾਨ ਨੋਕਰਾਣੀ ਜ਼ੀਆ ਲਈ ਰਾਤ ਦਾ ਖਾਣਾ ਲੈ ਕੇ ਆਈ, ਤਾਂ ਉਸ ਨੇ ਉੱਥੋਂ ਨੱਸਣ ਦੀ ਇੱਕ ਯੋਜਨਾ ਉਲੀਕੀ। ਉਸ ਨੇ ਉਸ ਦੇ ਸਾਹਮਣੇ ਬਹੁਤ ਨਿਰਾਸ਼ ਹੋਣ ਦਾ ਸੁਆਂਗ ਰਚਿਆ ਅਤੇ ਕੁਝ ਵੀ ਪੀਣ ਜਾਂ ਖਾਣ ਤੋਂ ਸਾਫ਼ ਨਾਂਹ ਕਰ ਦਿੱਤੀ। ਜਦੋਂ ਨੋਕਰਾਣੀ ਨੇ ਜ਼ੋਰ ਪਾਇਆ, ਤਾਂ ਜ਼ੀਆ ਨੇ ਉਸ ਨੂੰ ਕਿਹਾ ਕਿ ਉਹ ਇੱਕ ਸ਼ਰਤ 'ਤੇ ਖਾਣਾ ਖਾਵੇਗੀ, ਜੇ ਉਹ ਖਾਣ 'ਚ ਉਸ ਦਾ ਸਾਥ ਦੇਵੇ। ਨੋਕਰਾਣੀ ਨੇ ਪਹਿਲਾਂ ਤਾਂ ਆਪਣੇ ਰੁਤਬੇ ਦਾ ਜ਼ਿਕਰ ਕਰਦਿਆਂ ਕੁਝ ਝਿਜਕ ਵਿਖਾਈ ਪਰ ਉਹ ਸ਼ਹਿਜ਼ਾਦੀ ਨੂੰ ਇਨਕਾਰ ਨਾ ਕਰ ਸਕੀ ਤੇ ਸਹਿਮਤ ਹੋ ਗਈ। ਪਰ ਪਹਿਲਾਂ ਜ਼ੀਆ ਨੇ ਸ਼ੁਰੂ ਕਰਨ ਤੋਂ ਪਹਿਲਾਂ ਹੋਰ ਸ਼ਰਾਬ ਮੰਗੀ। ਨੋਕਰਾਣੀ ਕਮਰੇ 'ਚੋਂ ਬਾਹਰ ਚਲੀ ਗਈ ਤੇ ਜਾਂਦੇ ਸਮੇਂ ਕਮਰੇ ਨੂੰ ਬਾਹਰੋਂ ਜਿੰਦਰਾ ਵੀ ਲਾ ਗਈ ਤੇ ਕੁਝ ਹੀ ਸਮੇਂ ਬਾਅਦ ਹੋਰ ਸ਼ਰਾਬ ਲੈ ਕੇ ਪਰਤ ਆਈ। ਜ਼ੀਆ ਨੇ ਉਸ ਨੂੰ ਕਿਹਾ ਕਿ ਉਹ ਦੋਵਾਂ ਲਈ ਪੈੱਗ ਤਿਆਰ ਕਰੇ ਅਤੇ ਉਹ ਆਪ ਖਿੜਕੀ ਦੇ ਨੇੜੇ ਚਲੀ ਗਈ। ਨੋਕਰਾਣੀ ਨੇ ਮੁੜ ਕੁਝ ਹਿਚਕਿਚਾਹਟ ਵਿਖਾਈ ਪਰ ਛੇਤੀ ਹੀ ਮੰਨ ਗਈ। ਜਿਵੇਂ ਹੀ ਉਸ ਨੇ ਜ਼ੀਆ ਨੂੰ ਪੈੱਗ ਫੜਾਇਆ, ਜ਼ੀਆ ਨੇ ਨੋਕਰਾਣੀ ਉੱਤੇ ਜ਼ੋਰ ਪਾਇਆ ਕਿ ਪਹਿਲਾਂ ਉਹ ਪੀ ਕੇ ਆਪਣਾ ਗਿਲਾਸ ਖ਼ਤਮ ਕਰੇ। ਜਿਵੇਂ ਹੀ ਨੋਕਰਾਣੀ ਨੇ ਸ਼ਰਾਬ ਪੀਣ ਲਈ ਆਪਣਾ ਮੂੰਹ ਉੱਤੇ ਕੀਤਾ ਤੇ ਇੰਨੇ ਨੂੰ ਜ਼ੀਆ ਨੇ ਛੇਤੀ ਦੇਣੇ ਆਪਣੇ ਪੈੱਗ ਦੀ ਸ਼ਰਾਬ ਖਿੜਕੀ ਤੋਂ ਬਾਹਰ ਡੋਲ੍ਹ ਦਿੱਤੀ। ਸ਼ਹਿਜ਼ਾਦੀ ਨੇ ਤਦ ਤੱਕ ਇੰਝ ਹੀ ਕੀਤਾ, ਜਦੋਂ ਤੱਕ ਕਿ ਨੋਕਰਾਣੀ ਪੂਰੀ ਤਰ੍ਹਾਂ ਸ਼ਰਾਬੀ ਨਹੀਂ ਹੋ ਗਈ। ਫਿਰ ਸ਼ਹਿਜ਼ਾਦੀ ਨੇ ਨੋਕਰਾਣੀ ਦੇ ਕੱਪੜੇ ਲਾਹ ਕੇ ਖੁਦ ਪਾ ਲਏ ਅਤੇ ਉਸ ਨੂੰ ਆਪਣੇ ਕੱਪੜੇ ਪਹਿਨਾ ਦਿੱਤੇ। ਉਸ ਨੂੰ ਬਿਸਤਰੇ 'ਤੇ ਲਿਟਾਇਆ, ਸੋਨੇ ਦੇ ਕੁਝ ਸਿੱਕੇ ਲਏ ਤੇ ਨੋਕਰਾਣੀ ਦੇ ਭੇਸ ਵਿੱਚ ਕਿਲ਼ੇ 'ਚੋਂ ਬਾਹਰ ਨਿੱਕਲਣ 'ਚ ਸਫ਼ਲ ਹੋ ਗਈ।

ਜ਼ੀਆ ਇਸ ਤੱਥ ਤੋਂ ਜਾਣੂ ਸੀ ਕਿ ਬਿਨਾ ਤਿਆਰੀ ਦੇ ਜੰਗਲ ਅੰਦਰ ਜਾਣਾ ਕੋਈ ਸਿਆਣਪ ਨਹੀਂ ਹੋਵੇਗੀ। ਉਹ ਉੱਥਮ ਨਾਂਅ ਦੇ ਇੱਕ ਬਜ਼ੁਰਗ ਵਿਅਕਤੀ ਨੂੰ ਜਾਣਦੀ ਸੀ, ਜੋ ਏਕਾਰਦਸ ਦੇ ਥੋੜ੍ਹਾ ਬਾਹਰਵਾਰ ਰਹਿੰਦਾ ਸੀ। ਸਾਰੇ ਉਸ ਨੂੰ 'ਸਨਕੀ ਬੁੱਢਾ ਮੰਨਦੇ ਸਨ ਕਿਉਂਕਿ ਉਸ ਨੂੰ ਸ਼ਾਇਰੀ ਦੀ

ਸ਼ਕਲ ਵਿੱਚ ਕਹਾਣੀਆਂ ਸੁਣਾਉਣਾ ਵਧੀਆ ਲੱਗਦਾ ਸੀ। ਉਹ ਅਕਸਰ ਆਮ ਬੋਲਚਾਲ ਨੂੰ ਵੀ ਸ਼ਾਇਰੀ 'ਚ ਤਬਦੀਲ ਕਰ ਦਿੰਦਾ ਸੀ। ਉਹ ਕਦੇ-ਕਦੇ ਏਕਾਰਦਸ ਦੇ ਲੋਕਾਂ ਨੂੰ ਕ੍ਰੋਟੇ ਦੇ ਮੁੜ ਪਰਤਣ ਬਾਰੇ ਚੇਤਾਵਨੀ ਵੀ ਦਿੰਦਾ ਸੀ ਪਰ ਕੋਈ ਵੀ ਉਸ ਤੇ ਯਕੀਨ ਨਹੀਂ ਸੀ ਕਰਦਾ। ਅੰਤ 'ਚ ਲੋਕ ਉਸ ਬਜ਼ੁਰਗ ਤੇ ਉਸ ਦੀਆਂ ਸ਼ਾਇਰਾਨਾ ਕਹਾਣੀਆਂ ਤੋਂ ਅੱਕ ਗਏ ਸਨ। ਉਸ ਗੱਲ ਵੱਲ ਕਦੇ ਕਿਸੇ ਨੇ ਕੋਈ ਧਿਆਨ ਨਹੀਂ ਸੀ ਦਿੱਤਾ, ਜੋ ਕੁਝ ਵੀ ਉਹ ਬਜ਼ੁਰਗ ਆਖਣਾ ਚਾਹੁੰਦਾ ਸੀ। ਇਸੇ ਲਈ ਉਸ ਬਜ਼ੁਰਗ ਨੇ ਉਨ੍ਹਾਂ ਸਾਰਿਆਂ ਤੋਂ ਦੂਰ ਜਾਣ ਦਾ ਫ਼ੈਸਲਾ ਕੀਤਾ ਕਿਉਂਕਿ ਉਸ ਨੇ ਇਹ ਮਹਿਸੂਸ ਕੀਤਾ ਕਿ ਉਸ ਦੀਆਂ ਗੱਲਾਂ ਤੇ ਨਸੀਹਤ ਤੋਂ ਇਨ੍ਹਾਂ ਲੋਕਾਂ ਨੇ ਕੋਈ ਲੈਣਾ-ਦੇਣਾ ਨਹੀਂ ਹੈ।

ਜ਼ੀਆ ਨੂੰ ਆਸ ਸੀ ਕਿ ਇਹ ਸਨਕੀ ਬਜ਼ੁਰਗ ਜ਼ਰੂਰ ਉਸ ਨੂੰ ਕਲੀਸ਼ੀਆ ਜੰਗਲ਼ ਬਾਰੇ ਦੱਸੇਗਾ। ਉਹ ਆਪਣਾ ਚਿਹਰਾ ਢਕ ਕੇ ਬਾਜ਼ਾਰ 'ਚੋਂ ਲੰਘੀ ਅਤੇ ਉਸ ਨੇ ਆਪਣੇ ਸੋਨੇ ਦੇ ਸਿੱਕਿਆਂ ਨਾਲ ਇੱਕ ਘੋੜਾ ਤੇ ਇੱਕ ਤਲਵਾਰ ਖ਼ਰੀਦੀ ਤੇ ਉਥਮ ਵੱਲ ਰਵਾਨਾ ਹੋ ਗਈ। ਉਥਮ ਕੋਲ ਕਦੇ ਕੋਈ ਨਹੀਂ ਸੀ ਆਉਂਦਾ ਤੇ ਜਦੋਂ ਉਸ ਨੇ ਆਪਣੇ ਦਰ 'ਤੇ ਕਿਸੇ ਨੂੰ ਵੇਖਿਆ, ਤਾਂ ਉਹ ਡਾਢਾ ਖ਼ੁਸ਼ ਹੋਇਆ - ਉਹ ਵੀ ਅਜਿਹੇ ਵਿਅਕਤੀ ਨੂੰ ਵੇਖ ਕੇ, ਜੋ ਉਸ ਦੀ ਮਦਦ ਚਾਹੁੰਦਾ ਸੀ। ਬਜ਼ੁਰਗ ਨੇ ਸ਼ਹਿਜ਼ਾਦੀ ਜ਼ੀਆ ਦਾ ਤਹਿ ਦਿਲੋਂ ਸੁਆਗਤ ਕੀਤਾ। ਜ਼ੀਆ ਨੇ ਇਹੋ ਸਮਝਿਆ ਕਿ ਬਜ਼ੁਰਗ ਨੇ ਉਸ ਨੂੰ ਪਛਾਣਿਆ ਨਹੀਂ ਹੈ ਕਿਉਂਕਿ ਉਹ ਤਾਂ ਨੌਕਰਾਣੀ ਦੇ ਭੇਸ 'ਚ ਸੀ। ਬਜ਼ੁਰਗ ਦੀ ਝੁੱਗੀ ਅਜੀਬ ਜਿਹੀਆਂ ਕਲਾ-ਕ੍ਰਿਤਾਂ ਵਰਗੀਆਂ ਵਸਤਾਂ ਨਾਲ ਭਰੀ ਪਈ ਸੀ ਤੇ ਯਕੀਨੀ ਤੌਰ 'ਤੇ ਉਹ ਚੀਜ਼ਾਂ ਵਿਲੱਖਣ ਸਨ, ਜੋ ਬਹੁਤ ਸੰਭਾਲ ਕੇ ਅਤੇ ਬਿਲਕੁਲ ਸਾਫ਼-ਸੁਥਰੀਆਂ ਰੱਖੀਆਂ ਗਈਆਂ ਸਨ ਕਿਉਂਕਿ ਕਿਸੇ ਵੀ ਵਸਤੂ ਉੱਤੇ ਧੂੜ ਦਾ ਇੱਕ ਕਿਣਕਾ ਤੱਕ ਨਹੀਂ ਸੀ। ਉਨ੍ਹਾਂ 'ਚੋਂ ਕੁਝ ਵਸਤਾਂ ਬਹੁਤ ਪੁਰਾਣੀਆਂ ਸਨ; ਕੁਝ ਹੋਰ ਵਸਤਾਂ ਉੱਤੇ ਅਜੀਬ ਜਿਹੀ ਭਾਸ਼ਾ ਵਿੱਚ ਕੁਝ ਲਿਖਿਆ ਵੀ ਹੋਇਆ ਸੀ ਤੇ ਉਸ ਭਾਸ਼ਾ ਨੂੰ ਏਕਾਰਦਸ 'ਚ ਤਾਂ ਕੋਈ ਨਹੀਂ ਸੀ ਪੜ੍ਹ ਸਕਦਾ।

ਜਦੋਂ ਜ਼ੀਆ ਨੇ ਉਥਮ ਨੂੰ ਕਲੀਸ਼ੀਆ ਜੰਗਲ਼ ਬਾਰੇ ਪੁੱਛਿਆ, ਤਾਂ ਉਸ ਦਾ ਚਿਹਰਾ ਜਿਵੇਂ ਕੁਝ ਡਰ ਨਾਲ ਭਰ ਗਿਆ। ਜ਼ੀਆ ਨੇ ਉਸ ਨੂੰ ਦੱਸਿਆ ਕਿ ਉਸ ਲਈ ਜੰਗਲ਼ 'ਚ ਜਾਣਾ ਬਹੁਤ ਅਹਿਮ ਹੈ। ਜ਼ੀਆ ਦੀ ਉਤਸੁਕਤਾ ਵੇਖ ਕੇ ਬਜ਼ੁਰਗ ਨੇ ਕਲੀਸ਼ੀਆ ਦੇ ਜੰਗਲ਼ ਬਾਰੇ ਦੱਸਣਾ ਸ਼ੁਰੂ ਕੀਤਾ।

"ਕਲੀਸ਼ੀਆ ਦੇ ਪੁਰਖਿਆਂ ਨੇ ਕੀਤਾ ਸੀ ਉਸ ਦਾ ਅਪਮਾਨ

ਉੱਝ ਗ਼ਲਤੀ ਉਸਦੀ ਕੋਈ ਖ਼ਾਸ ਨਹੀਂ ਸੀ,

ਜੋ ਬੇਸ਼ੱਕ ਉਸ ਤੋਂ ਚਾਣਚੱਕ ਸੀ ਹੋ ਗਈ

ਨਿਜੀ ਫ਼ਾਇਦੇ ਵਾਲੀ ਕੋਈ ਆਸ ਨਹੀਂ ਸੀ।

ਉਸ ਨੇ ਇੱਕ ਪਾਬੰਦੀਸ਼ੁਦਾ ਖੇਤਰ ਦੀ ਕੀਤੀ ਸੀ ਉਲੰਘਣਾ

ਤੇ ਗ਼ਲਤੀ ਨਾਲ ਹੋ ਗਈ ਸੀ ਉੱਥੇ ਦਾਖ਼ਲ,

ਸਭ ਤੋਂ ਨਿੱਖੜ ਕੇ ਇਕੱਲੇ ਰਹਿਣ ਦੀ ਮਿਲੀ ਉਸਨੂੰ ਸਜ਼ਾ

ਪਰਿਵਾਰ 'ਚ ਵੀ ਨਹੀਂ ਹੋ ਸਕਦੀ ਸੀ ਸ਼ਾਮਲ।

ਤਦ ਕਲੀਸ਼ੀਆ ਨੇ ਜੰਗਲ ਨੂੰ ਸੀ ਆਪਣਾ ਘਰ ਬਣਾਇਆ,

ਆਪਣੇ ਦਬਦਬੇ ਹੇਠ ਕਰ ਲਏ ਬਿਰਖ, ਪਾਣੀ ਤੇ ਚੀਕਣੀ ਮਿੱਟੀ,

ਉਹ ਸਦਾ ਰਹਿੰਦੀ ਸੀ ਉਦਾਸ

ਇਕੱਲੇਪਣ ਨਾਲ ਉਹ ਪਈ ਸੀ ਝਰੀਟੀ,

ਤਾਂਹੀਓਂ ਜੰਗਲ ਤੋਂ ਨਹੀਂ ਸੀ ਮਿਲਦਾ ਕਿਸੀ ਨੂੰ ਸਹਿਯੋਗ

ਉਸਦੀ ਜਾਣਕਾਰੀ ਪਈ ਸੀ ਘੋਰ-ਹਨੇਰੇ ਵਿੱਚ ਸਿੱਟੀ।

ਕਦੇ ਨਾਂਹ ਮੁੜਿਆ, ਜੋ ਵੀ ਜੰਗਲ 'ਚ ਵੜਿਆ, ਧੀ-ਰਾਣੀਏ,

ਕੌਣ ਜਾਣੇ, ਕਿਸੇ ਖਾ ਲਿਆ ਜਾਂ ਜਿਉਂਦਾ ਹੀ ਸੜਿਆ, ਧੀ-ਰਾਣੀਏ।

ਪਰ, ਮੈਂ ਤੈਨੂੰ ਦੱਸਣਾ ਚਾਹੁੰਦਾ ਹਾਂ ਕੁਝ ਦਿਲਚਸਪ

ਇੱਕ ਗੱਲ ਜੋ ਤੈਨੂੰ ਹੈਰਾਨੀਜਨਕ ਜਾਪੇਗੀ,

ਜੇ ਤੂੰ ਉੱਥੇ ਜਾਵੇਂ ਕਿਸੇ ਹੋਰ ਦੀ ਮਦਦ ਲਈ, ਬਿਨਾਂ ਕਿਸੀ ਖ਼ੁਦਗਾਰਜ਼ੀ,

ਸਹੁੰ ਲੱਗੇ, ਕਲੀਸ਼ੀਆ ਤੈਨੂੰ ਕੁੱਝ ਵੀ ਨਹੀਂ ਆਖੇਗੀ।"

ਪਹਿਲਾਂ-ਪਹਿਲ ਤਾਂ ਜ਼ੀਆ ਨੂੰ ਓਥਮ ਦਾ ਸ਼ਾਇਰਾਨਾ ਅੰਦਾਜ਼ 'ਚ ਗੱਲ ਕਰਨਾ ਬਹੁਤ ਪ੍ਰਭਾਵਸ਼ਾਲੀ ਲੱਗਾ ਤੇ ਉਹ ਅਚੰਭਿਤ ਹੋ ਗਈ। ਫਿਰ ਉਸ ਨੇ ਓਥਮ ਨੂੰ ਪੁੱਛਿਆ ਕਿ ਕੀ ਉਨ੍ਹਾਂ ਕਦੇ ਇਸ ਜੰਗਲ 'ਚ ਦਾਖ਼ਲ ਹੋਣ ਦੀ ਕੋਸ਼ਿਸ਼ ਕੀਤੀ ਹੈ ਤਾਂ ਅੱਗਿਓਂ ਜਵਾਬ ਮਿਲਿਆ ਕਿ ਉਨ੍ਹਾਂ ਕੋਲ ਜੰਗਲ ਅੰਦਰ ਜਾਣ ਦਾ ਕੋਈ ਕਾਰਣ ਨਹੀਂ ਸੀ। ਇਸ ਤੋਂ ਪਹਿਲਾਂ ਕਿ ਉਹ ਕੋਈ ਹੋਰ ਸੁਆਲ ਪੁੱਛਦੀ, ਤਾਂ ਓਥਮ ਨੂੰ ਅੰਦਾਜ਼ਾ ਸੀ ਕਿ ਉਹ ਕੀ ਪੁੱਛੇਗੀ, ਇਸੇ ਲਈ ਉਹ ਬੋਲਿਆ:

"ਨਹੀਂ, ਮੈਨੂੰ ਵੀ ਨਹੀਂ ਪਤਾ
ਕਿ ਕਿਸੇ ਹੋਰ ਨੇ ਕੀਤੀ ਜਾਂ ਨਹੀਂ, ਅੰਦਰਲੇ ਰਸਤੇ ਦੀ ਭਾਲ।
ਤੂੰ ਵੀ ਛੱਡ ਦੇ ਸੋਚਣੀਆਂ ਅਜਿਹੀਆਂ ਗੱਲਾਂ
ਸਗੋਂ, ਸਬਰ ਕਰ ਤੇ ਆਪਣਾ ਮਨ ਸੰਭਾਲ।"
ਤਦ, ਜ਼ੀਆ ਨੇ ਸੁਆਲ ਕੀਤਾ:
"ਜੋ ਕੁਝ ਤੁਸੀਂ ਆਖ ਰਹੇ ਹੋ,
ਤੁਹਾਨੂੰ ਉਸ ਬਾਰੇ ਇੰਨਾ ਯਕੀਨ ਕਿਵੇਂ ਹੈ?"
ਅੱਗੋਂ ਉਤਮ ਨੇ ਜਵਾਬ ਦਿੱਤਾ:
"ਹੁਣ ਅੱਗੇ ਮਰਜ਼ੀ ਤੇਰੀ ਹੈ
ਕਿ ਯਕੀਨ ਕਰਨਾ ਹੈ ਜਾਂ ਸ਼ੱਕ,
ਪਰਤ ਕੇ ਜਾਣ ਤੋਂ ਪਹਿਲਾਂ
ਮੇਰੀ ਇੱਕ ਗੱਲ ਚੇਤੇ ਰੱਖ।
ਤੇਰੇ ਸੁਫ਼ਨੇ ਸੱਚ ਹੋ ਸਕਦੇ ਨੇ
ਜੇ ਕਮੀਆਂ-ਪੇਸ਼ੀਆਂ ਨਾਂਹ ਰੱਖੇਂ ਤੇ ਕਰੇਂ ਦਲੇਰੀ,
ਇਨ੍ਹਾਂ ਜੰਗਲਾਂ 'ਚੋਂ ਬਚਣ ਦਾ ਸੁਫ਼ਨਾ ਤਾਂਹੀਓਂ ਹੋਣਾ ਸਾਕਾਰ
ਜੇ ਅੰਦਰ ਜਾਣ ਲਈ ਕੋਈ ਨਿਸ਼ਕਾਮ ਕਾਰਜ ਹੋਵੇ ਵਜ੍ਹਾ ਤੇਰੀ।"

ਉਤਮ ਨੇ ਜ਼ੀਆ ਨੂੰ ਕੁਝ ਛਿਣ ਲਈ ਗਹੁ ਨਾਲ ਵੇਖਿਆ। ਜਦੋਂ ਉਹ ਉੱਥੇ ਜਾਣ ਲੱਗੀ, ਤਾਂ ਉਤਮ ਨੇ ਉਸ ਨੂੰ 'ਸ਼ਹਿਜ਼ਾਦੀ ਜ਼ੀਆ' ਆਖ ਕੇ ਬੁਲਾਇਆ ਤੇ ਚੇਤਾਵਨੀ ਦਿੱਤੀ ਕਿ ਉਹ ਜੰਗਲ 'ਚ ਦਾਖ਼ਲ ਨਾ ਹੋਵੇ ਕਿਉਂਕਿ ਉਸ ਨੂੰ ਹਾਲੇ ਤੱਕ ਇਹ ਪਤਾ ਨਹੀਂ ਸੀ ਕਿ ਉਸਦੇ ਕੋਲ ਉੱਥੇ ਜਾਣ ਦਾ ਕੋਈ ਬਹੁਤ ਠੋਸ ਕਾਰਣ ਹੈ ਜਾਂ ਨਹੀਂ। ਜ਼ੀਆ ਨੂੰ ਤਦ ਬਹੁਤ ਹੈਰਾਨੀ ਹੋਈ ਕਿ ਉਤਮ ਨੇ ਉਸ ਨੂੰ ਕਿਵੇਂ ਪਛਾਣ ਲਿਆ। ਉਤਮ ਨੇ ਬੋਲਣਾ ਜਾਰੀ ਰੱਖਿਆ ਤੇ ਅੱਗੇ ਕਿਹਾ ਕਿ ਜੇ ਤੂੰ ਸੋਚਦੀ ਹੈ ਕਿ ਤੈਨੂੰ ਸੱਚੀਂ-ਮੁੱਚੀ ਪਿਆਰ ਹੋ ਗਿਆ ਹੈ, ਤਾਂ ਤੈਨੂੰ ਗ਼ਲਤੀ ਲੱਗ ਗਈ ਹੈ। ਤਦ ਅਚਾਨਕ ਉਹ ਸਨਕੀ ਜਿਹਾ ਲੱਗਣ ਵਾਲਾ ਬਜ਼ੁਰਗ ਉਸਨੂੰ ਸਨਕੀ ਲੱਗਣਾ ਬੰਦ ਹੋ ਗਿਆ ਅਤੇ ਬਹੁਤ ਗੰਭੀਰ ਜਾਪਣ ਲੱਗਾ

ਉਤਮ ਨੇ ਗੰਭੀਰਤਾ ਨਾਲ ਬੋਲਣਾ ਜਾਰੀ ਰੱਖਿਆ ਤੇ ਜ਼ੀਆ ਚੁੱਪ-ਚਾਪ ਸੁਣਦੀ ਰਹੀ:

"ਜੇ ਤੈਨੂੰ ਸੱਚੀਓਂ ਹੁੰਦਾ ਪਿਆਰ

ਤੂੰ ਸੁਆਲਾਂ ਵਿੱਚ ਇੰਨਾ ਵਕਤ ਨਾਂਹ ਲੰਘਾਉਂਦੀ,

ਕੱਢ ਜੰਗਲਾਂ ਦਾ ਖੌਫ਼ ਤੇ ਅੜਚਨਾਂ ਦੀ ਫ਼ਿਕਰ

ਤੂੰ ਅੱਖ ਬਸ ਆਪਣੇ ਨਿਸ਼ਾਨੇ ਤੇ ਟਿਕਾਉਂਦੀ।"

ਤਦ ਜ਼ੀਆ ਨੇ ਮਹਿਸੂਸ ਕੀਤਾ, ਜਿਵੇਂ ਉਸ ਦੀਆਂ ਅੱਖਾਂ ਖੁੱਲ੍ਹ ਗਈਆਂ ਹੋਣ। ਉਸ ਨੂੰ ਇਉਂ ਪ੍ਰਤੀਤ ਹੋਇਆ ਕਿ ਇਹ ਕੰਮ ਵੀ ਉਹ ਆਪਣੀ ਜ਼ਿੰਦ ਪੁਗਾਉਣ ਲਈ ਹੀ ਕਰ ਰਹੀ ਹੈ (ਹੁਣ ਉਸ ਨੂੰ ਨਿਸ਼ਕਾਮ ਰਹਿਣਾ ਸਿਖਾਇਆ ਗਿਆ ਸੀ)। ਉਸ ਨੇ ਉਤਮ ਅੱਗੇ ਸਿਰ ਝੁਕਾਇਆ। ਉਸ ਨੂੰ ਜਿਵੇਂ ਆਪਣਾ ਗੁਰੂ ਮਿਲ ਗਿਆ ਸੀ। ਉਤਮ ਨੇ ਜ਼ੀਆ ਨੂੰ ਏਕਾਰਦਸ ਪਰਤ ਜਾਣ ਤੇ ਬੋਰਿਸ ਲਈ ਆਪਣੀਆਂ ਭਾਵਨਾਵਾਂ ਖ਼ਤਮ ਕਰਨ ਲਈ ਆਖਿਆ ਕਿਉਂਕਿ ਉਹ ਦਿਲ ਦੀਆਂ ਡੂੰਘਾਣਾਂ ਤੋਂ ਨਹੀਂ ਸਨ।

ਪਰ ਜ਼ੀਆ ਨੇ ਤਾਂ ਬੋਰਿਸ ਦੀ ਭਾਲ ਵਿੱਚ ਜਾਣ ਦਾ ਪੱਕਾ ਮਨ ਬਣਾ ਲਿਆ ਸੀ ਤੇ ਇਸੇ ਲਈ ਤਾਂ ਉਹ ਮਹਾਰਾਜੇ ਦੀ ਹੁਕਮ-ਅਦੂਲੀ ਕਰ ਕੇ ਮਹੱਲ 'ਚੋਂ ਨੱਸੀ ਸੀ। ਉਸ ਨੂੰ ਭਾਵੇਂ ਕਲੀਸ਼ੀਆ ਜੰਗਲ 'ਚ ਜਾਣ ਤੋਂ ਡਰ ਲੱਗ ਰਿਹਾ ਸੀ ਪਰ ਫਿਰ ਵੀ ਬੋਰਿਸ ਦੇ ਪਿਆਰ ਕਾਰਣ ਉਸ ਤੋਂ ਰਹਿ ਨਹੀਂ ਸੀ ਹੋ ਰਿਹਾ - ਹੁਣ ਭਾਵੇਂ ਉੱਥੇ ਜਾ ਕੇ ਉਸ ਨੂੰ ਮੌਤ ਹੀ ਕਿਉਂ ਨਾ ਦਬੋਚ ਲਵੇ।

ਹੁਣ ਤਾਂ ਉਤਮ ਕੋਲ ਵੀ ਹੋਰ ਕੋਈ ਰਾਹ ਨਹੀਂ ਸੀ ਬਚਿਆ; ਉਸ ਨੇ ਇੱਕ ਚਮਕਦਾਰ ਚਿੱਟੇ ਰੰਗ ਦੀ ਅੰਗੂਠੀ ਜ਼ੀਆ ਨੂੰ ਦਿੱਤੀ। ਉਹ ਅੰਗੂਠੀ ਅਸਲ 'ਚ ਜਾਦੂ ਦੀਆਂ ਹਾਂ-ਪੱਖੀ ਸ਼ਕਤੀਆਂ ਨਾਲ ਲੈਸ ਸੀ ਤੇ ਉਸ ਅੰਗੂਠੀ ਦੇ ਹੁੰਦਿਆਂ ਕੋਈ ਵੀ ਨਾਂਹ-ਪੱਖੀ ਤਾਕਤਾਂ ਤੇ ਆਤਮਾਵਾਂ ਉਸ ਦੇ ਨੇੜੇ ਨਹੀਂ ਸੀ ਆ ਸਕਦੀਆਂ ਤੇ ਉਸ ਨੂੰ ਉਸ ਅੰਗੂਠੀ ਦੇ 5 ਮੀਟਰ ਦੇ ਘੇਰੇ ਅੰਦਰ ਕੋਈ ਕੁਝ ਨਹੀਂ ਸੀ ਆਖ ਸਕਦਾ। ਜ਼ੀਆ ਨੇ ਉਸ ਨੂੰ ਖ਼ੁਸ਼ਕਿਸਮਤ ਤੋਹਫ਼ਾ ਸਮਝ ਕੇ ਕਬੂਲ ਕਰ ਲਿਆ ਤੇ ਤਦ ਉਸ ਨੂੰ ਉਸ ਅੰਗੂਠੀ ਦੀਆਂ ਸਦੀਵੀ ਤਾਕਤਾਂ ਤੇ ਸ਼ਕਤੀਆਂ ਬਾਰੇ ਕੁਝ ਵੀ ਪਤਾ ਨਹੀਂ ਸੀ। ਉਸ ਨੇ ਉਤਮ ਨੂੰ ਅਲਵਿਦਾ ਆਖੀ ਅਤੇ ਉੱਥੋਂ ਰਵਾਨਾ ਹੋ ਗਈ।

ਅਧਿਆਇ 5

ਇਸ ਦੌਰਾਨ 'ਬੀਜ-ਧਾਰਕ' ਦੀ ਖੋਜ 'ਚ ਤਾਂਤੋਹ ਆਖ਼ਰ ਏਕਾਰਦਸ ਪੁੱਜਾ। ਉਹ ਖ਼ਾਨਾ-ਬਦੋਸ਼ਾਂ ਦਾ ਟਿਕਾਣਾ ਲੱਭਣ ਲੱਗਾ ਤੇ ਅਖ਼ੀਰ ਜੰਗਲ ਦੇ ਨੇੜੇ ਸ਼ਹਿਰ ਦੇ ਬਾਹਰਵਾਰ ਉਸ ਨੇ ਉਨ੍ਹਾਂ ਨੂੰ ਲੱਭ ਹੀ ਲਿਆ। ਉਹ ਖ਼ਾਨਾ-ਬਦੋਸ਼ਾਂ ਦੇ ਕੈਂਪ 'ਚ ਪੁੱਜਾ ਤੇ ਉਨ੍ਹਾਂ ਦੇ ਸਰਦਾਰ ਬਾਰੇ ਪੁੱਛ ਕੇ ਉਸ ਕੋਲ ਗਿਆ ਤੇ ਉਸ ਤੋਂ ਪੁੱਛਿਆ ਕਿ ਕੀ ਉਸ ਨੂੰ ਦਰਿਆ ਦੇ ਕੰਢੇ ਉੱਤੇ ਕਦੇ ਕੋਈ ਬੱਚਾ ਪਿਆ ਮਿਲਿਆ ਸੀ। ਸਰਦਾਰ ਨੂੰ ਤਾਂਤੋਹ ਦੇ ਪੁੱਛਣ ਦੀ ਸ਼ੈਲੀ ਤੋਂ ਸ਼ੱਕ ਹੋ ਗਿਆ ਕਿ ਜ਼ਰੂਰ ਕੁਝ ਗੜਬੜ ਹੈ ਤੇ ਉਸ ਨੇ ਇਹ ਜਵਾਬ ਦਿੱਤਾ ਕਿ ਉਸ ਨੂੰ ਕਦੇ ਕੋਈ ਬੱਚਾ ਨਹੀਂ ਮਿਲਿਆ। ਪਰ ਉੱਧਰ ਤਾਂਤੋਹ ਵੀ ਖੇਡਿਆ-ਖਾਇਆ ਤੇ ਪੂਰਾ ਤਜਰਬੇਕਾਰ ਸੀ; ਉਸ ਨੇ ਸਰਦਾਰ ਦੇ ਚਿਹਰੇ ਦੇ ਹਾਵ-ਭਾਵ ਪੜ੍ਹ ਕੇ ਇਹ ਪੱਕਾ ਅੰਦਾਜ਼ਾ ਲਾਇਆ ਕਿ ਸਰਦਾਰ ਜ਼ਰੂਰ ਉਸ ਤੋਂ ਕੁਝ ਲੁਕੋ ਰਿਹਾ ਹੈ। ਤਦ ਤਾਂਤੋਹ ਨੇ ਸਰਦਾਰ ਨੂੰ ਇੱਕ ਵਾਰ ਫਿਰ ਪੁੱਛਦਿਆਂ ਚੇਤਾਵਨੀ ਵੀ ਦਿੱਤੀ ਕਿ ਉਹ ਉਸ ਨੂੰ ਜਾਨੋਂ ਮਾਰ ਦੇਵੇਗਾ ਜੇ ਉਸ ਨੇ ਹੁਣ ਸਹੀ ਜਾਣਕਾਰੀ ਦੇਣ ਵਿੱਚ ਥੋੜ੍ਹੀ ਜਿੰਨੀ ਵੀ ਢਿੱਲ-ਮੱਠ ਕੀਤੀ। ਤਦ ਤੱਕ ਕਬੀਲੇ ਦੇ ਕੁਝ ਹੋਰ ਵਿਅਕਤੀ ਵੀ ਉੱਥੇ ਇਕੱਠੇ ਹੋ ਗਏ ਸਨ। ਤਾਂਤੋਹ ਨੂੰ ਉਦੋਂ ਇੰਨਾ ਰੋਹ ਚੜ੍ਹਿਆ ਹੋਇਆ ਸੀ ਕਿ ਉਸ ਨੇ ਕ੍ਰੋਟੇ ਦੀ ਲੱਤ ਸਰਦਾਰ ਦੇ ਗਲੇ ਵਿੱਚ ਖੋਭ ਕੇ ਉਸ ਨੂੰ ਥਾਏਂ ਮਾਰ ਦਿੱਤਾ। ਖ਼ਾਨਾ-ਬਦੋਸ਼ ਤਦ ਘਬਰਾ ਗਏ ਤੇ ਉਹ ਵੀ ਰੋਹ 'ਚ ਆ ਗਏ। ਉਨ੍ਹਾਂ ਨੇ ਤਾਂਤੋਹ ਉੱਤੇ ਹਮਲਾ ਕਰ ਦਿੱਤਾ ਪਰ ਉਹ ਉਨ੍ਹਾਂ ਸਭਨਾਂ ਤੋਂ ਕਿਤੇ ਜ਼ਿਆਦਾ ਤਾਕਤਵਰ ਸੀ। ਉਹ ਉਨ੍ਹਾਂ ਉੱਤੇ ਆਪਣਾ ਸਮਾਂ ਅਜਾਈਂ ਨਹੀਂ ਗੁਆਉਣਾ ਚਾਹੁੰਦਾ ਸੀ। ਉਸ ਨੇ ਉਨ੍ਹਾਂ ਨੂੰ ਧੱਕਾ ਮਾਰਿਆ ਤੇ ਉਹ ਸਭ ਧੂੜ ਚੱਟਣ ਲੱਗ ਪਏ। ਫਿਰ ਉਸ ਨੇ ਛੋਟੇ ਜਿਹੇ ਘੇਰੇ ਵਿੱਚ ਕਰੰਟ ਵਰਗੀ ਲਹਿਰ ਛੱਡ ਦਿੱਤੀ ਤੇ ਉਨ੍ਹਾਂ ਨੂੰ ਉੱਥੇ ਡਿੱਗੇ ਪਏ ਛੱਡ ਕੇ ਉੱਥੋਂ ਅੱਗੇ ਰਵਾਨਾ ਹੋ ਗਿਆ।

ਫਿਰ ਜੰਗਲ ਦੇ ਕੰਢੇ ਉੱਤੇ ਬਹਿ ਕੇ ਤਾਂਤੋਹ ਸੋਚਣ ਲੱਗਾ ਕਿ ਆਖ਼ਰ ਆਖ਼ਰੀ ਜਿਉਂਦੇ ਕਾਹਨ ਨੂੰ ਕਿਵੇਂ ਲੱਭਿਆ ਜਾਵੇ। ਤਦ ਹੀ ਉਸ ਨੇ ਜ਼ੀਆ ਨੂੰ ਜੰਗਲ 'ਚ ਦਾਖਲ ਹੁੰਦੀ ਨੂੰ ਤੱਕਿਆ। ਉਸ ਦਾ ਸਾਜ਼ਿਸ਼ੀ ਦਿਮਾਗ਼ ਤੁਰੰਤ ਸਰਗਰਮ ਹੋ ਗਿਆ; ਉਸ ਨੇ ਸੋਚਿਆ ਕਿ ਆਖ਼ਰ ਇਸ ਵੇਲੇ ਕੋਈ ਇਕੱਲਾ ਜੰਗਲ 'ਚ ਕਿਉਂ ਜਾਵੇਗਾ। ਉਸ ਦੀ ਉਤਸੁਕਤਾ ਵਧਦੀ ਚਲੀ ਗਈ ਤੇ ਅੰਤ ਉਸ ਨੇ ਜ਼ੀਆ ਦਾ ਪਿੱਛਾ ਕਰਨ ਦਾ ਮਨ ਬਣਾਇਆ।

ਉੱਧਰ ਕਲੀਸ਼ੀਆ ਦੀ ਆਤਮਾ ਇਹ ਸਭ ਵੇਖ ਰਹੀ ਸੀ ਕਿ ਅੱਜ ਇੰਨੇ ਜਣੇ ਜੰਗਲ 'ਚ ਆਏ ਹਨ। ਪਰ ਉਨ੍ਹਾਂ 'ਚੋਂ ਕੋਈ ਆਪਣੇ-ਆਪ ਲਈ ਨਹੀਂ ਸੀ

ਆਇਆ। ਜ਼ੀਆ ਸਿਰਫ਼ ਬੋਰਿਸ ਦੀ ਮਦਦ ਲਈ ਜੰਗਲ 'ਚ ਦਾਖ਼ਲ ਹੋਈ
ਸੀ ਕਿ ਕਿਤੇ ਉਹ ਕਿਸੇ ਮੁਸੀਬਤ 'ਚ ਨਾ ਹੋਵੇ। ਜ਼ੀਆ ਨੂੰ ਸਿਰਫ਼ ਬੋਰਿਸ
ਦੀ ਸਲਾਮਤੀ ਤੇ ਉਸ ਦੀ ਜਾਨ ਦੀ ਚਿੰਤਾ ਸੀ। ਉਹ ਆਪਣੀ ਜ਼ਿੰਦਗੀ 'ਚ
ਪਹਿਲੀ ਵਾਰ ਨਿਸ਼ਕਾਮ ਹੋ ਕੁਝ ਕਰ ਰਹੀ ਸੀ। ਤਾਂਤੇਹ ਵੀ ਆਪਣੇ ਇਕੱਲੇ
ਲਈ ਬੋਰਿਸ ਦੀ ਭਾਲ਼ ਵਿੱਚ ਨਹੀਂ ਸੀ ਤੁਰਿਆ ਫਿਰ ਰਿਹਾ। ਉਸ ਦਾ ਇੱਕੋ-
ਇੱਕ ਮਕਸਦ ਸੀ ਕ੍ਰੇਟੇ ਨੂੰ ਵਾਪਸ ਲਿਆਉਣਾ, ਉਸ ਲਈ ਭਾਵੇਂ ਕਿੰਨੀ ਵੀ
ਕੀਮਤ ਕਿਉਂ ਨਾ ਚੁਕਾਉਣੀ ਪਵੇ। ਇਸੇ ਲਈ ਕਲੀਸ਼ੀਆ ਨੇ ਕਿਸੇ ਨੂੰ ਵੀ
ਜੰਗਲ 'ਚ ਦਾਖ਼ਲ ਹੋਣ ਤੋਂ ਨਾ ਵਰਜਿਆ ਭਾਵੇਂ ਉਨ੍ਹਾਂ ਸਭ ਦੀ ਮਨਸ਼ਾ
ਬਿਲਕੁਲ ਵੱਖੋ-ਵੱਖਰੀ ਸੀ।

ਜੰਗਲ਼ ਦੇ ਕਿਸੇ ਹੋਰ ਹਿੱਸੇ 'ਚ ਬੋਰਿਸ ਤੇ ਬੀਜ-ਧਾਰਕ ਆਪਣੀ ਵਿਚਾਰ-
ਚਰਚਾ ਕਰ ਰਹੇ ਸਨ। ਬੋਰਿਸ ਨੇ ਬੀਜ-ਧਾਰਕ ਨੂੰ ਆਪਣੇ ਬੀਤੇ ਸਮੇਂ ਅਤੇ
ਆਪਣੇ ਪੁਰਖਿਆਂ ਬਾਰੇ ਕਈ ਸੁਆਲ ਪੁੱਛੇ। ਤਾਂ ਉਸ ਦੇ ਜਵਾਬ ਦੇਣ ਤੋਂ
ਪਹਿਲਾਂ ਜਵਾਬ ਦੇ ਰੂਪ ਵਿੱਚ ਉਸ ਪੌਦੇ ਦੇ ਪੱਤੇ ਹੇਠਾਂ ਡਿੱਗਣ ਲੱਗ ਪਏ, ਜੋ
ਯੂਰਾ ਵੱਲੋਂ ਦਿੱਤੇ ਬੀਜ ਤੋਂ ਉੱਗਿਆ ਸੀ। ਬੋਰਿਸ ਦੇ ਬੀਤੇ ਸਮੇਂ ਦੀਆਂ
ਸਾਰੀਆਂ ਕਹਾਣੀਆਂ ਉਨ੍ਹਾਂ ਪੱਤਿਆਂ ਉੱਤੇ ਬਿਲਕੁਲ ਸਾਫ਼ ਵਿਖਾਈ ਦੇ
ਰਹੀਆਂ ਸਨ। ਬੋਰਿਸ ਸਪੱਸ਼ਟ ਵੇਖ ਰਿਹਾ ਸੀ ਕਿ ਉਸ ਦੇ ਪਰਿਵਾਰ ਨੇ
ਕਿਵੇਂ ਆਪਣੀ ਜਾਨ ਦੀ ਕੁਰਬਾਨੀ ਦੇ ਕੇ ਉਸ ਦੀ ਜਾਨ ਬਚਾਈ ਸੀ। ਹੁਣ
ਬੋਰਿਸ ਨੂੰ ਆਪਣੇ ਬਾਰੇ ਇੱਕ-ਇੱਕ ਗੱਲ ਪਤਾ ਲੱਗ ਗਈ ਸੀ; ਉਹ ਕਾਹਨਾਂ
ਦੀ ਨਸਲ ਦੀ ਆਖ਼ਰੀ ਜਿਉਂਦੀ-ਜਾਗਦੀ ਰੂਹ ਸੀ। ਇਹ ਸੋਚ ਕੇ ਹੀ ਉਹ
ਵੱਡੀ ਜ਼ਿੰਮੇਵਾਰੀ ਦੇ ਇੱਕ ਨਵੇਂ ਅਹਿਸਾਸ ਨਾਲ ਭਰ ਗਿਆ।

ਤਦ ਉਸ ਨੇ ਪੁੱਛਿਆ 'ਕੀ ਕ੍ਰੇਟੇ ਵਾਪਸ ਆਵੇਗਾ' ਤਾਂ ਉਸ ਨੂੰ ਜਵਾਬ 'ਹਾਂ
'ਚ ਮਿਲਿਆ। ਯੂਰਾ ਦਾ ਜਾਦੂਮਈ ਖੇਤਰ ਸਮੇਂ ਨਾਲ ਕਮਜ਼ੋਰ ਹੁੰਦਾ ਜਾ
ਰਿਹਾ ਸੀ ਤੇ ਕ੍ਰੇਟੇ ਉਸੇ ਵਿੱਚ ਸਿਰਫ਼ ਫਸਿਆ ਹੋਇਆ ਸੀ, ਮਰਿਆ ਨਹੀਂ
ਸੀ ਅਤੇ ਹਰ ਛਿਣ ਉਹ ਆਜ਼ਾਦ ਹੋਣ ਦੀ ਕੋਸ਼ਿਸ਼ ਕਰ ਰਿਹਾ ਸੀ।

ਬੋਰਿਸ ਨੇ ਤਦ ਸੋਚਿਆ ਕਿ ਉਸ ਨੂੰ ਹੀ ਕ੍ਰੇਟੇ ਨੂੰ ਰੋਕਣਾ ਹੋਵੇਗਾ। ਉਸ ਨੇ
ਆਪਣਾ ਸਾਰਾ ਹੌਸਲਾ ਮੁੜ ਇਕੱਠਾ ਕੀਤਾ ਤੇ ਆਖ਼ਰੀ ਸੁਆਲ ਪੁੱਛਿਆ:

'ਕੀ ਮੈਂ ਕ੍ਰੇਟੇ ਨੂੰ ਰੋਕ ਸਕਦਾ ਹਾਂ?'

ਜਵਾਬ 'ਚ ਇੱਕ ਪੱਤਾ ਉਸ ਦੇ ਸਾਹਮਣੇ ਡਿੱਗਿਆ। ਉਸ ਨੇ ਉਸ ਪੱਤੇ 'ਚੋਂ
ਜਵਾਬ ਲੱਭਣ ਦੀ ਕੋਸ਼ਿਸ਼ ਕੀਤੀ ਪਰ ਉਸ ਨੂੰ ਕੁਝ ਨਾ ਮਿਲ ਸਕਿਆ।

ਖ਼ਾਲੀ ਪੱਤੇ ਦਾ ਮਤਲਬ - ਜਵਾਬ 'ਨਾਂਹ' ਵਿੱਚ ਸੀ। ਤਦ ਉਸ ਨੂੰ ਆਪਣੇ ਖ਼ਾਨਾ-ਬਦੋਸ਼ ਕਬੀਲੇ ਦੀ ਯਾਦ ਆਈ। ਉਸ ਨੂੰ ਲੱਗਣ ਲੱਗਾ ਕਿ ਜੇ ਕਿਤੇ ਕ੍ਰੇਟੇ ਪਰਤ ਆਇਆ, ਤਾਂ ਏਕਾਰਦਸ ਤਾਂ ਤਬਾਹ ਹੋ ਜਾਵੇਗਾ ਅਤੇ ਉਹ ਸਾਰੇ ਹੀ ਦੁਖਦਾਈ ਮੌਤ ਮਾਰੇ ਜਾਣਗੇ।

ਫਿਰ ਇੱਕ ਹੋਰ ਪੱਤਾ ਧਰਤੀ 'ਤੇ ਡਿੱਗਾ। ਇਸ ਵਾਰ ਉਸ ਨੂੰ ਸੱਚਮੁਚ ਕੁਝ ਦਿਲਚਸਪ ਤੇ ਅਹਿਮ ਲੱਭ ਗਿਆ ਸੀ। ਉਸ ਪੱਤੇ ਨੇ ਉਸ ਨੂੰ ਵਿਖਾਇਆ ਕਿ ਏਕਾਰਦਸ ਦੇ ਪੱਛਮ ਵਾਲੇ ਪਾਸੇ ਮੌਜੂਦ ਵਿਲਸ ਦੇ ਪਰਬਤਾਂ 'ਚ ਕਿਤੇ ਇੱਕ ਬਰਛਾ ਪਿਆ ਹੈ; ਕ੍ਰੇਟੇ ਸਿਰਫ਼ ਉਸੇ ਨਾਲ ਮਰ ਸਕਦਾ ਹੈ। ਇਹ ਬਿਲਕੁਲ ਉਹੀ ਬਰਛਾ ਸੀ, ਜੋ ਫ਼ਰਿਸ਼ਤਿਆਂ ਤੇ ਸ਼ੈਤਾਨਾਂ ਦੀ ਜੰਗ ਦੌਰਾਨ ਸੁਰਗ ਤੋਂ ਡਿੱਗਿਆ ਸੀ। ਇਹ ਨਿਰਪੱਖਤਾ ਦਾ ਬਰਛਾ ਹੀ ਇੱਕੋ-ਇੱਕ ਆਸ ਦੀ ਕਿਰਨ ਸੀ, ਜਿਸ ਦੀ ਮਦਦ ਨਾਲ ਕ੍ਰੇਟੇ ਦੀਆਂ ਗ਼ੈਰ-ਹਕੀਕੀ ਸ਼ਕਤੀਆਂ ਤੋਂ ਛੁਟਕਾਰਾ ਪਾਇਆ ਜਾ ਸਕਦਾ ਸੀ। ਉਨ੍ਹਾਂ ਸ਼ਕਤੀਆਂ ਦੀ ਮਦਦ ਨਾਲ ਹੀ ਕ੍ਰੇਟੇ ਅਣਮਨੁੱਖੀ ਕਾਰੇ ਕਰਦਾ ਸੀ ਅਤੇ ਵਹਿਸ਼ੀਆਨਾ ਹਰਕਤਾਂ ਨੂੰ ਅੰਜਾਮ ਦਿੰਦਾ ਸੀ।

ਹੋਣੀ ਨੇ ਪਹਿਲਾਂ ਤੋਂ ਹੀ ਤੈਅ ਕੀਤਾ ਹੋਇਆ ਸੀ ਕਿ ਬੋਰਿਸ ਉਸ ਬਰਛੇ ਨੂੰ ਵਰਤੇਗਾ। ਬੀਜ-ਧਾਰਕ ਨੇ ਬੋਰਿਸ ਨੂੰ ਸਾਵਧਾਨ ਕੀਤਾ ਕਿ ਉਹ ਅਜਿਹੀ ਥਾਂ 'ਤੇ ਜਾ ਰਿਹਾ ਹੈ, ਜਿੱਥੇ ਪਹਿਲਾਂ ਕਦੇ ਵੀ ਕੋਈ ਨਹੀਂ ਗਿਆ। ਜੇ ਉਸ ਨੂੰ ਲੱਗਦਾ ਹੈ ਕਿ ਕਲੀਸ਼ੀਆ ਦਾ ਜੰਗਲ ਭੇਤ-ਭਰਿਆ ਹੈ, ਤਾਂ ਇਹ ਗੱਲ ਉਹ ਹਾਲੇ ਸਿਰਫ਼ ਉਸ ਨੂੰ ਵੇਖੇ ਬਗੈਰ ਆਖ ਰਿਹਾ ਹੈ। ਉਸ ਨੂੰ ਰਾਹ ਵਿੱਚ ਕਈ ਇਸ ਤਰ੍ਹਾਂ ਦੇ ਜੀਵ-ਜੰਤੂਆਂ ਤੇ ਹਾਲਾਤ ਦਾ ਸਾਹਮਣਾ ਕਰਨਾ ਪਵੇਗਾ ਕਿ ਜਿਸ ਦੀ ਉਸ ਨੇ ਕਦੇ ਕਲਪਨਾ ਵੀ ਨਹੀਂ ਕੀਤੀ ਹੋਵੇਗੀ। ਬੋਰਿਸ ਨੇ ਇਹ ਸਭ ਕੁਝ ਪ੍ਰਵਾਨ ਕਰ ਲਿਆ ਤੇ ਉਸ ਨੂੰ ਸਾਵਧਾਨ ਕਰਨ ਵਾਲੇ ਬੀਜ-ਧਾਰਕ ਦੀ ਇਸ ਅਗਾਊਂ ਜਾਣਕਾਰੀ ਲਈ ਸ਼ਲਾਘਾ ਕੀਤੀ। ਤਦ ਬੋਰਿਸ ਵਿਲਸ ਪਰਬਤਾਂ ਵੱਲ ਰਵਾਨਗੀ ਪਾ ਗਿਆ।

ਇੱਕ ਪਾਸੇ ਬੋਰਿਸ ਨੇ 'ਨਿਰਪੱਖਤਾ' ਦਾ ਬਰਛਾ ਲੱਭਣ ਲਈ ਆਪਣੀ ਯਾਤਰਾ ਸ਼ੁਰੂ ਕੀਤੀ ਤੇ ਦੂਜੇ ਪਾਸੇ ਜ਼ੀਆ ਜੰਗਲ ਵਿੱਚ ਬੋਰਿਸ ਦੀ ਭਾਲ ਵਿੱਚ ਇੱਧਰ-ਉੱਧਰ ਮਾਰੀ-ਮਾਰੀ ਫਿਰ ਰਹੀ ਸੀ। ਜ਼ੀਆ ਇਸ ਹਕੀਕਤ ਤੋਂ ਪੂਰੀ ਤਰ੍ਹਾਂ ਬੇਖ਼ਬਰ ਸੀ ਕਿ ਤਾਂਤੋਹ ਚੋਰੀ-ਛਿਪੇ ਉਸ ਦਾ ਪਿੱਛਾ ਕਰ ਰਿਹਾ ਸੀ।

ਜੰਗਲ਼ 'ਚ ਕਿਵੇਂ ਨਾ ਕਿਵੇਂ ਆਪਣਾ ਰਾਹ ਬਣਾਉਂਦੀ ਹੋਈ ਤੇ ਕਿਸੇ ਵੀ ਤਰ੍ਹਾਂ ਦੇ ਸੰਭਾਵੀ ਖ਼ਤਰੇ ਦੀ ਪਰਵਾਹ ਕੀਤੇ ਬਗ਼ੈਰ ਜ਼ੀਆ ਅਗਾਂਹ ਵਧਦੀ ਜਾ ਰਹੀ ਸੀ। ਉਹ ਇੱਕ ਅਜਿਹੀ ਥਾਂ 'ਤੇ ਪੁੱਜੀ, ਜੋ ਵੇਖਣ ਨੂੰ ਸਿਰਫ਼ ਉੱਘੜ-ਦੁੱਘੜੇ ਲੱਗੇ ਰੁੱਖ ਹੀ ਨਹੀਂ ਸੀ। ਰੁੱਖਾਂ ਦੀ ਬਣਤਰ ਕੁਝ ਅਜਿਹੀ ਸੀ ਕਿ ਜਿਵੇਂ ਕਿਸੇ ਨਵੇਂ ਤੇ ਗੈਰ-ਤਜ਼ੁਰਬੇਕਾਰ ਆਰਕੀਟੈਕਟ ਨੇ ਉਨ੍ਹਾਂ ਨੂੰ ਤਿਆਰ ਕੀਤਾ ਹੋਵੇ। ਉਹ ਜਗ੍ਹਾ ਬਿਲਕੁਲ ਕੰਧਾਂ ਵਾਲੇ ਘਰ ਵਾਂਗ ਹੀ ਜਾਪ ਰਹੀ ਸੀ; ਜਿਨ੍ਹਾਂ ਉੱਤੇ ਟਹਿਣੀਆਂ ਤੇ ਪੱਤਿਆਂ ਦੀਆਂ ਛੱਤਾਂ ਸਨ। ਇਸ ਤੋਂ ਪਹਿਲਾਂ ਕਿ ਜ਼ੀਆ ਕਿਸੇ ਨੂੰ ਹਾਕ ਮਾਰ ਕੇ ਬੁਲਾਉਂਦੀ ਜਾਂ ਸ਼ਾਇਦ ਬੂਹਾ (ਜੋ ਉਸ ਨੂੰ ਕਿਤੇ ਵੀ ਦਿਸਿਆ ਨਹੀਂ ਸੀ) ਖੜਕਾਉਂਦੀ ਕਿ ਉਸ ਨੂੰ ਕਿਸੇ ਦੇ ਕਦਮਾਂ ਦੀ ਆਵਾਜ਼ ਸੁਣਾਈ ਦਿੱਤੀ। ਉਸ ਨੇ ਖ਼ੁਦ ਨੂੰ ਲੁਕਾਉਣ ਦੀ ਕੋਸ਼ਿਸ਼ ਕੀਤੀ ਪਰ ਜਦੋਂ ਹੀ ਉਸ ਨੇ ਇੱਕ ਰੁੱਖ ਦੇ ਪਿੱਛੇ ਲੁਕਣ ਦੀ ਕੋਸ਼ਿਸ਼ ਕੀਤੀ, ਤਾਂ ਉਹ ਰੁੱਖ ਇੱਕ ਪਾਸੇ ਨੂੰ ਖਿਸਕ ਗਿਆ ਤੇ ਬੀਜ-ਧਾਰਕ ਦੇ ਸਥਾਨ ਦਾ ਪ੍ਰਵੇਸ਼-ਦੁਆਰ ਸਾਹਮਣੇ ਸੀ। ਜ਼ੀਆ ਨੇ ਆਪਣੇ ਜੀਵਨ 'ਚ ਪਹਿਲਾਂ ਕਦੇ ਵੀ ਰੁੱਖ ਨੂੰ ਇੰਝ ਖਿਸਕਦੇ ਨਹੀਂ ਤੱਕਿਆ ਸੀ ਤੇ ਉਹ ਇਹ ਸੋਚ ਕੇ ਵੀ ਡਰ ਗਈ ਕਿ ਕੋਈ ਉਸ ਘਰ ਤੋਂ ਬਾਹਰ ਆ ਰਿਹਾ ਸੀ। ਫਿਰ ਉਸ ਨੇ ਕਿਸੇ ਹੋਰ ਰੁੱਖ ਦੇ ਪਿੱਛੇ ਜਾ ਕੇ ਲੁਕਣ ਦਾ ਯਤਨ ਕੀਤਾ ਪਰ ਉਹ ਰੁੱਖ ਵੀ ਖਿਸਕ ਕੇ ਲਾਂਭੇ ਹੋ ਗਿਆ ਤੇ ਜ਼ੀਆ ਐਤਕੀਂ ਆਪਣੇ ਗੋਡਿਆਂ ਦੇ ਬਾਹਰ ਜ਼ਮੀਨ 'ਤੇ ਡਿੱਗ ਪਈ ਤੇ ਉਸ ਦੇ ਬਿਲਕੁਲ ਸਾਹਮਣੇ ਅੰਦਰ ਜਾਣ ਦਾ ਰਸਤਾ ਸੀ।

ਜ਼ੀਆ ਨੇ ਆਪਣੇ ਹੱਥਾਂ ਦੇ ਸਹਾਰੇ ਨਾਲ ਜ਼ਮੀਨ ਤੋਂ ਉੱਠਣ ਦੀ ਕੋਸ਼ਿਸ਼ ਕੀਤੀ ਤੇ ਉਸ ਵੇਲੇ ਉਸ ਦਾ ਚਿਹਰਾ ਲੰਮੇ ਵਾਲਾਂ ਨਾਲ ਢਕਿਆ ਹੋਇਆ ਸੀ। ਉਸ ਨੇ ਆਪਣੇ ਵਾਲਾਂ 'ਚੋਂ ਹੀ ਆਪਣੇ ਸਾਹਮਣੇ ਦੇ ਪੈਰ ਵੇਖੇ। ਉਸ ਨੇ ਆਪਣੇ ਵਾਲਾਂ ਵਿੱਚੋਂ ਬਣੀ ਇੱਕ ਝੀਤ ਵਿੱਚੋਂ ਦੀ ਉਤਾਂਹ ਤੱਕਿਆ। ਉਹ ਸੋਚ ਰਹੀ ਸੀ ਕਿ ਪਤਾ ਨਹੀਂ ਇਸ ਸੰਘਣੇ ਜੰਗਲ਼ ਵਿੱਚ ਉਸ ਦੇ ਸਾਹਮਣੇ ਕੋਈ ਮਨੁੱਖ ਆ ਗਿਆ ਹੈ ਕਿ ਜਾਂ ਕੋਈ ਹੈਵਾਨ। ਇਸ ਤੋਂ ਪਹਿਲਾਂ ਕਿ ਉਹ ਆਪਣਾ ਚਿਹਰਾ ਉਤਾਂਹ ਚੁੱਕ ਸਕਦੀ, ਬੀਜ-ਧਾਰਕ ਨੇ ਉਸ ਨੂੰ ਦੱਸਿਆ ਕਿ ਡਰਨ ਦੀ ਕੋਈ ਲੋੜ ਨਹੀਂ ਤੇ ਨਾਲ ਹੀ ਉੱਠਣ ਵਿੱਚ ਵੀ ਉਸ ਦੀ ਮਦਦ ਕੀਤੀ। ਤਦ ਜ਼ੀਆ ਦੇ ਮਨ 'ਚੋਂ ਮਾੜੇ ਖ਼ਿਆਲ ਨਿੱਕਲਣ ਲੱਗੇ ਤੇ ਉਸ ਨੂੰ ਕੁਝ ਰਾਹਤ ਮਿਲੀ ਪਰ ਹਾਲੇ ਵੀ ਉਸ ਦੇ ਮਨ 'ਚ ਕੁਝ ਤੌਖਲਾ ਜ਼ਰੂਰ ਸੀ ਤੇ ਉਹ ਹਰ ਮੁਸੀਬਤ ਦਾ ਸਾਹਮਣਾ ਕਰਨ ਲਈ ਤਿਆਰ ਸੀ।

ਬੀਜ-ਧਾਰਕ ਨੇ ਉਸ ਨੂੰ ਕੁਝ ਪਾਣੀ ਦਿੱਤਾ ਤੇ ਉਸ ਨੂੰ ਡੂੰਘਾ ਸਾਹ ਭਰਨ ਦੀ ਸਲਾਹ ਦਿੱਤੀ। ਤਦ ਤੱਕ ਜ਼ੀਆ ਨੂੰ ਇਹ ਭਰੋਸਾ ਹੋ ਗਿਆ ਸੀ ਕਿ ਇਹ ਵਿਅਕਤੀ ਉਸ ਨੂੰ ਕੋਈ ਨੁਕਸਾਨ ਨਹੀਂ ਪਹੁੰਚਾਏਗਾ। ਉਸ ਨੂੰ ਸਮਝ ਨਹੀਂ ਸੀ ਆ ਰਹੀ ਕਿ ਉਹ ਗੱਲ ਕਿੱਥੋਂ ਸ਼ੁਰੂ ਕਰੇ। ਜ਼ੀਆ ਨੇ ਉਸ ਨੂੰ ਏਕਾਰਦਸ ਦੀ ਸ਼ਹਿਜ਼ਾਦੀ ਵਜੋਂ ਆਪਣੀ ਪਛਾਣ ਦੱਸੀ। ਪਰ ਇਸ ਗੱਲ ਤੋਂ ਬੀਜ-ਧਾਰਕ ਨੇ ਕੋਈ ਲੈਣਾ-ਦੇਣਾ ਨਹੀਂ ਸੀ। ਬੀਜ-ਧਾਰਕ ਲਈ ਜ਼ੀਆ ਸਿਰਫ਼ ਇੱਕ ਆਮ ਵਿਅਕਤੀ ਸੀ ਪਰ ਉਸ ਦੇ ਮਨ 'ਚ ਇਹ ਵਿਚਾਰ ਜ਼ਰੂਰ ਵਾਰ-ਵਾਰ ਆ ਰਿਹਾ ਸੀ ਕਿ ਆਖ਼ਰ ਉਹ ਕਲੀਸ਼ੀਆ ਦੇ ਜੰਗਲ਼ ਅੰਦਰ ਦਾਖ਼ਲ ਹੋਣ ਤੋਂ ਬਾਅਦ ਬਚ ਕਿਵੇਂ ਗਈ।

ਜਿਵੇਂ ਹੀ ਜ਼ੀਆ ਕੁਝ ਸੰਭਲੀ, ਉਸ ਨੇ ਬੀਜ-ਧਾਰਕ ਤੋਂ ਬੋਰਿਸ ਬਾਰੇ ਪੁੱਛਿਆ।

'ਤੂੰ ਬੋਰਿਸ ਨੂੰ ਕਿਉਂ ਲੱਭ ਰਹੀ ਹੈਂ?' ਬੀਜ-ਧਾਰਕ ਨੇ ਹੈਰਾਨੀ ਨਾਲ ਪੁੱਛਿਆ

'ਕਿਉਂਕਿ ਮੈਨੂੰ ਉਸ ਦੀ ਪਰਵਾਹ ਹੈ ਤੇ ਉਸ ਦੇ ਦੇਸ਼-ਨਿਕਾਲੇ ਅਤੇ ਉਸ ਦੇ ਇਸ ਜੰਗਲ਼ ਵਿੱਚ ਆਉਣ ਲਈ ਮੈਂ ਖ਼ੁਦ ਨੂੰ ਜ਼ਿੰਮੇਵਾਰ ਸਮਝਦੀ ਹਾਂ।' ਜ਼ੀਆ ਨੇ ਠਰੰਮੇ ਨਾਲ ਜਵਾਬ ਦਿੱਤਾ

ਬੀਜ-ਧਾਰਕ ਨੇ ਤਦ ਉਸ ਨੂੰ ਹਰ ਗੱਲ ਦੱਸੀ ਅਤੇ ਕਿਹਾ ਕਿ ਉਸ ਨੂੰ ਬੋਰਿਸ ਬਾਰੇ ਜਾਣਕਾਰੀ ਹੈ ਤੇ ਉਸ ਨੂੰ ਸਾਵਧਾਨ ਕਰਦਿਆਂ ਕਿਹਾ ਕਿ ਹੁਣ ਏਕਾਰਦਸ ਦਾ ਭਵਿੱਖ ਬੋਰਿਸ ਦੇ ਹੱਥਾਂ 'ਚ ਹੈ। ਜ਼ੀਆ ਨੇ ਕਾਹਨਾਂ ਦੇ ਕੁਰਸੀਨਾਮੇ ਬਾਰੇ ਵੀ ਜਾਣਿਆ ਤੇ ਉਸ ਨੂੰ ਇਹ ਵੀ ਪਤਾ ਲੱਗਾ ਕਿ ਇਸ ਵੇਲੇ ਦੁਨੀਆ 'ਚ ਇਕਲੌਤਾ ਕਾਹਨ ਬੋਰਿਸ ਹੀ ਬਾਕੀ ਰਹਿ ਗਿਆ ਹੈ ਅਤੇ ਸਿਰਫ਼ ਉਹੀ ਏਕਾਰਦਸ ਨੂੰ ਕ੍ਰੈਟੇ ਦੇ ਹਰ ਹਾਲਤ 'ਚ ਹੋਣ ਵਾਲੇ ਹਮਲੇ ਤੋਂ ਬਚਾਅ ਸਕਦਾ ਹੈ - ਤਾਂ ਜ਼ੀਆ ਉਸ ਨੂੰ ਲੈ ਕੇ ਹੋਰ ਵੀ ਗੰਭੀਰ ਹੋ ਗਈ। ਨਾਲ ਹੀ ਬੋਰਿਸ ਲਈ ਉਸ ਦੀ ਚਿੰਤਾ ਵੀ ਵਧ ਗਈ ਕਿਉਂ ਕਿ ਉਹ ਹੁਣ ਉਸ ਨੂੰ ਕਿਸੇ ਵੀ ਹਾਲਤ 'ਚ ਗੁਆਉਣਾ ਨਹੀਂ ਸੀ ਚਾਹੁੰਦੀ।

ਜ਼ੀਆ ਲਈ ਦੋ ਰਾਹ ਸਨ - ਜਾਂ ਤਾਂ ਉਹ ਬੋਰਿਸ ਦੇ ਪਿੱਛੇ ਵਿਫ਼ਸ ਦੇ ਪਰਬਤਾਂ 'ਤੇ ਜਾਵੇ ਜਾਂ ਉਹ ਏਕਾਰਦਸ ਵਾਪਸ ਜਾਵੇ ਤੇ ਸਮਰਾਟ ਨੂੰ ਰਾਜ ਦੇ ਸਿਰ 'ਤੋਂ ਮੰਡਰਾ ਰਹੇ ਖ਼ਤਰੇ ਬਾਰੇ ਅਗਾਊਂ ਜਾਣਕਾਰੀ ਦੇਵੇ। ਇਸ ਤੋਂ ਪਹਿਲਾਂ ਕਿ ਉਹ ਕੋਈ ਫ਼ੈਸਲਾ ਲੈਂਦੀ, ਅਚਾਨਕ ਉਸ ਨੇ ਵੇਖਿਆ ਕਿ ਉਸ

ਦੀ ਅੰਗੂਠੀ ਉਸ ਵੇਲੇ ਆਮ ਦਿਨਾਂ ਨਾਲੋਂ ਕੁਝ ਵਧੇਰੇ ਹੀ ਚਮਕ ਰਹੀ ਸੀ। ਦਰਅਸਲ, ਤਾਂਤੋਹ ਬੀਜ-ਧਾਰਕ ਦੇ ਘਰ ਦੇ ਬਹੁਤ ਨੇੜੇ ਆ ਗਿਆ ਸੀ ਤੇ ਉਹ ਇਸ ਘਰ ਦੀਆਂ ਕੰਧਾਂ ਤੋਂ ਮਸਾਂ 5 ਕੁ ਮੀਟਰ ਦੀ ਦੂਰੀ 'ਤੇ ਸੀ। ਜਿਵੇਂ-ਜਿਵੇਂ ਤਾਂਤੋਹ ਘਰ ਦੇ ਹੋਰ ਨੇੜੇ ਆਉਂਦਾ ਜਾ ਰਿਹਾ ਸੀ, ਤਿਵੇਂ-ਤਿਵੇਂ ਉਹ ਅੰਗੂਠੀ ਨੇ ਵੀ ਦੁਸ਼ਮਣ ਨੂੰ ਦੂਰ ਰੱਖਣ ਲਈ ਆਪਣਾ ਕੰਮ ਕਰਨਾ ਸ਼ੁਰੂ ਕਰ ਦਿੱਤਾ ਸੀ। ਬੀਜ-ਧਾਰਕ ਥੋੜ੍ਹਾ ਦੂਰ ਸੀ, ਮੁੱਖ-ਦੁਆਰ ਵੱਲ, ਤੇ ਜ਼ੀਆ ਨਾਲ ਗੱਲਾਂ ਕਰ ਰਿਹਾ ਸੀ।

ਜਿਵੇਂ ਹੀ ਤਾਂਤੋਹ ਘਰ ਦੇ ਬੂਹੇ ਅੱਗੇ ਪੁੱਜਾ, ਉਸ ਨੂੰ ਮਹਿਸੂਸ ਹੋਇਆ ਕਿ ਜਿਵੇਂ ਉਸ ਨੂੰ ਕਿਸੇ ਨੇ ਧੱਕਾ ਮਾਰਿਆ ਹੋਵੇ। ਉਸ ਨੇ ਇੱਕ ਵਾਰ ਫਿਰ ਘਰ ਦੇ ਨੇੜੇ ਜਾਣ ਦੀ ਕੋਸ਼ਿਸ਼ ਕੀਤੀ ਪਰ ਉਹ ਉਥਮ ਵੱਲੋਂ ਜ਼ੀਆ ਨੂੰ ਦਿੱਤੀ ਅੰਗੂਠੀ ਦੀ ਤਾਕਤ ਕਾਰਣ ਇੱਕ ਵੀ ਕਦਮ ਅੱਗੇ ਪੁੱਟ ਨਹੀਂ ਸੀ ਸਕ ਰਿਹਾ। ਤਾਂਤੋਹ ਨੂੰ ਸਮਝ ਨਹੀਂ ਸੀ ਆ ਰਹੀ ਕਿ ਕਿਹੜੀ ਚੀਜ਼ ਉਸ ਨੂੰ ਜ਼ੀਆ ਤੋਂ ਦੂਰ ਰੱਖ ਰਹੀ ਹੈ; ਇਸੇ ਲਈ ਉਹ ਸੁਰੱਖਿਆ ਘੇਰੇ ਦੇ ਦੁਆਲੇ ਚੱਕਰ ਲਾਉਣ ਲੱਗਾ ਕਿ ਤਾਂ ਜੋ ਉਹ ਕਿਸੇ ਹੋਰ ਪਾਸਿਓਂ ਘਰ ਅੰਦਰ ਜਾਣ ਦਾ ਰਾਹ ਲੱਭ ਸਕੇ। ਹਾਲੇ ਕਿਸਮਤ ਕੁਝ ਹੱਦ ਤੱਕ ਤਾਂਤੋਹ ਦੇ ਹੱਕ 'ਚ ਜਾਪਦੀ ਸੀ ਕਿਉਂਕਿ ਬੀਜ-ਧਾਰਕ ਦੀ ਪਿੱਠ ਮੁੱਖ ਦਰਵਾਜ਼ੇ ਵੱਲ ਸੀ। ਪਹਿਲਾਂ ਤਾਂ ਤਾਂਤੋਹ ਨੇ ਸੋਚਿਆ ਕਿ ਜੇ ਉਹ ਬਾਹਰ ਹੀ ਰੁਕ ਗਿਆ, ਤਾਂ ਹੋ ਸਕਦਾ ਹੈ ਕਿ ਅੰਦਰ ਜੋ ਗੱਲਬਾਤ ਚੱਲ ਰਹੀ ਹੈ, ਉਸ ਦੀ ਜਾਣਕਾਰੀ ਉਸ ਨੂੰ ਨਾ ਮਿਲੇ। ਪਰ ਫਿਰ ਛੇਤੀ ਹੀ ਉਸ ਨੂੰ ਇਹ ਅਹਿਸਾਸ ਵੀ ਹੋ ਗਿਆ ਕਿ ਕੋਈ ਤਾਕਤ ਉਸ ਨੂੰ ਘਰ ਦੇ ਨੇੜੇ ਜਾਣ ਤੋਂ ਵਰਜ ਰਹੀ ਹੈ। ਇਸੇ ਲਈ ਉਸ ਨੇ ਅੰਦਰਲੇ ਵਿਅਕਤੀਆਂ ਨੂੰ ਸੁਰੱਖਿਆ ਘੇਰੇ ਤੋਂ ਬਾਹਰ ਖਿੱਚਣ ਦਾ ਫ਼ੈਸਲਾ ਕੀਤਾ ਕਿ ਤਾਂ ਜੋ ਉਹ ਕਿਸੇ ਗ਼ਲਤ ਕਾਰਵਾਈ ਨੂੰ ਅੰਜਾਮ ਦੇ ਸਕੇ।

ਘਰ ਅੰਦਰ ਮੌਜੂਦ ਕਿਸੇ ਵਿਅਕਤੀ ਨੂੰ ਬਾਹਰ ਲਿਆਉਣ ਦੀ ਮਨਸ਼ਾ ਨਾਲ ਤਾਂਤੋਹ ਨੇ ਜਾਣਬੁੱਝ ਕੇ ਆਪਣਾ ਪੈਰ ਇੱਕ ਚੱਟਾਨ ਨਾਲ ਮਾਰ ਕੇ ਜ਼ੋਰਦਾਰ ਆਵਾਜ਼ ਪੈਦਾ ਕੀਤੀ ਤੇ ਫਿਰ ਤੁਰੰਤ ਹੇਠਾਂ ਡਿੱਗ ਗਿਆ। ਬੀਜ-ਧਾਰਕ ਨੇ ਉਸ ਨੂੰ ਵੇਖਿਆ ਤੇ ਉਸ ਵੱਲ ਇਹ ਵੇਖਣ ਲਈ ਵਧਿਆ ਕਿ ਆਖ਼ਰ ਉਹ ਵਿਅਕਤੀ ਕੌਣ ਹੈ। ਉਹ ਹਾਲੇ ਤਾਂਤੋਹ ਦੇ ਥੋੜ੍ਹਾ ਹੀ ਨੇੜੇ ਪੁੱਜਾ ਸੀ ਕਿ ਉਸ ਨੇ ਉਸ ਦੇ ਹੱਥ ਵਿੱਚ ਫੜੀ ਕੂਟੇ ਦੀ ਲੱਤ ਵੇਖ ਲਈ। ਉਸ ਦੇ ਸਾਹਮਣੇ ਕਈ ਦਹਾਕੇ ਪਹਿਲਾਂ ਬਰਬਾਦੀ ਦੇ ਉਹ ਸਾਰੇ ਮੰਜ਼ਰ ਘੁੰਮ ਗਏ, ਜੋ ਉਸ ਨੇ ਕਈ ਦਹਾਕੇ ਪਹਿਲਾਂ ਕੂਟੇ ਹੱਥੋਂ ਹੁੰਦੇ ਆਪਣੀਆਂ ਅੱਖਾਂ ਨਾਲ ਵੇਖੇ ਸਨ। ਉਹ ਕੂਟੇ

ਅਤੇ ਉਸ ਦੀਆਂ ਅਜੀਬ ਕਿਸਮ ਦੀਆਂ ਲੱਤਾਂ ਕਦੇ ਭੁਲਾ ਹੀ ਨਹੀਂ ਸੀ ਸਕਦਾ। ਇਸੇ ਲਈ ਜਿਵੇਂ ਹੀ ਉਸ ਨੇ ਤਾਂਤੋਹ ਦੇ ਹੱਥ ਵਿੱਚ ਕ੍ਰੈਟੇ ਦੀ ਲੱਤ ਦਾ ਟੁਕੜਾ ਵੇਖਿਆ, ਬੀਜ-ਧਾਰਕ ਸਾਵਧਾਨ ਹੋ ਗਿਆ। ਜੇ ਕਿਤੇ ਉਹ ਇੰਝ ਸਾਵਧਾਨ ਅਤੇ ਚੌਕਸ ਨਾ ਹੁੰਦਾ, ਤਾਂ ਤਾਂਤੋਹ ਨੇ ਉੱਥੇ ਜ਼ਰੂਰ ਉਸ ਨੂੰ ਖ਼ਤਮ ਕਰ ਦੇਣਾ ਸੀ।

ਤਾਂਤੋਹ ਨੇ ਹਾਲੇ ਕ੍ਰੈਟੇ ਦੀ ਲੱਤ ਬੀਜ-ਧਾਰਕ ਦੇ ਸਰੀਰ ਵਿੱਚ ਖੋਭਣ ਲਈ ਆਪਣੀ ਬਾਂਹ ਚੁੱਕੀ ਹੀ ਸੀ ਕਿ ਜ਼ੀਆ ਤੁਰੰਤ ਨੱਸ ਕੇ ਉਸ ਪਾਸੇ ਆ ਗਈ ਤੇ ਉਨ੍ਹਾਂ ਦੇ ਬਹੁਤ ਨੇੜੇ ਆ ਖਲੋਈ। ਜ਼ੀਆ ਦੀ ਅੰਗੂਠੀ ਦੀ ਤਾਕਤ ਕਾਰਨ ਤਾਂਤੋਹ ਨੂੰ ਤੁਰੰਤ ਇੱਕ ਵੱਡਾ ਝਟਕਾ ਲੱਗਾ ਤੇ ਜਿਵੇਂ ਉਸ ਨੂੰ ਇੱਕ ਵੱਡੀ ਤਾਕਤ ਨੇ ਧੱਕ ਕੇ ਪਰ੍ਹਾਂ ਕਰ ਦਿੱਤਾ। ਥੋੜ੍ਹਾ ਦਰਦ ਮਹਿਸੂਸ ਕਰਦਿਆਂ ਤਾਂਤੋਹ ਨੂੰ ਹੁਣ ਪਤਾ ਲੱਗਾ ਸ਼ਹਿਜ਼ਾਦੀ ਕੋਲ ਅਜਿਹੀ ਕੋਈ ਚੀਜ਼ ਹੈ, ਜੋ ਉਸ ਨੂੰ ਦੂਰ ਧੱਕ ਰਹੀ ਹੈ। ਉਸ ਨੇ ਜ਼ੀਆ ਵੱਲ ਇੱਕ ਚਾਕੂ ਵਗਾਹ ਕੇ ਮਾਰਨ ਦੀ ਕੋਸ਼ਿਸ਼ ਕੀਤੀ ਪਰ ਉਹ ਚਾਕੂ ਜ਼ੀਆ ਤੋਂ ਕੁਝ ਦੂਰ ਪਹਿਲਾ ਹੀ ਜ਼ਮੀਨ 'ਤੇ ਡਿੱਗ ਪਿਆ। ਉੱਧਰ ਜ਼ੀਆ ਹਾਲੇ ਵੀ ਉਸ ਤਾਕਤ ਦੀ ਸੱਚਾਈ ਤੋਂ ਅਣਜਾਣ ਸੀ, ਜੋ ਤਾਂਤੋਹ ਨੂੰ ਉਸ ਤੋਂ ਪਰ੍ਹਾਂ ਰੱਖ ਰਹੀ ਸੀ। ਜ਼ੀਆ ਨੇ ਬੀਜ-ਧਾਰਕ ਨੂੰ ਸੁਰੱਖਿਅਤ ਰੱਖਣ ਲਈ ਆਪਣੇ ਨੇੜੇ ਖਿੱਚ ਲਿਆ। ਪਰ ਬੀਜ-ਧਾਰਕ ਦੇ ਮਨ 'ਚ ਤਾਂ ਕੋਈ ਹੋਰ ਹੀ ਚਾਲ ਚੱਲ ਰਹੀ ਸੀ। ਉਸ ਨੂੰ ਪਤਾ ਸੀ ਕਿ ਏਕਾਰਦਸ ਰਾਜ ਨੂੰ ਆਉਣ ਵਾਲੇ ਖ਼ਤਰੇ ਬਾਰੇ ਅਗਾਉਂ ਸਾਵਧਾਨ ਕਰਨ ਲਈ ਓਹਨਾਂ 'ਚੋਂ ਇੱਕ ਨੂੰ ਤਾਂ ਜ਼ਰੂਰ ਮਹਾਰਾਜੇ ਨੂੰ ਇਸ ਬਾਰੇ ਸੁਨੇਹਾ ਦੇਣ ਜਾਣਾ ਹੀ ਪੈਣਾ ਹੈ।

ਇਸ ਦੌਰਾਨ ਤਾਂਤੋਹ ਉਨ੍ਹਾਂ ਦੋਵਾਂ ਦੇ ਨੇੜੇ ਆਉਣ ਨੂੰ ਬੇਤਾਬ ਹੋ ਰਿਹਾ ਸੀ, ਜਦ ਕਿ ਤਦ ਹੀ ਬੀਜ-ਧਾਰਕ ਨੇ ਜ਼ੀਆ ਨੂੰ ਏਕਾਰਦਸ ਵਾਪਸ ਚਲੇ ਜਾਣ ਲਈ ਸਮਝਾਉਣ ਦੀ ਕੋਸ਼ਿਸ਼ ਕੀਤੀ ਤੇ ਕਿਹਾ ਕਿ ਉਹ ਬੇਫ਼ਿਕਰ ਹੋ ਕੇ ਆਪਣੇ ਮਹਿਲ 'ਚ ਪਰਤ ਜਾਵੇ ਕਿਉਂਕਿ ਉਹ ਵੱਧ ਤੋਂ ਵੱਧ ਦੇਰ ਤਾਂਤੋਹ ਨੂੰ ਇੱਥੇ ਹੀ ਉਲਝਾ ਕੇ ਰੱਖੇਗਾ। ਪਰ ਜ਼ੀਆ ਨੂੰ ਪਤਾ ਸੀ ਕਿ ਬੀਜ-ਧਾਰਕ ਉਸ ਸ਼ੈਤਾਨ ਤਾਂਤੋਹ ਵਾਂਗ ਬਾਕਾਇਦਾ ਸਿਖਲਾਈ-ਪ੍ਰਾਪਤ ਲੜਾਕਾ ਨਹੀਂ ਸੀ। ਬੀਜ-ਧਾਰਕ ਨੇ ਜ਼ੀਆ 'ਤੇ ਇਹ ਆਖਦਿਆਂ ਜ਼ੋਰ ਪਾਉਣਾ ਜਾਰੀ ਰੱਖਿਆ ਕਿ ਔਖੇ ਵੇਲੇ ਕਲੀਸੀਆ ਉਸ ਦੀ ਮਦਦ ਕਰਦੀ ਰਹੇਗੀ, ਇਸ ਲਈ ਉਹ ਤਾਂਤੋਹ ਵਿਰੁੱਧ ਲੜਨ ਵਾਲਾ ਇਕੱਲਾ ਹੀ ਵਿਅਕਤੀ ਨਹੀਂ ਹੈ। ਇਹ ਦਲੀਲ ਜ਼ੀਆ ਨੂੰ ਮਨਾਉਣ ਲਈ ਕਾਫ਼ੀ ਵਜ਼ਨਦਾਰ ਸੀ। ਉਸੇ ਛਿਣ ਬੀਜ-ਧਾਰਕ

ਦਾ ਧਿਆਨ ਜ਼ੀਆ ਦੀ ਉਂਗਲੀ 'ਚ ਪਾਈ ਬਹੁਤ ਚਮਕਦਾਰ ਅੰਗੂਠੀ ਵੱਲ ਗਿਆ ਤੇ ਉਸ ਨੂੰ ਵੇਖ ਕੇ ਉਸ ਨੂੰ ਕਾਫ਼ੀ ਅਜੀਬ ਜਿਹਾ ਅਹਿਸਾਸ ਹੋਣ ਲੱਗਾ। ਉਹ ਤੁਰੰਤ ਖੜ੍ਹਾ ਹੋ ਗਿਆ ਤੇ ਜ਼ੀਆ ਨੂੰ ਦੱਸਿਆ ਕਿ ਉਸ ਦੀ ਇਹ ਅੰਗੂਠੀ ਹੀ ਹੁਣ ਤੱਕ ਓਹਨਾਂ ਨੂੰ ਤਾਂਤੇਹ ਤੋਂ ਦੂਰ ਰੱਖ ਰਹੀ ਹੈ ਤੇ ਇਸ ਚਮਤਕਾਰੀ ਅੰਗੂਠੀ ਨੂੰ ਉਹ ਕਿਸੇ ਵੀ ਕੀਮਤ 'ਤੇ ਨਾ ਗੁਆਵੇ। ਇਹ ਜਾਣਦਿਆਂ ਵੀ ਕਿ ਇਹ ਉਸ ਦੀ ਬੀਜ-ਧਾਰਕ ਨਾਲ ਆਖ਼ਰੀ ਮੁਲਾਕਾਤ ਹੋ ਸਕਦੀ ਹੈ, ਜ਼ੀਆ ਨੇ ਉਸ ਦਾ ਸ਼ੁਕਰੀਆ ਅਦਾ ਕੀਤਾ ਤੇ ਏਕਾਰਦਸ ਰਾਜ ਵੱਲ ਵਾਪਸ ਰਵਾਨਗੀ ਪਾ ਲਈ।

ਅਧਿਆਇ 6

ਜੰਗਲ 'ਚ ਜੋ ਕੁਝ ਵੀ ਵਾਪਰ ਰਿਹਾ ਸੀ, ਉਸ ਤੋਂ ਬਿਲਕੁਲ ਅਣਜਾਣ ਬੋਰਿਸ ਜੰਗਲ 'ਚ ਕੁਝ ਮੀਲ ਪੈਦਲ ਚੱਲਦਾ ਰਿਹਾ ਤੇ ਅਚਾਨਕ ਉਸ ਦੇ ਕੰਨੀਂ ਲਗਾਤਾਰ ਉੱਚੀ ਆਵਾਜ਼ ਪੈਣ ਲੱਗੀ ਪਰ ਉਸ ਨੂੰ ਸਮਝ ਨਾ ਪਈ ਕਿ ਇਹ ਹੈ ਕੀ। ਉਹ ਅੱਗੇ ਵਧਦਾ ਰਿਹਾ ਤੇ ਉਹ ਆਵਾਜ਼ ਵੀ ਲਗਾਤਾਰ ਵਧਦੀ ਰਹੀ ਤੇ ਉਹ ਮਹਿਸੂਸ ਕਰ ਰਿਹਾ ਸੀ ਕਿ ਉਹ ਕਿਸੇ ਮਾੜੀ ਚੀਜ਼ ਵੱਲ ਵਧਦਾ ਜਾ ਰਿਹਾ ਹੈ। ਉਸ ਦੇ ਮਨ 'ਚ ਮਾੜੇ ਖ਼ਿਆਲ ਵੀ ਆਉਂਦੇ ਰਹੇ ਕਿ ਹੁਣ ਪਤਾ ਨਹੀਂ ਉਸ ਦਾ ਟਾਕਰਾ ਕਿਹੜੀ ਚੀਜ਼ ਨਾਲ ਹੋਣ ਵਾਲਾ ਹੈ। ਫਿਰ ਉਸ ਨੇ ਰੁੱਖਾਂ ਤੋਂ ਉਤਾਂਹ ਤੱਕਿਆ। ਰੁੱਖਾਂ ਤੋਂ ਉਤਾਂਹ ਉਸ ਨੂੰ ਕੁੱਝ ਸਾਫ਼ ਨਹੀਂ ਵਿਖਾਈ ਦੇ ਰਿਹਾ ਸੀ ਕਿ ਉੱਥੇ ਅਸਲ 'ਚ ਕੀ ਸੀ, ਪਰ ਉਹ ਕੋਈ ਬਹੁਤ ਵਿਸ਼ਾਲ ਪੰਛੀ ਜਿਹਾ ਜਾਪਦਾ ਸੀ। ਬੋਰਿਸ ਨੇ ਉਸ ਨੂੰ ਨਜ਼ਰਅੰਦਾਜ਼ ਕਰਨ ਦੀ ਕੋਸ਼ਿਸ਼ ਕੀਤੀ ਤੇ ਅੱਗੇ ਵਧ ਗਿਆ ਪਰ ਹੁਣ ਉਸ ਨੂੰ ਉਸ ਪੰਛੀ ਦੇ ਬਹੁਤ ਵੱਡੇ-ਵੱਡੇ ਖੰਭ ਸਾਫ਼ ਵਿਖਾਈ ਦੇਣ ਲੱਗ ਪਏ ਸਨ। ਬੋਰਿਸ ਨੂੰ ਆਪਣੇ ਸਿਰ ਤੇ ਖ਼ਤਰਾ ਮੰਡਰਾਉਂਦਾ ਜਾਪ ਰਿਹਾ ਸੀ।

ਬੋਰਿਸ ਇੱਕ ਛਿਣ ਰੁਕਿਆ, ਡੂੰਘਾ ਸਾਹ ਭਰਿਆ ਤੇ ਅਚਾਨਕ ਪੂਰੀ ਤਾਕਤ ਅਤੇ ਤੇਜ਼ ਰਫ਼ਤਾਰ ਨਾਲ ਨੱਸਣ ਲੱਗਾ ਤੇ ਉਸ ਖ਼ਤਰੇ ਤੋਂ ਦੂਰ ਜਾਣ ਲਈ ਤਾਣ ਲਾਉਣ ਲੱਗਾ। ਉਹ ਜਿੰਨੀ ਤੇਜ਼ੀ ਨਾਲ ਨੱਸ ਰਿਹਾ ਸੀ, ਉਸ ਤੋਂ ਵੀ ਤੇਜ਼ੀ ਨਾਲ ਉਸ ਦੀ ਤਲਵਾਰ ਵੀ ਆਪਣਾ ਕੰਮ ਕਰਦੀ ਜਾ ਰਹੀ ਸੀ ਕਿਉਂਕਿ ਰਾਹ ਵਿੱਚ ਆਉਣ ਵਾਲੇ ਜੰਗਲ ਦੇ ਹਰੇਕ ਰੁੱਖ ਦੇ ਤਣੇ ਤੇ ਟਹਿਣੀਆਂ ਨੂੰ ਵੱਢਦੀ ਜਾ ਰਹੀ ਸੀ ਤੇ ਉੱਧਰ ਪੰਛੀ ਬੋਰਿਸ ਦੀ ਹਰੇਕ ਹਰਕਤ 'ਤੇ ਪੂਰੀ ਚੌਕਸ ਨਜ਼ਰ ਰੱਖ ਰਿਹਾ ਸੀ। ਬੋਰਿਸ ਨੂੰ ਅਜੀਬ ਜਿਹੀਆਂ ਆਵਾਜ਼ਾਂ ਹੁਣ ਆਪਣੇ ਬਹੁਤ ਨੇੜੇ ਸੁਣ ਰਹੀਆਂ ਸਨ ਅਤੇ ਉਸ ਨੂੰ ਇਹ ਵੀ ਮਹਿਸੂਸ ਹੋਣ ਲੱਗਾ ਸੀ ਕਿ ਇਹ ਆਵਾਜ਼ਾਂ ਕਿਸੇ ਬਹੁਤ ਉਚਾਈ ਤੋਂ ਹੇਠਾਂ ਡਿੱਗਣ ਵਾਲੇ ਝਰਨੇ ਦੀਆਂ ਹਨ। ਉਸ ਨੂੰ ਲੱਗਾ ਕਿ ਉਹ ਕਿਸੇ ਵੀ ਵੇਲੇ ਪਾਣੀ 'ਚ ਡਿੱਗ ਸਕਦਾ ਹੈ। ਉਸ ਨੇ ਆਪਣੀ ਦੌੜਨ ਦੀ ਰਫ਼ਤਾਰ ਕੁਝ ਘਟਾ ਲਈ ਕਿ ਕਿਤੇ ਅਚਾਨਕ ਧਰਤੀ ਨਾ ਖ਼ਤਮ ਹੋ ਜਾਵੇ ਤੇ ਉਹ ਪਾਣੀਆਂ 'ਚ ਨਾ ਜਾ ਡਿੱਗੇ। ਦਰਅਸਲ, ਉਸਦਾ ਸ਼ੱਕ ਸਹੀ ਸੀ।

ਛੇਤੀ ਹੀ ਸੰਘਣੇ ਰੁੱਖਾਂ ਦੀ ਲੜੀ ਖ਼ਤਮ ਹੋ ਗਈ ਤੇ ਉਸ ਤੋਂ ਸਿਰਫ਼ ਕੁਝ ਕੁ ਗਜ਼ ਅੱਗੇ ਪਾਣੀ ਇੰਨੀ ਤੇਜ਼ੀ ਨਾਲ ਵਹਿ ਰਿਹਾ ਸੀ ਕਿ ਆਮ ਵਿਅਕਤੀ ਕਦੇ ਓਨੀ ਤੇਜ਼ੀ ਬਾਰੇ ਸੋਚ ਵੀ ਨਹੀਂ ਸਕਦਾ। ਸੰਘਣੇ ਤੇ ਸੁੰਨਸਾਨ ਜੰਗਲ ਦੇ ਐਨ ਵਿਚਕਾਰ ਇੰਨੀ ਤੇਜ਼ ਰਫ਼ਤਾਰ ਨਾਲ ਪਾਣੀ ਵਹਿੰਦਾ ਹੋਇਆ

ਮਿਲੇਗਾ, ਇਸ ਬਾਰੇ ਕਦੇ ਕਿਸੇ ਨੇ ਨਹੀਂ ਸੁਣਿਆ ਸੀ। ਪਾਣੀ ਜੰਗਲ਼ 'ਚੋਂ ਹੀ ਕਿਤੋਂ ਆ ਰਿਹਾ ਸੀ ਤੇ ਅੱਗੋ ਜੰਗਲ਼ 'ਚ ਹੀ ਸਮਾਈ ਜਾ ਰਿਹਾ ਸੀ। ਹੁਣ ਬੋਰਿਸ ਦੇ ਸਿਰ 'ਤੇ ਸਿਰਫ਼ ਸਿੱਧਾ ਆਕਾਸ਼ ਹੀ ਸੀ। ਹੁਣ ਤਾਂ ਜਿਵੇਂ ਉਹ ਫਸ ਗਿਆ ਸੀ ਕਿਉਂਕਿ ਉਸ ਸਾਹਮਣੇ ਇੰਨੇ ਤੇਜ਼ ਪਾਣੀ ਤੋਂ ਪਾਰ ਜਾਣ ਦੀ ਵੱਡੀ ਸਮੱਸਿਆ ਸੀ। ਫਿਰ ਉਸ ਨੂੰ ਉਹ ਪੰਛੀ ਯਾਦ ਆਇਆ, ਜੋ ਉਸ ਨੇ ਕੁਝ ਹੀ ਸਮਾਂ ਪਹਿਲਾਂ ਵੇਖਿਆ ਸੀ ਪਰ ਹੁਣ ਉਸ ਨੂੰ ਉਹ ਕਿਤੇ ਵੀ ਵਿਖਾਈ ਨਹੀਂ ਸੀ ਦੇ ਰਿਹਾ - ਇਸ ਗੱਲ ਨੇ ਬੋਰਿਸ ਨੂੰ ਕੁਝ ਭੰਬਲਭੂਸੇ 'ਚ ਪਾ ਦਿੱਤਾ।

ਫਿਰ ਦੂਰ ਉੱਚੇ ਆਕਾਸ਼ 'ਚ ਬੋਰਿਸ ਨੇ ਕੁਝ ਉੱਡਦਾ ਤੱਕਿਆ, ਜਿਵੇਂ ਕੋਈ ਚੀਜ਼ ਖੇਡ ਰਹੀ ਸੀ। ਫਿਰ ਉਹ ਚੀਜ਼ ਉਸ ਦੇ ਨੇੜੇ ਆਉਣ ਲੱਗੀ ਤੇ ਹਵਾ 'ਚ ਅਜੀਬ ਜਿਹੇ ਤਰੀਕੇ ਨਾਲ ਉੱਡਣ ਲੱਗੀ ਤੇ ਕਿਸੇ ਅਜੀਬ ਜਿਹੀ ਸਮਝ ਨਾ ਆਉਣ ਵਾਲੀ ਭਾਸ਼ਾ 'ਚ ਗਾਉਣ ਲੱਗੀ। ਉਹ ਵਸਤੂ ਹੋਰ ਨੇੜੇ ਆਈ, ਤਾਂ ਬੋਰਿਸ ਨੇ ਉਸ ਦੇ ਖੰਭਾਂ ਦੀ ਬਣਤਰ ਨੂੰ ਗ਼ੌਰ ਨਾਲ ਵੇਖਿਆ ਕਿ ਇਹ ਤਾਂ ਉਹੀ ਪੰਛੀ ਸੀ, ਜੋ ਉਸ ਨੇ ਥੋੜ੍ਹਾ ਸਮਾਂ ਪਹਿਲਾਂ ਜੰਗਲ਼ 'ਚ ਨੱਸਦੇ ਸਮੇਂ ਰੁੱਖਾਂ ਵਿੱਚੋਂ ਦੀ ਤੱਕਿਆ ਸੀ।

ਬੋਰਿਸ ਤਦ ਪਾਣੀ ਦੇ ਬਹਾਅ ਦੇ ਉਲਟ ਨੱਸਣ ਲੱਗਾ ਪਰ ਪੰਛੀ ਤਾਂ ਉਸ ਤੋਂ ਕਿਤੇ ਜ਼ਿਆਦਾ ਤੇਜ਼ ਸੀ ਤੇ ਕੁਝ ਸੈਕੰਡਾਂ 'ਚ ਹੀ ਉਸ ਦੇ ਕੋਲ ਆ ਗਿਆ ਤੇ ਐਨ ਉਸ ਦੇ ਸਿਰ ਕੋਲੋਂ ਕੁਝ ਇਸ ਤਰੀਕੇ ਨਾਲ ਲੰਘਿਆ ਕਿ ਬੋਰਿਸ ਜ਼ਮੀਨ 'ਤੇ ਡਿੱਗ ਪਿਆ। ਉਹ ਆਪਣੇ-ਆਪ ਨੂੰ ਸੰਭਾਲ਼ ਕੇ ਮੁੜ ਉੱਠ ਖਲੋਇਆ ਤੇ ਇਸ ਵਾਰ ਉਹ ਪਾਣੀ ਵਗਣ ਦੀ ਦਿਸ਼ਾ ਵੱਲ ਨੱਸਣ ਲੱਗਾ ਪਰ ਪੰਛੀ ਫਿਰ ਉਸ ਦੇ ਐਨ ਸਿਰ 'ਤੇ ਆ ਕੇ ਉਡਾਰੀਆਂ ਭਰਨ ਲੱਗਾ। ਉਹ ਪੰਛੀ ਇੰਨਾ ਨੇੜੇ ਸੀ ਕਿ ਬੋਰਿਸ ਨੂੰ ਉਸ ਦੇ ਪੰਜੇ ਵੀ ਚੁਭਣ ਲੱਗ ਪਏ ਸਨ। ਦਰਅਸਲ, ਉਹ ਪੰਛੀ ਤਾਂ ਜਿਵੇਂ ਬੋਰਿਸ ਨਾਲ ਖੇਡਣ ਲੱਗ ਪਿਆ ਸੀ; ਬਿਲਕੁਲ ਉਵੇਂ ਜਿਵੇਂ ਕੋਈ ਸ਼ਿਕਾਰੀ ਆਪਣੇ ਸ਼ਿਕਾਰ ਨਾਲ ਖੇਡਦਾ ਹੋਵੇ। ਇਸ ਦੌਰਾਨ ਉਹ ਵਿਸ਼ਾਲ ਪੰਛੀ ਬੜੇ ਅਜੀਬ ਜਿਹੇ ਤਰੀਕੇ ਨਾਲ ਕਈ ਤਰ੍ਹਾਂ ਦੇ ਸੁਰਾਂ 'ਚ ਗਾ ਵੀ ਰਿਹਾ ਸੀ - ਉਸ ਦੀ ਆਵਾਜ਼ ਡਰਾਉਣੀ ਨਹੀਂ, ਸਗੋਂ ਕੁਝ ਹਾਸੋਹੀਣੀ ਜਾਪ ਰਹੀ ਸੀ। ਫਿਰ ਬੋਰਿਸ ਨੇ ਜਿਵੇਂ ਕੁਝ ਮਨ 'ਚ ਧਾਰ ਲਿਆ ਸੀ - ਉਹ ਭੱਜਦਾ-ਭੱਜਦਾ ਅਚਾਨਕ ਰੁਕ ਗਿਆ ਤੇ ਉਸ ਨੇ ਇੱਕ ਥਾਂ 'ਤੇ ਖਲੋ ਕੇ ਆਪਣੀ ਤਲਵਾਰ ਬਾਹਰ ਕੱਢ ਲਈ। ਹੁਣ ਉਹ ਆਪਣੇ ਵੱਲ ਆ ਰਹੇ ਪੰਛੀ ਨਾਲ ਮੁਕਾਬਲਾ ਕਰਨਾ ਚਾਹੁੰਦਾ ਸੀ।

ਫਿਰ ਬੋਰਿਸ ਨਾਲ ਅਜਿਹਾ ਕੁਝ ਵਾਪਰ ਗਿਆ, ਜਿਸ ਬਾਰੇ ਉਹ ਕਦੇ ਸੋਚ ਵੀ ਨਹੀਂ ਸਕਦਾ ਸੀ। ਪੰਛੀ ਐਨ ਉਸ ਦੇ ਸਾਹਮਣੇ ਕੁਝ ਕੁ ਫ਼ੁੱਟ ਦੀ ਦੂਰੀ 'ਤੇ ਧਰਤੀ 'ਤੇ ਉੱਤਰ ਗਿਆ। ਉਸ ਪੰਛੀ ਨੇ ਬੋਰਿਸ 'ਤੇ ਹਮਲਾ ਨਹੀਂ ਕੀਤਾ, ਸਗੋਂ ਆਪਣੇ ਪੰਜੇ ਇੱਧਰ-ਉੱਧਰ ਹਿਲਾ ਕੇ ਕਿਸੀ ਤਵ੍ਹਾਂ ਦੀਆਂ ਸੁਰਾਂ ਮੂੰਹ 'ਚੋਂ ਕੱਢਣ ਲੱਗਾ ਜਿਵੇਂ ਉਹ ਨੱਚ ਰਿਹਾ ਹੋਵੇ। ਨਾਲ ਹੀ ਉਸ ਦੇ ਖੰਬ ਵੀ ਇੱਕ ਲੈਅ-ਤਾਲ ਵਿੱਚ ਹਿੱਲ ਰਹੇ ਸਨ, ਜੋ ਉਸ ਪੰਛੀ ਦੇ ਨਾਚ ਨੂੰ ਸਗੋਂ ਸੋਹਣਾ ਬਣਾ ਰਹੇ ਸਨ। ਕੁਝ ਛਿਣਾਂ 'ਚ ਹੀ ਉਸ ਨੇ ਆਪਣੀ ਹਰੇਕ ਹਿੱਲਜੁੱਲ ਬੰਦ ਕਰ ਦਿੱਤੀ ਅਤੇ ਬਿਨਾ ਕੋਈ ਹਾਵ-ਭਾਵ ਪ੍ਰਗਟਾਏ ਸਿੱਧਾ ਬੋਰਿਸ ਦੀਆਂ ਅੱਖਾਂ ਵਿੱਚ ਤੱਕਣ ਲੱਗਾ। ਇਸ ਸਭ ਦੌਰਾਨ ਬੋਰਿਸ ਦਾ ਦਿਮਾਗ਼ ਵੀ ਤੇਜ਼ੀ ਨਾਲ ਪਰ ਕੁਝ ਭੰਬਲਭੂਸੇ 'ਚ ਘੁੰਮ ਰਿਹਾ ਸੀ ਕਿਉਂਕਿ ਉਸ ਨੂੰ ਇਹ ਸਮਝ ਨਹੀਂ ਸੀ ਆ ਰਹੀ ਕਿ ਕੀ ਇਹ ਪੰਛੀ ਉਸ ਨੂੰ ਮਾਰਨ ਆਇਆ ਹੈ ਕਿ ਜਾਂ ਕੀ ਉਹ ਹੁਣ ਹਮਲਾ ਕਰਨ ਜਾ ਰਿਹਾ ਹੈ - ਜਿਹੇ-ਜਿਹੀਆਂ ਹਰਕਤਾਂ ਉਹ ਪੰਛੀ ਕਰ ਰਿਹਾ ਸੀ, ਉਸ ਤੋਂ ਤਾਂ ਬੋਰਿਸ ਨੂੰ ਇਹੇ ਜਾਪ ਰਿਹਾ ਸੀ ਕਿ ਉਸ ਦੀ ਮਨਸ਼ਾ ਉਸ ਨੂੰ ਮਾਰਨ ਦੀ ਹੀ ਹੈ। ਫਿਰ ਅਚਾਨਕ ਉਸ ਪੰਛੀ ਦੇ ਨਾਚ ਦੇ ਅੰਦਾਜ਼ 'ਤੇ ਗਾਉਣ ਦੇ ਵਿਵਹਾਰ ਤੋਂ ਇਹ ਲੱਗਣ ਲੱਗਾ ਕਿ ਉਹ ਕੋਈ ਨੁਕਸਾਨ ਨਹੀਂ ਪਹੁੰਚਾਏਗਾ। ਹੁਣ ਪੰਛੀ ਬੋਰਿਸ ਦੇ ਬਿਲਕੁਲ ਸਾਹਮਣੇ ਖੜ੍ਹਾ ਉਸ ਨੂੰ ਵੇਖ ਰਿਹਾ ਸੀ 'ਤੇ ਉਸ ਨੂੰ ਵੇਖ ਕੇ ਬਿਲਕੁਲ ਵੀ ਨਹੀਂ ਲੱਗਦਾ ਸੀ ਕਿ ਉਹ ਕੋਈ ਹਮਲਾ ਕਰੇਗਾ। ਇਸੇ ਲਈ ਬੋਰਿਸ ਕੁਝ ਦੋਚਿੱਤੀ 'ਚ ਪੈ ਗਿਆ ਕਿ ਹੁਣ ਕੀ ਕੀਤਾ ਜਾਵੇ।

ਇਹ ਵਿਖਾਉਣ ਲਈ ਕਿ ਉਹ ਅਮਨ ਚਾਹੁੰਦਾ ਹੈ, ਬੋਰਿਸ ਨੇ ਹੌਲੀ ਜਿਹੇ ਆਪਣੀ ਤਲਵਾਰ ਹੇਠਾਂ ਰੱਖ ਦਿੱਤੀ 'ਤੇ ਆਪਣੀਆਂ ਬਾਹਾਂ ਉੱਪਰ ਕਰ ਕੇ ਉਸ ਨੂੰ ਆਪਣੇ ਖ਼ਾਲੀ ਹੱਥ ਵਿਖਾਏ। ਤਦ ਉਸ ਪੰਛੀ ਨੇ ਹੋਰ ਵੀ ਹੈਰਾਨ ਕੀਤਾ, ਜਦੋਂ ਉਹ ਕਿਸੇ ਮਨੁੱਖ ਵਾਂਗ ਬਹੁਤ ਹੀ ਸਨਿਮਰ ਲਹਿਜੇ 'ਚ ਬੋਲਿਆ:

'ਓ ਮੁੰਡਿਆ, ਕੀ ਤੂੰ ਬੋਲਦਾ ਨਹੀਂ?'

ਬੋਰਿਸ ਨੂੰ ਆਪਣੇ ਕੰਨਾਂ 'ਤੇ ਯਕੀਨ ਨਾ ਹੋਇਆ ਕਿ ਉਸ ਨੇ ਪੰਛੀ ਦੇ ਮੂੰਹੋਂ ਇਹ ਸਭ ਸੁਣਿਆ ਹੈ। ਇੰਨੇ ਨੂੰ ਪੰਛੀ ਨੇ ਉਸ 'ਤੇ ਦੂਜਾ ਸੁਆਲ ਦਾਗ਼ ਦਿੱਤਾ:

'ਕੀ ਤੈਨੂੰ ਪਤੈ ਕਿ ਤੂੰ ਕਿੱਥੇ ਜਾ ਰਿਹੈਂ ਜਾਂ ਕਿਤੇ ਤੂੰ ਰਾਹ ਤਾਂ ਨਹੀਂ ਭੁੱਲ ਗਿਆ?'

ਬੋਰਿਸ ਆਪਣੇ ਮਨ ਨੂੰ ਸ਼ਾਂਤ ਕਰਨ ਦੀ ਕੋਸ਼ਿਸ਼ ਕਰ ਰਿਹਾ ਸੀ ਤੇ ਨਾਲ ਹੀ ਸਾਰੇ ਹਾਲਾਤ ਨੂੰ ਵੀ ਸਮਝ ਰਿਹਾ ਸੀ। ਉਸ ਨੇ ਪੰਛੀ ਨੂੰ ਜਵਾਬ ਦਿੱਤਾ ਕਿ ਉਸ ਨੂੰ ਚੰਗੀ ਤਰ੍ਹਾਂ ਪਤਾ ਹੈ ਕਿ ਉਹ ਕਿੱਥੇ ਜਾ ਰਿਹਾ ਹੈ ਪਰ ਹੁਣ ਉਸ ਦੇ ਰਾਹ 'ਚ ਇਹ ਤੇਜ਼ ਵਗਦਾ ਪਾਣੀ ਆ ਗਿਆ ਹੈ ਤੇ ਉਸ ਨੂੰ ਸਮਝ ਨਹੀਂ ਆ ਰਿਹਾ ਕਿ ਉਹ ਉਸ ਨੂੰ ਪਾਰ ਕਿਵੇਂ ਕਰੇ। ਇਹ ਮਹਿਸੂਸ ਕਰਦਿਆਂ ਕਿ ਪੰਛੀ ਨਾਲ ਉਸ ਦੀ ਗੱਲਬਾਤ ਦੋਸਤਾਨਾ ਹੁੰਦੀ ਜਾ ਰਹੀ ਹੈ, ਉਸ ਨੇ ਪੰਛੀ ਨੂੰ ਪੁੱਛਿਆ ਕਿ ਉਸ ਦਾ ਨਾਂ ਕੀ ਹੈ ਤੇ ਉਹ ਉਸ ਦਾ ਪਿੱਛਾ ਕਿਉਂ ਕਰ ਰਿਹਾ ਸੀ।

ਪੰਛੀ ਨੇ ਜਵਾਬ ਦਿੱਤਾ, "ਮੇਰਾ ਨਾਂ ਪਰਿੰਦਾ ਹੈ, ਪਰਿੰਦਾ - ਇਹ ਸਾਰੇ ਰੁੱਖ ਮੈਨੂੰ ਇਸੇ ਨਾਂ ਨਾਲ ਸੱਦਦੇ ਨੇ। ਸ਼ਾਇਦ ਇੱਥੇ ਮੇਰੇ ਦੋਸਤ ਸਿਰਫ਼ ਇਹੋ ਨੇ। ਤੇਰਾ ਪਿੱਛਾ ਕਰਨ ਦਾ ਕਾਰਣ ਵੀ ਤੈਨੂੰ ਦੱਸਾਂਗਾ ਬੱਚੇ, ਹਾਲੇ ਆਪਾਂ ਕੁਝ ਹੋਰ ਗੱਲਾਂ ਕਰ ਲਈਏ।"

ਬੋਰਿਸ ਨੂੰ ਲਗਭਗ ਪੱਕਾ ਯਕੀਨ ਹੋ ਗਿਆ ਸੀ ਕਿ ਉਸ ਪਰਿੰਦੇ ਦੀ ਇੱਛਾ ਉਸ ਨੂੰ ਮਾਰਨ ਦੀ ਨਹੀਂ ਹੈ। ਇਸੇ ਲਈ, ਉਸ ਨੇ ਪਰਿੰਦੇ ਨੂੰ ਪੁੱਛਿਆ ਕਿ ਉਹ ਉਸ ਤੋਂ ਕੀ ਚਾਹੁੰਦਾ ਹੈ ਪਰ ਨਾਲ ਹੀ ਇਹ ਵੀ ਕਿਹਾ ਕਿ ਉਹ ਥੋੜ੍ਹਾ ਛੇਤੀ ਕਰੇ ਕਿਉਂਕਿ ਉਸ ਨੇ ਹਾਲੇ ਬਹੁਤ ਵੱਡਾ ਪੈਂਡਾ ਤਹਿ ਕਰਨਾ ਹੈ।

ਤਦ ਪਰਿੰਦੇ ਨੇ ਉਸ ਨੂੰ ਸਾਦਾ ਜਿਹਾ ਸੁਆਲ ਪੁੱਛਿਆ:

"ਮੁੰਡਿਆ, ਤੂੰ ਇਹ ਤੇਜ਼ ਵਗਦਾ ਪਾਣੀ ਕਿਵੇਂ ਪਾਰ ਕਰੇਂਗਾ?"

ਬੋਰਿਸ ਕੋਲ ਇਸ ਦਾ ਕੋਈ ਜੁਆਬ ਨਹੀਂ ਸੀ। ਉਹ ਪਰਿੰਦਾ ਤਦ ਥੋੜ੍ਹਾ ਗੰਭੀਰ ਹੋ ਗਿਆ ਤੇ ਬੋਰਿਸ ਨੂੰ ਕਿਹਾ ਕਿ ਉਸ ਲਈ ਇਹ ਕੋਈ ਵੱਡੇ ਪ੍ਰਸ਼ਨ ਨਹੀਂ ਹਨ, ਇਹ ਤਾਂ ਮਹਿਜ਼ ਇੱਕ ਖੇਡ ਸੀ। ਹੁਣ ਖੇਡਣ ਦਾ ਸਮਾਂ ਖ਼ਤਮ ਹੋ ਗਿਆ ਹੈ। ਪੰਛੀ ਕੋਲ ਬੋਰਿਸ ਲਈ ਕੋਈ ਅਹਿਮ ਜਾਣਕਾਰੀ ਸੀ।

ਪਰਿੰਦੇ ਨੇ ਕਿਹਾ, "ਮੁੰਡਿਆ ਤੂੰ ਏਸ ਜੰਗਲ਼ 'ਚ ਇਕੱਲਾ ਨਹੀਂ ਐਂ।" ਬੋਰਿਸ ਨੇ ਉਸ ਦੀ ਇਸ ਗੱਲ ਦਾ ਮਤਲਬ ਪੁੱਛਿਆ। ਉਸ ਪਰਿੰਦੇ ਨੇ ਪਹਿਲਾਂ ਆਪਣੀ ਕਹਾਣੀ ਦੱਸੀ ਕਿ ਉਹ ਕਈ ਜੁਗਾਂ ਤੋਂ ਸਦਾ ਕਲੀਸ਼ੀਆ ਤੇ ਇਸ ਜੰਗਲ਼ ਦੇ ਨਾਲ ਰਿਹਾ ਹੈ। ਜੇ ਕੋਈ ਵਿਅਕਤੀ ਆਪਣੇ ਕਿਸੇ ਖੁਦਗਰਜ਼

ਮੰਤਵਾਂ ਨਾਲ ਜੰਗਲ਼ 'ਚ ਦਾਖ਼ਲ ਹੁੰਦਾ ਹੈ, ਤਾਂ ਅੰਤ 'ਚ ਉਸ ਦੀ ਰੂਹ ਨੂੰ ਸ਼ਰਾਪ ਮਿਲਦੇ ਹਨ ਤੇ ਉਸ ਨੂੰ ਅਜਿਹੀਆਂ ਵੱਖੋ-ਵੱਖਰੀਆਂ ਪ੍ਰਜਾਤੀਆਂ 'ਚ ਤਬਦੀਲ ਕਰ ਦਿੱਤਾ ਜਾਂਦਾ ਹੈ ਕਿ ਤਾਂ ਜੋ ਮਨੁੱਖ ਉਸ ਨੂੰ ਕਦੇ ਵੀ ਪ੍ਰਵਾਨ ਨਾ ਕਰ ਸਕਣ। ਉਹ ਪਰਿੰਦਾ, ਜਦੋਂ ਹਾਲੇ ਨਿੱਕੀ ਉਮਰ ਦਾ ਹੀ ਸੀ, ਤਾਂ ਇੱਕ ਵਾਰ ਉਸ ਵਿੱਚ ਉਤਸੁਕਤਾ ਪੈਦਾ ਹੋਈ ਕਿ 'ਸਿਆਣਿਆਂ ਦੇ ਆਖੇ ਤੋਂ ਉਲਟ ਜਾ ਕੇ ਵੇਖੀਏ, ਕੀ ਹੁੰਦਾ ਹੈ।' ਉਸ ਨੂੰ ਦੱਸਿਆ ਗਿਆ ਸੀ ਕਿ ਕਲੀਸੀਆ ਦਾ ਜੰਗਲ਼ ਕਿਸੇ ਦਾ ਵੀ ਮਿੱਤ ਨਹੀਂ ਹੈ, ਇਸੇ ਲਈ ਉਸ ਨੇ ਲੋਕਾਂ ਨੂੰ ਗ਼ਲਤ ਸਿੱਧ ਕਰਨ ਦੀ ਸੋਚੀ। ਉਸ ਨੇ ਇਹੋ ਸੋਚਿਆ ਕਿ ਉਹ ਜੰਗਲ਼ 'ਚ ਜਾ ਕੇ ਤੇ ਫਿਰ ਵਾਪਸ ਆ ਕੇ ਆਪਣੇ-ਆਪ ਨੂੰ ਮਸ਼ਹੂਰ ਕਰ ਲਵੇਗਾ। ਪਰ ਇਸ ਦਾ ਖ਼ਮਿਆਜ਼ਾ ਉਸ ਨੂੰ ਭੁਗਤਣਾ ਪਿਆ। ਜਿਵੇਂ ਹੀ ਉਹ ਕਲੀਸੀਆ ਦੇ ਜੰਗਲ਼ 'ਚ ਦਾਖ਼ਲ ਹੋਇਆ, ਕੁਝ ਮਿੰਟ ਤਾਂ ਉਹ ਚੱਲਦਾ ਰਿਹਾ। ਫਿਰ ਉਸ ਨੂੰ ਡਰ ਲੱਗਣ ਲੱਗ ਪਿਆ ਤੇ ਉਸ ਨੇ ਵਾਪਸ ਜਾਣਾ ਚਾਹਿਆ। ਜਦੋਂ ਵੀ ਉਹ ਕਿਸੇ ਪਾਸੇ ਨੂੰ ਜਾਣ ਦੀ ਕੋਸ਼ਿਸ਼ ਕਰਦਾ, ਤਾਂ ਰੁੱਖ ਵੀ ਉਸੇ ਪਾਸੇ ਨੂੰ ਚੱਲਣ ਲੱਗਦੇ। ਇੰਝ ਉਹ ਸੰਘਣੇ ਜੰਗਲ਼ 'ਚ ਚਲਾ ਗਿਆ ਤੇ ਉਸ ਨੂੰ ਵਾਪਸੀ ਦਾ ਕੋਈ ਰਾਹ ਨਾ ਲੱਭਿਆ। ਫਿਰ ਕੁਝ ਚਿਰ ਪਿੱਛੋਂ ਉਹ ਡਰ ਤੇ ਮਾਨਸਿਕ ਦਬਾਅ ਕਾਰਣ ਬੇਹੋਸ਼ ਹੋ ਗਿਆ। ਜਦੋਂ ਉਸ ਦੀ ਅੱਖ ਖੁੱਲ੍ਹੀ, ਤਾਂ ਉਹ ਇੱਕ ਪੰਛੀ ਬਣ ਚੁੱਕਾ ਸੀ ਤੇ ਇੱਕ ਰੁੱਖ ਨੇ ਉਸ ਨੂੰ ਦੱਸਿਆ ਕਿ ਜਦੋਂ ਵੀ ਕਦੇ ਉਸ ਨੇ ਇਸ ਜੰਗਲ਼ ਦੀ ਹੱਦ ਨੂੰ ਪਾਰ ਕਰ ਕੇ ਕਿਤੇ ਬਾਹਰ ਜਾਣ ਦੀ ਕੋਸ਼ਿਸ਼ ਕੀਤੀ, ਤਾਂ ਉਹ ਉਸੇ ਵੇਲੇ ਖ਼ਤਮ ਹੋ ਜਾਵੇਗਾ।

ਬੋਰਿਸ ਤਦ ਭਾਵੇਂ ਇੱਕ ਪੰਛੀ ਨਾਲ ਗੱਲਾਂ ਕਰ ਰਿਹਾ ਸੀ ਪਰ ਉਹ ਹੁਣ ਪਹਿਲਾਂ ਦੇ ਮੁਕਾਬਲੇ ਕੁਝ ਬਿਹਤਰ ਮਹਿਸੂਸ ਕਰ ਰਿਹਾ ਸੀ, ਕਿਉਂਕਿ ਉਸ ਨੂੰ ਇਹ ਪਤਾ ਲੱਗ ਚੁੱਕਾ ਸੀ ਕਿ ਉਸ ਪੰਛੀ ਵਿੱਚ ਆਤਮਾ ਤਾਂ ਕਿਸੇ ਮਨੁੱਖ ਦੀ ਹੀ ਹੈ। ਇਹ ਸਾਰਾ ਕੁਝ ਇੰਨੀ ਤੇਜ਼ੀ ਨਾਲ ਵਾਪਰ ਗਿਆ ਸੀ ਤੇ ਇਸ ਉੱਤੇ ਉਸ ਨੂੰ ਹੈਰਾਨੀ ਹੋ ਰਹੀ ਸੀ। ਜਦੋਂ ਉਸ ਪਰਿੰਦੇ ਨੇ ਆਪਣੀ ਕਹਾਣੀ ਖ਼ਤਮ ਕੀਤੀ, ਤਾਂ ਬੋਰਿਸ ਨੇ ਉਸ ਦੇ ਉਨ੍ਹਾਂ ਸ਼ਬਦਾਂ ਦਾ ਮਤਲਬ ਪੁੱਛਿਆ, ਜਦੋਂ ਉਸ ਨੇ ਕਿਹਾ ਸੀ 'ਤੂੰ ਇੱਥੇ ਇਕੱਲਾ ਨਹੀਂ ਹੈਂ।' ਤਦ ਉਸ ਪਰਿੰਦੇ ਨੇ ਜਵਾਬ ਦਿੱਤਾ ਕਿ ਉਹ ਆਕਾਸ਼ ਤੋਂ ਸਭ ਕੁਝ ਵੇਖ ਰਿਹਾ ਸੀ ਕਿ ਬੋਰਿਸ ਕਦੋਂ ਜੰਗਲ਼ 'ਚ ਦਾਖ਼ਲ ਹੋਇਆ ਸੀ ਤੇ ਫਿਰ ਬੀਜ-ਧਾਰਕ ਨੂੰ ਮਿਲਿਆ ਸੀ। ਜਦੋਂ ਹੀ ਬੋਰਿਸ ਉੱਥੇ ਗਿਆ, ਤਾਂ ਜ਼ੀਆ ਨਾਂਅ ਦੀ ਇੱਕ ਮੁਟਿਆਰ ਉੱਥੇ ਬੀਜ-ਧਾਰਕ ਨੂੰ ਮਿਲੀ ਸੀ। ਇਸ ਤੋਂ ਪਹਿਲਾਂ ਕਿ ਬੋਰਿਸ ਕੁਝ ਬੋਲ ਸਕਦਾ, ਪਰਿੰਦੇ ਨੇ ਆਪਣੀ ਗੱਲ ਜਾਰੀ ਰੱਖੀ। ਪਰਿੰਦੇ ਨੇ ਅੱਗੇ

ਦੱਸਿਆ ਕਿ ਜ਼ੀਆ ਦਾ ਪਿੱਛਾ ਤਾਂਤੋਹ ਨਾਂਅ ਦਾ ਇੱਕ ਹੋਰ ਵਿਅਕਤੀ ਕਰ ਰਿਹਾ ਸੀ, ਜੋ ਵੇਖਣ ਨੂੰ ਕੋਈ ਮਾੜਾ ਬੰਦਾ ਹੀ ਲੱਗ ਰਿਹਾ ਸੀ। ਉੱਥੇ ਬੀਜ-ਧਾਰਕ ਤੇ ਜ਼ੀਆ ਦੀ ਤਾਂਤੋਹ ਨਾਲ ਲੜਾਈ ਵੀ ਹੋਈ ਸੀ।

ਬੋਰਿਸ ਨੇ ਮਹਿਸੂਸ ਕੀਤਾ ਕਿ ਕ੍ਰੈਟੇ ਦੀ ਫ਼ੌਜ ਹਮਲਾ ਕਰਨ ਵਾਲੀ ਹੈ। ਪਹਿਲਾਂ ਤਾਂ ਉਸ ਦੇ ਮਨ 'ਚ ਵਾਪਸ ਜਾਣ ਤੇ ਬੀਜ-ਧਾਰਕ ਤੇ ਜ਼ੀਆ ਨੂੰ ਬਚਾਉਣ ਦਾ ਵਿਚਾਰ ਆਇਆ ਪਰ ਫਿਰ ਉਸ ਨੇ ਸੋਚਿਆ ਕਿ ਹੁਣ ਸਮੁੱਚਾ ਰਾਜ ਹੀ ਖ਼ਤਰੇ 'ਚ ਹੈ ਤੇ ਉਸ ਨੇ 'ਨਿਰਪੱਖਤਾ ਦਾ ਬਰਛਾ ਲੈਣ ਲਈ ਅੱਗੇ ਵਧਦੇ ਰਹਿਣ ਦਾ ਹੀ ਫ਼ੈਸਲਾ ਕੀਤਾ। ਉਸ ਨੇ ਉੱਥੇ ਖਲੋ ਕੇ ਬੇਹੱਦ ਦ੍ਰਿੜ੍ਹਤਾਪੂਰਬਕ ਆਪਣੀ ਤਲਵਾਰ ਵੱਲ ਵੇਖਿਆ ਤੇ ਆਪਣੇ ਅੰਦਰਲਾ ਸਾਰਾ ਹੌਸਲਾ ਤੇ ਜੋਸ਼ ਇਕੱਠਾ ਕੀਤਾ। ਫਿਰ ਉਸ ਨੇ ਉਸ ਪਰਿੰਦੇ ਨੂੰ ਉਸ ਦਾ ਇੱਕ ਛੋਟਾ ਜਿਹਾ ਕੰਮ ਕਰਨ ਲਈ ਕਿਹਾ ਕਿ ਉਹ ਉਸ ਨੂੰ ਇਸ ਜੰਗਲ਼ ਦੀ ਸੀਮਾ ਤੱਕ ਪਹੁੰਚਾਉਣ 'ਚ ਮਦਦ ਕਰੇ, ਤਾਂ ਜੋ ਉਹ 'ਨਿਰਪੱਖਤਾ ਦਾ ਬਰਛਾ ਲੱਭ ਕੇ ਲਿਆ ਸਕੇ। ਉਸ ਪਰਿੰਦੇ ਨੇ ਕਿਹਾ ਕਿ ਉਹ ਇੰਨਾ ਵੱਡਾ ਕੰਮ ਤਾਂ ਨਹੀਂ ਕਰ ਸਕਦਾ ਪਰ ਇਸ ਵੇਲੇ ਉਹ ਉਸ ਨੂੰ ਇਹ ਤੇਜ਼ ਵਗਦਾ ਪਾਣੀ ਪਾਰ ਕਰਵਾ ਸਕਦਾ ਹੈ ਤੇ ਅਗਲੇਰੀ ਯਾਤਰਾ ਬੋਰਿਸ ਨੂੰ ਆਪਣੇ ਦਮ 'ਤੇ ਹੀ ਕਰਨੀ ਹੋਵੇਗੀ ਕਿਉਂਕਿ ਉਸ ਨਿਰਪੱਖਤਾ ਦੇ ਬਰਛੇ ਤੱਕ ਪੁੱਜਣ ਲਈ ਉਸ ਨੂੰ ਹਾਲੇ ਹੋਰ ਬਹੁਤ ਗੱਲਾਂ ਜਾਣਨੀਆਂ ਜ਼ਰੂਰੀ ਹਨ। ਬੋਰਿਸ ਛਾਲ਼ ਮਾਰ ਕੇ ਉਸ ਪਰਿੰਦੇ ਦੀ ਪਿੱਠ 'ਤੇ ਬੈਠ ਗਿਆ ਤੇ ਉਸ ਨੇ ਤੇਜ਼ ਰਫ਼ਤਾਰ ਨਾਲ ਉੱਡ ਕੇ ਬੋਰਿਸ ਨੂੰ ਪਾਣੀ ਦੇ ਪਾਰ ਛੱਡ ਦਿੱਤਾ। ਬੋਰਿਸ ਨੇ ਉਸ ਪਰਿੰਦੇ ਦਾ ਸ਼ੁਕਰੀਆ ਅਦਾ ਕੀਤਾ। ਉੱਬ ਉਸ ਪਰਿੰਦੇ ਨੇ ਇਹ ਵੀ ਕਿਹਾ ਕਿ ਅੱਗੇ ਵੀ ਜੇ ਕਦੇ ਕਿਤੇ ਬੋਰਿਸ ਨੂੰ ਮਦਦ ਦੀ ਲੋੜ ਹੋਵੇਗੀ, ਉਹ ਉਸ ਦੀ ਮਦਦ ਜ਼ਰੂਰ ਕਰੇਗਾ। ਫਿਰ ਬੋਰਿਸ ਨੇ ਅੱਗੇ ਵਧਣ ਲਈ ਚਾਲੇ ਪਾ ਦਿੱਤੇ।

ਇਸ ਦੌਰਾਨ ਜ਼ੀਆ ਆਪਣੇ ਰਾਜ ਵੱਲ ਵਧਦੀ ਜਾ ਰਹੀ ਸੀ। ਬੀਜ-ਧਾਰਕ ਨੇ ਪੂਰੇ ਜੋਸ਼ ਨਾਲ ਵੱਧ ਤੋਂ ਵੱਧ ਦੇਰ ਤੱਕ ਤਾਂਤੋਹ ਦਾ ਮੁਕਾਬਲਾ ਕਰਨਾ ਜਾਰੀ ਰੱਖਿਆ, ਤਾਂ ਜੋ ਜ਼ੀਆ ਨੂੰ ਆਪਣੇ ਰਾਜ ਤੱਕ ਪਰਤਣ ਦਾ ਵੱਧ ਤੋਂ ਵੱਧ ਮੌਕਾ ਮਿਲ ਸਕੇ ਅਤੇ ਬੋਰਿਸ ਵੀ 'ਨਿਰਪੱਖਤਾ ਦਾ ਬਰਛਾ ਸੁਰੱਖਿਅਤ ਹਾਸਲ ਕਰ ਸਕੇ। ਜੰਗਲ਼ ਦੇ ਅੰਦਰ ਦਾਖ਼ਲ ਹੋਣਾ ਤਾਂ ਸੁਖਾਲ਼ਾ ਸੀ ਪਰ ਬਾਹਰ ਨਿੱਕਲਣ ਦਾ ਰਾਹ ਕਿਤੇ ਜ਼ਿਆਦਾ ਔਖਾ ਸੀ। ਜ਼ੀਆ ਨੇ ਆਪਣੇ ਰਾਜ ਪਰਤਣ ਦੀਆਂ ਕੋਸ਼ਿਸ਼ਾਂ ਜਾਰੀ ਰੱਖੀਆਂ ਕਿ ਤਾਂ ਜੋ ਉਹ ਸਭ ਨੂੰ ਚੌਕਸ

ਕਰ ਸਕੋ। ਉੱਧਰ ਬੀਜ-ਧਾਰਕ ਨੇ ਵੀ ਆਪਣੀ ਸਾਰੀ ਤਾਕਤ ਤੇ ਹਰ ਸ਼ਕਤੀਆਂ ਦੀ ਮਦਦ ਨਾਲ ਤਾਂਤੇਹ ਨਾਲ ਆਪਣੀ ਜੰਗ ਜਾਰੀ ਰੱਖੀ। ਰੁੱਖਾਂ ਨੇ ਵੀ ਉਸ ਦੀ ਜੰਗ ਵਿੱਚ ਉਸ ਦੀ ਮਦਦ ਕੀਤੀ ਪਰ ਤਾਂਤੇਹ ਤੇ ਕ੍ਰੇਟੇ ਦੀ ਲੱਤ ਸਦਾ ਬੀਜ-ਧਾਰਕ ਤੇ ਰੁੱਖਾਂ ਉੱਤੇ ਭਾਰੂ ਪੈਂਦੇ ਜਾ ਰਹੇ ਸਨ।

ਬੋਰਿਸ ਨੂੰ ਹਾਲੇ ਵੀ ਜੰਗਲ਼ ਦੇ ਦੂਜੇ ਸਿਰੇ 'ਤੇ ਵਿਫ਼ਸ ਦੇ ਪਰਬਤਾਂ ਤੱਕ ਪੁੱਜਣ ਲਈ ਇੱਕ ਦਿਨ ਤੇ ਇੱਕ ਰਾਤ ਹੋਰ ਚਾਹੀਦੀ ਸੀ। ਉਸ ਵਿੱਚ ਹਾਲੇ ਲਗਾਤਾਰ ਅੱਗੇ ਵਧਦੇ ਰਹਿਣ ਦੀ ਤਾਕਤ ਮੌਜੂਦ ਸੀ ਪਰ ਫਿਰ ਉਸ ਨੇ ਰਾਤ ਪੈਣ 'ਤੇ ਥੋੜ੍ਹਾ ਆਰਾਮ ਕਰਨ ਦੀ ਸੋਚੀ। ਰਾਹ 'ਚ ਹੀ ਉਸ ਨੇ ਕੁਝ ਰੁੱਖ ਵੇਖੇ, ਜਿਨ੍ਹਾਂ ਉੱਤੇ ਬਹੁਤ ਵੱਡੇ-ਵੱਡੇ ਫਲ਼ ਲੱਗੇ ਹੋਏ ਸਨ ਤੇ ਅਜਿਹੇ ਵਿਸ਼ਾਲ ਫਲ਼ ਉਸ ਨੇ ਪਹਿਲਾਂ ਕਦੇ ਨਹੀਂ ਸੀ ਵੇਖੇ। ਫਲਾਂ ਨਾਲ ਲੱਦੀ ਇੱਕ ਟਹਿਣੀ ਖ਼ੁਦ ਉਸ ਵੱਲ ਝੁਕ ਗਈ ਤੇ ਫਲ਼ ਠੀਕ ਬੋਰਿਸ ਦੇ ਸਾਹਮਣੇ ਕਰ ਦਿੱਤੇ। ਬੋਰਿਸ ਨੂੰ ਇਹ ਸਮਝ ਨਹੀਂ ਸੀ ਆ ਰਹੀ ਕਿ ਅਜਿਹਾ ਸਭ ਕਿਉਂ ਤੇ ਕਿਵੇਂ ਵਾਪਰ ਰਿਹਾ ਹੈ। ਫਿਰ ਉਸੇ ਰੁੱਖ ਨੇ ਉਸ ਨੂੰ ਦੱਸਿਆ ਕਿ ਕਲੀਸ਼ੀਆ ਉਸ ਦੀ ਸਮੁੱਚਾ ਰਾਜ ਬਚਾਉਣ ਦੀ ਸੋਚ ਤੇ ਸਮਝ ਤੋਂ ਪ੍ਰਭਾਵਿਤ ਹੈ ਤੇ ਇਹ ਫਲ਼ ਉਸ ਲਈ ਕਲੀਸ਼ੀਆ ਦਾ ਤੋਹਫ਼ਾ ਹੀ ਹਨ। ਬੋਰਿਸ ਨੇ ਫਲ਼ ਤੋੜੇ, ਰੁੱਖ ਦਾ ਸ਼ੁਕਰੀਆ ਅਦਾ ਕੀਤਾ ਤੇ ਫਲਾਂ ਦਾ ਆਨੰਦ ਮਾਣਦਾ ਹੋਇਆ ਅੱਗੇ ਵਧ ਗਿਆ।

ਜਦੋਂ ਸ਼ਾਮ ਹੋਣ ਲੱਗੀ, ਤਾਂ ਬੋਰਿਸ ਨੇ ਆਲੇ-ਦੁਆਲੇ ਕੋਈ ਅਜਿਹੀ ਥਾਂ ਲੱਭਣ ਦੀ ਕੋਸ਼ਿਸ਼ ਕੀਤੀ, ਜਿੱਥੇ ਉਹ ਕੁਝ ਸਮਾਂ ਬਿਤਾ ਸਕੇ। ਹਨੇਰਾ ਤੇਜ਼ੀ ਨਾਲ ਵਧਦਾ ਜਾ ਰਿਹਾ ਸੀ ਪਰ ਬੋਰਿਸ ਨੂੰ ਕੋਈ ਵੀ ਅਜਿਹੀ ਥਾਂ ਨਹੀਂ ਸੀ ਲੱਭ ਰਹੀ, ਜਿੱਥੇ ਉਹ ਥੋੜ੍ਹੀ ਅੱਗ ਬਾਲ਼ ਕੇ ਰਾਤ ਦੇ ਹਨੇਰੇ 'ਚ ਵੀ ਅੱਗੇ ਵਧਦਾ ਰਹਿ ਸਕੇ। ਫਿਰ ਉਸ ਨੂੰ ਕੁਝ ਦੂਰੀ 'ਤੇ ਗੁਫ਼ਾ ਵਰਗੀ ਥਾਂ ਨਜ਼ਰ ਆਈ। ਉਹ ਉਸ ਵੱਲ ਦੌੜਿਆ ਤੇ ਹੁਣ ਉਸ ਨੂੰ ਗੁਫ਼ਾ ਦੇ ਅੰਦਰ ਜਾਣ ਦਾ ਰਸਤਾ ਬੜਾ ਸਪੱਸ਼ਟ ਵਿਖਾਈ ਦੇ ਰਿਹਾ ਸੀ। ਉਸ ਨੂੰ ਪਤਾ ਸੀ ਕਿ ਇਹ ਜਗ੍ਹਾ ਉਸ ਲਈ ਰਾਤ ਬਿਤਾਉਣ ਲਈ ਠੀਕ ਰਹੇਗੀ ਅਤੇ ਜਾਂ ਫਿਰ ਉਹ ਰੁੱਖਾਂ 'ਚ ਰਾਤ ਬਿਤਾਵੇ। ਉਹ ਛਾਲ਼ ਮਾਰ ਕੇ ਰਤਾ ਉੱਚੀ ਥਾਂ 'ਤੇ ਬਣੀ ਗੁਫ਼ਾ ਦੇ ਮੁੱਖ ਦੁਆਰ ਵੱਲ ਚਲਾ ਗਿਆ ਤੇ ਉਸ ਦੇ ਅੰਦਰ ਵੱਲ ਵਧਿਆ। ਅੰਦਰ ਉਸ ਨੂੰ ਮੱਧਮ ਜਿਹੀ ਰੌਸ਼ਨੀ ਦਿਸੀ। ਉਹ ਬਹੁਤ ਧਿਆਨ ਨਾਲ ਅੱਗੇ ਵਧਣ ਲੱਗਾ ਅਤੇ ਉਹ ਆਪਣੇ ਰਾਹ 'ਚ ਆਉਣ ਵਾਲੇ ਹਰੇਕ ਖ਼ਤਰੇ ਦਾ ਸਾਹਮਣਾ ਕਰਨ ਲਈ ਵੀ ਪੂਰੀ ਤਰ੍ਹਾਂ ਤਿਆਰ ਸੀ।

61

ਪਰ ਉਸ ਨੂੰ ਇਸ ਦੀ ਭੋਰਾ ਵੀ ਭਿਣਕ ਨਹੀਂ ਸੀ ਕਿ ਇੱਥੇ ਕੁਝ ਹੋਰ ਹੈਰਾਨੀਜਨਕ ਵਾਪਰਨ ਵਾਲਾ ਹੈ। ਉਸ ਨੂੰ ਆਪਣੇ ਸੱਜੇ ਪਾਸੇ ਬਿਲਕੁਲ ਨੇੜੇ ਕਿਸੇ ਔਰਤ ਦੀ ਬਹੁਤ ਨਰਮ ਜਿਹੀ ਆਵਾਜ਼ ਸੁਣਾਈ ਦਿੱਤੀ - "ਤੂੰ ਬੋਰਿਸ ਐਂ ਨਾ?"

ਉਸ ਨੇ ਹਨੇਰੇ 'ਚ ਅੱਖਾਂ ਪਾੜ-ਪਾੜ ਕੇ ਵੇਖਣ ਦੀ ਕੋਸ਼ਿਸ਼ ਕੀਤੀ ਪਰ ਉੱਥੇ ਉਸ ਨੂੰ ਕੁਝ ਵੀ ਨਹੀਂ ਦਿਸਿਆ। ਉਹ ਪੁੱਛੇ ਗਏ ਸੁਆਲ ਦਾ ਜੁਆਬ ਦੇਣ ਹੀ ਲੱਗਾ ਸੀ ਕਿ ਉਹੀ ਆਵਾਜ਼ ਤਦ ਉਸ ਦੇ ਖੱਬੇ ਪਾਸੇ ਸੁਣਾਈ ਦਿੱਤੀ ਤੇ ਉਸ ਨੇ ਫਿਰ ਉਸ ਦੇ ਨਾਂ ਦੀ ਪੁਸ਼ਟੀ ਕਰਨੀ ਚਾਹੀ। ਇਸ ਤੋਂ ਪਹਿਲਾਂ ਕਿ ਉਹ ਸੱਚਮੁਚ ਇਹ ਮਹਿਸੂਸ ਕਰ ਸਕਦਾ ਕਿ ਉਹ ਅਸਲ 'ਚ ਕੀ ਸੀ ਤੇ ਕੀ ਚਾਹੁੰਦੀ ਸੀ, ਉਹੀ ਸੁਆਲ ਹੁਣ ਉਸ ਦੇ ਪਿਛਲੇ ਪਾਸਿਓਂ ਸੁਣਾਈ ਦਿੱਤਾ। ਉਹ ਪਰਤਿਆ ਪਰ ਉੱਥੇ ਤਾਂ ਕੁਝ ਵੀ ਨਹੀਂ ਸੀ।

ਉਹ ਉੱਚੀ ਜਿਹੇ ਚੀਕਿਆ,'ਹਾਂ, ਮੈਂ ਬੋਰਿਸ ਹਾਂ। ਬੋਰਿਸ ਹਾਂ। ਹੁਣ ਮੇਰੇ ਨਾਲ ਖੇਡਾਂ ਖੇਡਣੀਆਂ ਬੰਦ ਕਰੋ ਤੇ ਮੈਨੂੰ ਦੱਸੋ ਕਿ ਤੁਸੀਂ ਕੌਣ ਹੋ।'

ਉਸ ਨੇ ਗੁੱਫਾ 'ਚ ਹੀ ਕੁਝ ਦੂਰੀ ਉੱਤੇ ਕੁਝ ਲੱਕੜਾਂ ਬਾਲੀਆਂ ਤੇ ਦੂਜੇ ਪਾਸੇ ਦੀ ਅੱਗ ਦੇ ਬਿਲਕੁਲ ਸਾਹਮਣੇ ਆ ਕੇ ਖਲੋ ਗਈ। ਉਹ ਆਵਾਜ਼ ਸੁਣਨ ਨੂੰ ਤਾਂ ਕਿਸੇ ਖ਼ੂਬਸੂਰਤ ਮੁਟਿਆਰ ਦੀ ਜਾਪ ਰਹੀ ਸੀ ਪਰ ਅਸਲ 'ਚ ਉਹ ਕੋਈ ਅਜਿਹਾ ਜੀਵ ਸੀ, ਜਿਸ ਦਾ ਅੱਧਾ ਧੜ ਤਾਂ ਮਨੁੱਖ ਦਾ ਸੀ ਤੇ ਬਾਕੀ ਦਾ ਉੱਲੂ ਦਾ ਸੀ।

ਬੋਰਿਸ ਨੂੰ ਸਿਰ ਤੋਂ ਪੈਰ ਤੱਕ ਉਹ ਜੀਵ ਬਹੁਤ ਹੀ ਵਿਲੱਖਣ ਜਾਪਿਆ। ਉਸ ਦੀਆਂ ਲੱਤਾਂ ਲੰਮੀਆਂ ਤੇ ਸੁੰਦਰ ਸਨ, ਉਸ ਦਾ ਲੱਕ ਵੀ ਪਤਲਾ ਜਿਹਾ ਸੀ ਪਰ ਉੱਪਰਲਾ ਧੜ ਖੰਭਾਂ ਨਾਲ ਢਕਿਆ ਹੋਇਆ ਸੀ ਤੇ ਉਹ ਇੱਕ ਉੱਲੂ ਅਤੇ ਕਿਸੇ ਸੋਹਣੀ ਕੁੜੀ ਦਾ ਮਿਲਗੋਭਾ ਜਿਹਾ ਸੀ। ਉਸ ਦੀਆਂ ਅੱਖਾਂ ਬਹੁਤ ਅਦਭੁੱਤ ਸਨ। ਬੋਰਿਸ ਨੂੰ ਆਪਣੀਆਂ ਅੱਖਾਂ 'ਤੇ ਯਕੀਨ ਹੀ ਨਹੀਂ ਸੀ ਆ ਰਿਹਾ ਤੇ ਉਸ ਦੀਆਂ ਅੱਖਾਂ ਉਸ ਵੱਲ ਗੱਡੀਆਂ ਹੀ ਰਹਿ ਗਈਆਂ ਸਨ। ਫਿਰ ਉਸ ਨੇ ਆਪਣਾ ਸਿਰ ਹਿਲਾਇਆ, ਆਪਣਾ ਦਿਮਾਗ਼ ਸ਼ਾਂਤ ਕੀਤਾ ਤੇ ਪੁੱਛਿਆ ਕਿ ਉਹ ਕੌਣ ਹੈ।

ਉਸ ਨੇ ਆਪਣੀ ਅਦਭੁਤ ਆਵਾਜ਼ 'ਚ ਜਵਾਬ ਦਿੱਤਾ - 'ਇਲੇਅਰ, ਇਹ ਮੇਰਾ ਨਾਂਅ ਹੈ। ਚਿੰਤਾ ਨਾ ਕਰ। ਮੈਂ ਉਸ ਪਰਿੰਦੇ ਵਾਂਗ ਹੀ ਦੋਸਤਾਨਾ ਹਾਂ।'

ਬੋਰਿਸ ਨੂੰ ਇਹ ਜਾਣ ਕੇ ਵੀ ਝਟਕਾ ਲੱਗਾ ਕਿ ਉਸ ਨੂੰ ਇਹ ਪਤਾ ਸੀ ਕਿ ਉਹ ਪਰਿੰਦੇ ਨੂੰ ਮਿਲਿਆ ਸੀ। ਅਜਿਹੇ ਹੈਰਾਨੀਜਨਕ ਕਾਰਨਾਮੇ ਵੇਖਣ ਤੋਂ ਬਾਅਦ ਉਸ ਨੂੰ ਆਪਣਾ ਸਫ਼ਰ ਹੁਣ ਵਧੀਆ ਜਾਪਣ ਲੱਗ ਪਿਆ ਸੀ। ਉਹ ਹੈਰਾਨੀਜਨਕ ਚੀਜ਼ਾਂ ਤੇ ਗੱਲਾਂ ਪਹਿਲਾਂ ਤਾਂ ਉਸ ਨੂੰ ਡਰਾ ਕੇ ਉਸ ਦਾ ਗਲ਼ਾ ਖ਼ੁਸ਼ਕ ਕਰ ਰਹੀਆਂ ਸਨ ਪਰ ਬਾਅਦ 'ਚ ਜਦੋਂ ਸਭ ਕੁਝ ਦੋਸਤਾਨਾ ਹੋ ਜਾਂਦਾ ਸੀ, ਤਾਂ ਉਸ ਨੂੰ ਸਭ ਵਧੀਆ ਜਾਪਣ ਲੱਗ ਪੈਂਦਾ ਸੀ। ਬੋਰਿਸ ਨੇ ਤਦ ਉਹ ਕਹਾਣੀ ਜਾਣਨੀ ਚਾਹੀ ਕਿ ਆਖ਼ਰ ਇੰਨੇ ਸੋਹਣੇ ਜੀਵ ਕਲੇਅਰ ਦਾ ਜਨਮ ਕਿਵੇਂ ਹੋਇਆ ਸੀ। ਉਸ ਨੇ ਸਭ ਤੋਂ ਪਹਿਲਾਂ ਤਾਂ ਉਸ ਦੀ ਸੋਹਣੀ ਸਿਹਤ ਦੀ ਸ਼ਲਾਘਾ ਕੀਤੀ, ਉਸ ਦੇ ਸਰੀਰ ਦੇ ਹੇਠਲੇ ਧੜ ਵੱਲ ਇਸ਼ਾਰਾ ਕਰਦਿਆਂ ਉਸ ਦੀ ਉਸ ਇਨਸਾਨੀ ਖ਼ੂਬਸੂਰਤੀ ਨੂੰ ਸਲਾਹਿਆ, ਜੋ ਉਸ ਨੇ ਇਸ ਸੁੰਨਸਾਨ ਜੰਗਲ਼ 'ਚ ਵੀ ਕਾਇਮ ਰੱਖੀ ਸੀ। ਫਿਰ ਉਸ ਨੇ ਜਾਣਨਾ ਚਾਹਿਆ ਕਿ ਉਹ ਸ਼ਾਰੀਰਿਕ ਢਾਂਚੇ ਵਿੱਚ ਅੱਧੀ ਮਨੁੱਖ ਤੇ ਅੱਧੀ ਉੱਲੂ ਕਿਵੇਂ ਬਣੀ।

ਕਲੇਅਰ ਨੇ ਪਹਿਲਾਂ ਬੋਰਿਸ ਨੂੰ ਕੁਝ ਖਾਣ ਲਈ ਦਿੱਤਾ ਤੇ ਫਿਰ ਆਪਣੀ ਗਾਥਾ ਸੁਣਾਉਣ ਲੱਗੀ।

"ਮੈਂ ਜ਼ਿਆਸ਼ਾ ਰਾਜ ਦੀ ਵਸਨੀਕ ਸਾਂ। ਮੈਂ ਜਦੋਂ ਹਾਲੇ ਗਭਰੇਟ ਉਮਰ 'ਚ ਹੀ ਸਾਂ, ਤਾਂ ਮੈਨੂੰ ਵੂਲਫ਼ੀ ਨਾਂਅ ਦੇ ਇੱਕ ਬਹੁਤ ਸੋਹਣੇ ਨੌਜਵਾਨ ਨਾਲ ਪਿਆਰ ਹੋ ਗਿਆ ਸੀ। ਉਸ ਵੇਲੇ ਰਾਜਾਂ ਅੰਦਰ ਇੰਝ ਪਿਆਰ ਨਹੀਂ ਕੀਤਾ ਜਾ ਸਕਦਾ ਸੀ। ਇਸ ਤੋਂ ਇਲਾਵਾ ਮੇਰਾ ਭਰਾ ਮੇਰਾ ਵਿਆਹ ਜ਼ਿਆਸ਼ਾ ਦੀ ਫ਼ੌਜ ਵਿੱਚ ਜਵਾਨ ਵਜੋਂ ਕੰਮ ਕਰਦੇ ਆਪਣੇ ਇੱਕ ਦੋਸਤ ਨਾਲ ਕਰਵਾਉਣਾ ਲੋਚਦਾ ਸੀ। ਮੈਨੂੰ ਤੇ ਵੂਲਫ਼ੀ ਨੂੰ ਸਮਝ ਨਹੀਂ ਸੀ ਆ ਰਹੀ ਕਿ ਅਸੀਂ ਆਪਣੇ ਪਿਆਰ ਬਾਰੇ ਕਿਸ ਨਾਲ ਗੱਲ ਕਰੀਏ ਕਿਉਂਕਿ ਅਸੀਂ ਵਿਆਹ ਰਚਾਉਣਾ ਚਾਹੁੰਦੇ ਸਾਂ। ਇੱਕ ਦਿਨ ਜਦੋਂ ਅਸੀਂ ਇੱਕ ਸੁੰਨਸਾਨ ਥਾਂ 'ਤੇ ਮਿਲ ਰਹੇ ਸਾਂ, ਤਾਂ ਸਾਨੂੰ ਆਜੜੀਆਂ ਦੇ ਇੱਕ ਸਮੂਹ ਨੇ ਵੇਖ ਲਿਆ ਸੀ ਤੇ ਅਸੀਂ ਡਰ ਗਏ ਤੇ ਸਾਨੂੰ ਲੱਗਾ ਕਿ ਸਾਡੇ ਪਿਆਰ ਬਾਰੇ ਹੁਣ ਸਭ ਨੂੰ ਪਤਾ ਲੱਗ ਜਾਵੇਗਾ ਅਤੇ ਵੱਡੀ ਮੁਸੀਬਤ 'ਚ ਫਸ ਜਾਵਾਂਗੇ। ਤਦ ਅਸੀਂ ਦੋਵਾਂ ਨੇ ਨੱਸ ਕੇ ਕੁਝ ਸਮੇਂ ਲਈ ਕਲੀਸ਼ੀਆ ਦੇ ਜੰਗਲ਼ 'ਚ ਲੁਕਣ ਦਾ ਫ਼ੈਸਲਾ ਕੀਤਾ, ਤਾਂ ਜੋ ਅਸੀਂ ਰੋਹ 'ਚ ਆਏ ਆਪਣੇ ਪਰਿਵਾਰਕ ਮੈਂਬਰਾਂ ਤੇ ਹੋਰ ਲੋਕਾਂ ਤੋਂ ਬਚ ਸਕੀਏ। ਸਾਨੂੰ ਤਦ ਇਹ ਬਿਲਕੁਲ ਵੀ ਜਾਣਕਾਰੀ ਨਹੀਂ ਸੀ ਕਿ ਅਜਿਹੇ ਸੁਆਰਥੀ ਕਾਰੇ ਨੂੰ ਕਲੀਸ਼ੀਆ ਕਦੇ ਮਾਫ਼ ਨਹੀਂ ਕਰਦੀ। ਜੰਗਲ਼ ਅੰਦਰ ਦਾਖ਼ਲ ਹੋਣ ਤੋਂ

ਕੁਝ ਚਿਰ ਬਾਅਦ ਸਾਨੂੰ ਥਕਾਵਟ ਮਹਿਸੂਸ ਹੋਈ ਤੇ ਅਸੀਂ ਸੌਂ ਗਏ। ਮੈਨੂੰ ਬੱਸ ਇੰਨਾ ਕੁ ਹੀ ਚੇਤੇ ਹੈ ਕਿ ਜਦੋਂ ਮੇਰੀ ਅੱਖ ਖੁੱਲ੍ਹੀ, ਤਾਂ ਮੈਂ ਇਕੱਲੀ ਸਾਂ ਤੇ ਵੂਲਫ਼ੀ ਦੀ ਕੋਈ ਉੱਘ-ਸੁੱਘ ਨਹੀਂ ਸੀ; ਉਹ ਜਿਉਂਦਾ ਸੀ ਜਾਂ ਮੁਰਦਾ। ਮੈਂ ਕਿਸੇ ਨੂੰ ਇਹ ਆਖਦਿਆਂ ਸੁਣਿਆ, ਸ਼ਾਇਦ ਕੋਈ ਬਿਰਖ ਹੀ ਸੀ, ਕਿ ਮੇਰੇ ਉੱਤੇ ਅੱਧੀ ਮਨੁੱਖ ਤੇ ਅੱਧੀ ਬਤੇਰੀ (ਮਾਦਾ ਉੱਲੂ) ਬਣ ਕੇ ਰਹਿਣ ਦੀ ਲਾਹਨਤ ਪਈ ਹੈ। ਜੇ ਮੈਂ ਉੱਡ ਕੇ ਜੰਗਲ਼ ਦੀਆਂ ਸੀਮਾਵਾਂ ਤੋਂ ਬਾਹਰ ਜਾਣ ਦੀ ਕੋਸ਼ਿਸ਼ ਕੀਤੀ, ਤਾਂ ਮੇਰੀ ਮੌਤ ਤੁਰੰਤ ਹੋ ਜਾਵੇਗੀ। ਇਉਂ, ਮੇਰਾ ਇੱਥੇ ਹੀ ਰਹਿਣਾ ਤੇ ਜ਼ਿੰਦਗੀ ਬਿਤਾਉਣਾ ਤਹਿ ਹੋ ਚੁੱਕਾ ਸੀ।"

"ਬੱਸ?" ਬੋਰਿਸ ਕੁਝ ਭੰਬਲਭੂਸੇ ਵਾਲੀ ਸੁਰ 'ਚ ਬੋਲਿਆ, "ਵੂਲਫ਼ੀ ਦਾ ਕੀ ਬਣਿਆ?"

ਕਲੇਅਰ ਕੋਲ ਇਸ ਦਾ ਕੋਈ ਵੀ ਠੋਸ ਜਵਾਬ ਨਹੀਂ ਸੀ।

"ਜੇ ਮੇਰੇ 'ਤੇ ਲਾਹਨਤ ਵਰ੍ਹੀ ਸੀ ਤੇ ਮੈਂ ਅੱਧੀ ਬਤੇਰੀ ਬਣ ਗਈ ਸਾਂ, ਤਾਂ ਵੂਲਫ਼ੀ ਨਾਲ ਵੀ ਅਜਿਹਾ ਕੁਝ ਹੀ ਵਾਪਰਿਆ ਹੋਵੇਗਾ। ਮੈਨੂੰ ਪਤਾ ਹੈ ਕਿ ਉਹ ਇੱਥੇ ਇਸੇ ਜੰਗਲ਼ 'ਚ ਹੀ ਮੇਰੇ ਬਹੁਤ ਕੋਲ਼ ਹੈ। ਉਹ ਵੀ ਮੈਨੂੰ ਉੱਝ ਹੀ ਯਾਦ ਕਰਦਾ ਹੋਵੇਗਾ, ਜਿਵੇਂ ਮੈਂ ਉਸ ਨੂੰ ਕਰਦੀ ਹਾਂ। ਉਹ ਵੀ ਜ਼ਰੂਰ ਮੈਨੂੰ ਚੇਤੇ ਕਰ ਕੇ ਮੇਰੇ ਵਾਂਗ ਰੋਂਦਾ ਹੋਵੇਗਾ, ਜਿਵੇਂ ਮੈਂ ਉਸ ਨੂੰ ਯਾਦ ਕਰਦੀ ਹਾਂ। ਇਹ ਰੁੱਖ ਵੀ ਮੈਥੋਂ ਕੁਝ ਲੁਕਾਉਂਦੇ ਹਨ, ਮੈਨੂੰ ਵੂਲਫ਼ੀ ਬਾਰੇ ਕੁਝ ਨਹੀਂ ਦੱਸਦੇ; ਇਹ ਮੇਰੇ 'ਤੇ ਪਈ ਲਾਹਨਤ ਦਾ ਹੀ ਹਿੱਸਾ ਹੈ। ਹਾਲਤ ਭਾਵੇਂ ਕਿਹੋ ਜਿਹੀ ਵੀ ਕਿਉਂ ਨਾ ਹੋਵੇ ਬੋਰਿਸ, ਮੈਨੂੰ ਪੱਕਾ ਯਕੀਨ ਹੈ ਕਿ ਮੈਨੂੰ ਇੱਕ ਦਿਨ ਵੂਲਫ਼ੀ ਜ਼ਰੂਰ ਲੱਭ ਜਾਵੇਗਾ ਤੇ ਫਿਰ ਅਸੀਂ ਆਖ਼ਰੀ ਦਮ ਤੱਕ ਇਕੱਠੇ ਰਹਾਂਗੇ ਤੇ ਤਦ ਮਰਨ ਦਾ ਵੀ ਸੁਆਦ ਆਵੇਗਾ।"

ਬੋਰਿਸ ਨੇ ਉਸ ਦੇ ਜਜ਼ਬਾਤ ਚੁੱਪਚਾਪ ਸੁਣੇ, ਉਸ ਨੇ ਕਲੇਅਰ ਦੀ ਕਹਾਣੀ ਉੱਤੇ ਕੋਈ ਬਹੁਤਾ ਪ੍ਰਤੀਕਰਮ ਨਾ ਪ੍ਰਗਟਾਇਆ। ਉਹ ਗੁੱਫਾ ਦੇ ਪ੍ਰਵੇਸ਼-ਦੁਆਰ ਵੱਲ ਗਿਆ। ਬਾਹਰ ਬਹੁਤ ਹਨੇਰਾ ਸੀ। ਬੋਰਿਸ ਜੰਗਲ਼ ਵਿੱਚ ਹੁਣ ਤੱਕ ਜਿੰਨੇ ਵੀ ਵਿਅਕਤੀਆਂ ਨੂੰ ਮਿਲਿਆ ਸੀ, ਉਹ ਉਨ੍ਹਾਂ ਸਭਨਾਂ ਬਾਰੇ ਸੋਚਣ ਲੱਗਾ ਕਿ ਆਖ਼ਰ ਉਹ ਸਾਰੇ ਉਸ ਨੂੰ ਕਿਉਂ ਮਿਲੇ ਤੇ ਦਿਮਾਗ਼ 'ਚ ਹੀ ਸੋਚ-ਸੋਚ ਕੇ ਕੋਈ ਵਾਜਬ ਕਾਰਣ ਲੱਭਣ ਲੱਗਾ।

ਠੰਢੀ ਹਵਾ ਚੱਲ ਰਹੀ ਸੀ ਤੇ ਨਾਲ ਹੀ ਜੰਗਲ਼ 'ਚੋਂ ਕਈ ਤਰ੍ਹਾਂ ਦੇ ਰੇਲ਼ੇ-ਰੱਪਿਆਂ ਦਾ ਸੁਮੇਲ ਜਿਹਾ ਸੁਣਾਈ ਦੇ ਰਿਹਾ ਸੀ। ਉਸ ਨੂੰ ਕੁਝ ਰੁੱਖਾਂ ਤੋਂ

ਬਿਨਾ ਉੱਥੇ ਹੋਰ ਕੁਝ ਵੀ ਵਿਖਾਈ ਨਹੀਂ ਸੀ ਦੇ ਰਿਹਾ। ਨਾਲ ਹੀ ਉਸ ਨੂੰ ਇਹ ਵੀ ਆਸ ਸੀ ਕਿ ਅਗਲੇ ਦਿਨ ਉਸ ਨੂੰ ਹੋਰ ਬਹੁਤ ਸਾਰੀਆਂ ਹੈਰਾਨੀਜਨਕ ਚੀਜ਼ਾਂ ਵੇਖਣ ਨੂੰ ਮਿਲਣਗੀਆਂ ਤੇ ਹੋਰ ਰੋਮਾਂਚਕ ਘਟਨਾਵਾਂ ਨਾਲ ਉਸ ਦਾ ਵਾਹ ਪਵੇਗਾ।

ਤਦ ਕਲੇਅਰ ਨੇ ਬੋਰਿਸ ਨੂੰ ਸਲਾਹ ਦਿੱਤੀ, "ਤੈਨੂੰ ਹੁਣ ਸੌਂ ਜਾਣਾ ਚਾਹੀਦਾ ਹੈ। ਕੱਲ੍ਹ ਹਾਲੇ ਬਹੁਤ ਲੰਮਾ ਦਿਨ ਬਿਤਾਉਣਾ ਹੈ। ਉਸ ਦਾ ਸਾਹਮਣਾ ਕਰਨ ਤੋਂ ਪਹਿਲਾ ਥੋੜ੍ਹੀ ਨੀਂਦਰ ਜ਼ਰੂਰ ਪੂਰੀ ਕਰ ਲੈ।" ਕਲੇਅਰ ਨੇ ਪੱਤਿਆਂ ਨਾਲ ਢਕੀ ਇੱਕ ਲੰਮੀ ਟਾਹਣੀ ਵੱਲ ਇਸ਼ਾਰਾ ਕੀਤਾ, ਜੋ ਬਿਲਕੁਲ ਇੱਕ ਬਿਸਤਰੇ ਵਾਂਗ ਹੀ ਜਾਪ ਰਹੀ ਸੀ। ਨਾਲ ਹੀ ਉਸ ਨੇ ਇਹ ਵੀ ਕਿਹਾ ਕਿ ਉਸ ਨੂੰ ਜੰਗਲ਼ ਵਿੱਚ ਇਸ ਵੇਲੇ ਇਸ ਇਕੱਲੀ-ਕਾਰੀ ਗੁੱਫਾ ਤੋਂ ਵੱਧ ਹੋਰ ਕੋਈ ਸੁਰੱਖਿਅਤ ਟਿਕਾਣਾ ਨਹੀਂ ਮਿਲੇਗਾ।

ਅਗਲੇ ਦਿਨ ਬੋਰਿਸ ਨੇ ਖ਼ੁਦ ਨੂੰ ਕਾਫ਼ੀ ਤਾਜ਼ਾ ਤੇ ਊਰਜਾ-ਭਰਪੂਰ ਮਹਿਸੂਸ ਕੀਤਾ ਤੇ ਉਹ ਹੋਰ ਹੈਰਾਨਕੁੰਨ ਚੀਜ਼ਾਂ ਤੇ ਘਟਨਾਵਾਂ ਦਾ ਸਾਹਮਣਾ ਕਰਨ ਲਈ ਪੂਰੀ ਤਰ੍ਹਾਂ ਤਿਆਰ ਸੀ। ਕਲੇਅਰ ਬਹੁਤਾ ਨਾ ਬੋਲੀ, ਬੱਸ ਬੋਰਿਸ ਵੱਲ ਤੱਕੀ ਜਾ ਰਹੀ ਸੀ ਕਿਉਂਕਿ ਉਹ ਚਾਹੁੰਦੀ ਸੀ ਕਿ ਉਹ ਥੋੜ੍ਹੀ ਦੇਰ ਹੋਰ ਇੱਥੇ ਰਹਿ ਜਾਵੇ - ਉਸ ਨੇ ਇਨ੍ਹਾਂ ਜੰਗਲਾਂ 'ਚ ਇੰਨੇ ਚਿਰ ਬਾਅਦ ਕਿਸੇ ਵਿਅਕਤੀ ਨੂੰ ਵੇਖਿਆ ਸੀ। ਪਰ ਕਲੇਅਰ ਨੇ ਆਪਣੇ ਮਨ ਦੀ ਗੱਲ ਉਸ ਅੱਗੇ ਜ਼ਾਹਿਰ ਨਹੀਂ ਕੀਤੀ ਕਿਉਂਕਿ ਉਸ ਨੂੰ ਇਹ ਸੱਚਾਈ ਵੀ ਪਤਾ ਸੀ ਕਿ ਉਸ ਸਾਹਵੇਂ ਹੋਰ ਕੋਈ ਰਾਹ ਵੀ ਤਾਂ ਨਹੀਂ ਹੈ।

ਜੰਗਲ਼ 'ਚ ਬੋਰਿਸ ਨਾਲ ਜੋ ਕੁਝ ਵੀ ਵਾਪਰ ਰਿਹਾ ਸੀ, ਉਹ ਉਸ ਉੱਤੇ ਮੋਹਿਤ ਸੀ। ਉਸ ਨੂੰ ਆਪਣੇ ਆਤਮ-ਵਿਸ਼ਵਾਸ ਤੇ ਹੌਸਲੇ 'ਤੇ ਪੂਰਾ ਭਰੋਸਾ ਸੀ ਪਰ ਉਸ ਨੇ ਇਹ ਕਦੇ ਨਹੀਂ ਸੋਚਿਆ ਸੀ ਕਿ ਇਸੇ ਕਾਰਣ ਉਸ ਨੂੰ ਇੱਕ ਅਜਿਹੇ ਛਿਣ ਦਾ ਸਾਹਮਣਾ ਕਰਨਾ ਪਵੇਗਾ ਕਿ ਏਕਾਰਦਸ ਰਾਜ ਨੂੰ ਬਚਾਉਣ ਲਈ ਉਸ ਦੀ ਆਪਣੀ ਹੀ ਜ਼ਿੰਦਗੀ ਦਾਅ 'ਤੇ ਲੱਗ ਜਾਵੇਗੀ।

ਬੋਰਿਸ ਨੇ ਇਹ ਸਭ ਸੋਚਦਿਆਂ ਬੇਹੱਦ ਦਿਆਲੂ ਕਲੇਅਰ ਦਾ ਸ਼ੁਕਰੀਆ ਅਦਾ ਕੀਤਾ। ਜਾਂਦੇ ਸਮੇਂ ਉਸ ਨੇ ਕਲੇਅਰ ਨੂੰ ਇਹ ਭਰੋਸਾ ਵੀ ਦਿਵਾਇਆ ਕਿ ਉਹ ਜੰਗਲ਼ 'ਚੋਂ ਲੰਘਦੇ ਸਮੇਂ ਪੂਰਾ ਧਿਆਨ ਰੱਖੇਗਾ ਕਿ ਜੇ ਕਿਤੇ ਉਸ ਵੁਲਫ਼ੀ ਮਿਲ ਸਕੇ ਤੇ ਜੇ ਇੰਝ ਸੰਭਵ ਹੋ ਗਿਆ, ਤਾਂ ਉਹ ਉਸ ਨੂੰ ਕਲੇਅਰ ਬਾਰੇ ਦੱਸੇਗਾ ਕਿ ਉਸ ਨੂੰ ਅੱਜ ਵੀ ਉਸ ਦੀ ਉਡੀਕ ਹੈ।

ਬੋਰਿਸ ਦੇ ਸ਼ਬਦ ਜਜ਼ਬਾਤ ਦੀ ਰੌਂਅ 'ਚ ਵਹਿ ਰਹੇ ਸਨ ਤੇ ਅੱਖਾਂ 'ਚ ਪੂਰਨ ਸਤਿਕਾਰ ਸੀ। ਉਸ ਨੇ ਆਪਣੀ ਇਸ ਬਹੁਤ ਪਿਆਰੀ ਤੇ ਸੁੰਦਰ ਨਵੀਂ ਦੋਸਤ ਨੂੰ ਆਪਣਾ ਹੱਥ ਖੜ੍ਹਾ ਕਰ ਕੇ ਅਲਵਿਦਾ ਆਖੀ। ਕਲੇਅਰ ਨੂੰ ਵੀ ਪਤਾ ਨਹੀਂ ਸੀ ਕਿ ਉਹ ਹੁਣ ਦੋਬਾਰਾ ਕਦੇ ਮਿਲ ਸਕਣਗੇ ਜਾਂ ਨਹੀਂ।

ਉੱਧਰ ਬੀਜ-ਧਾਰਕ ਵਾਲੀ ਥਾਂ 'ਤੇ ਜੰਗ ਤੇਜ਼ ਹੁੰਦੀ ਜਾ ਰਹੀ ਸੀ ਕਿਉਂਕਿ ਤਾਂਤੋਹ ਹਾਲੇ ਤੱਕ ਹਾਰਿਆ ਨਹੀਂ ਸੀ ਤੇ ਨਾ ਹੀ ਉਹ ਹਾਲੇ ਪਰਤਣਾ ਚਾਹੁੰਦਾ ਸੀ। ਪਰ ਹੌਲੀ-ਹੌਲੀ ਉਹ ਆਪਣੀ ਸੋਚੀ-ਸਮਝੀ ਚਾਲ ਨਾਲ ਲੜਦਾ ਹੋਇਆ ਰਾਜੇ ਦੇ ਰਾਜ ਵੱਲ ਪਿਛਾਂਹ ਹਟਦਾ ਜਾ ਰਿਹਾ ਸੀ ਕਿਉਂਕਿ ਉਸ ਨੂੰ ਪਤਾ ਸੀ ਕਿ ਇੱਥੇ ਉਸ ਲਈ ਜੰਗਲ਼ ਦੇ ਰੁੱਖਾਂ ਤੇ ਬੀਜ-ਧਾਰਕ ਨਾਲ ਇੱਕੋ ਵੇਲੇ ਲੜਾਈ ਵਿੱਚ ਜਿੱਤ ਹਾਸਲ ਕਰਨਾ ਔਖਾ ਸੀ।

ਇੰਨੇ ਨੂੰ ਜ਼ੀਆ ਕਿਵੇਂ ਨਾ ਕਿਵੇਂ ਜੰਗਲ਼ 'ਚੋਂ ਬਾਹਰ ਨਿੱਕਲਣ 'ਚ ਕਾਮਯਾਬ ਹੋ ਗਈ। ਉਹ ਜਦੋਂ ਕਲੀਸ਼ੀਆ ਦੇ ਜੰਗਲ਼ ਅੰਦਰ ਦਾਖ਼ਲ ਹੋਈ ਸੀ, ਤਾਂ ਉਹ ਖ਼ਬਰ ਜੰਗਲ਼ ਦੀ ਅੱਗ ਵਾਂਗ ਹਰ ਪਾਸੇ ਤੇਜ਼ੀ ਨਾਲ ਫੈਲ ਗਈ ਸੀ ਪਰ ਹੁਣ ਜਦੋਂ ਉਹ ਪਰਤ ਆਈ ਸੀ, ਤਾਂ ਲੋਕ ਉਸ ਨੂੰ ਵੇਖ ਕੇ ਇੱਕ ਵਾਰ ਤਾਂ ਸੁੰਨ ਹੋ ਕੇ ਰਹਿ ਗਏ ਕਿਉਂਕਿ ਉਨ੍ਹਾਂ ਨੇ ਹੁਣ ਤੱਕ ਕਲੀਸ਼ੀਆ ਦੇ ਜੰਗਲ਼ 'ਚੋਂ ਸਹੀ-ਸਲਾਮਤ ਪਰਤਦਿਆਂ ਕਿਸੇ ਨੂੰ ਨਹੀਂ ਸੀ ਤੱਕਿਆ। ਉਹ ਮਹਾਰਾਜੇ ਦੇ ਮਹੱਲ ਵੱਲ ਵਧੀ ਕਿ ਤਾਂ ਜੋ ਉਹ ਸਭ ਨੂੰ ਇਸ ਤੱਥ ਤੋਂ ਜਾਣੂ ਕਰਵਾ ਸਕੇ ਕਿ ਛੇਤੀ ਹੀ ਉਨ੍ਹਾਂ ਨੂੰ ਭਿਆਨਕ ਜੰਗ ਦਾ ਸਾਹਮਣਾ ਕਰਨਾ ਪਵੇਗਾ ਤੇ ਉਨ੍ਹਾਂ ਨੂੰ ਭੈੜੀ ਤੋਂ ਭੈੜੀ ਹਾਲਤ ਦਾ ਸਾਹਮਣਾ ਕਰਨ ਲਈ ਤਿਆਰ ਰਹਿਣਾ ਚਾਹੀਦਾ ਹੈ। ਉਸ ਨੇ ਰਾਹ 'ਚ ਐਲਮਸ ਨੂੰ ਵੀ ਤੱਕਿਆ ਪਰ ਉਸ ਤੋਂ ਉਸ ਨੇ ਹਾਲ ਦੀ ਘੜੀ ਟਾਲ਼ ਵੱਟਣਾ ਹੀ ਦਰੁਸਤ ਸਮਝਿਆ ਤੇ ਸੋਚਿਆ ਕਿ ਉਹ ਉਸ ਨਾਲ ਬਾਅਦ 'ਚ ਨਿਪਟ ਲਵੇਗੀ।

ਅਧਿਆਇ 7

ਬੋਰਿਸ ਨੇ ਜੰਗਲ਼ 'ਚ ਆਪਣੀ ਯਾਤਰਾ ਜਾਰੀ ਰੱਖੀ ਅਤੇ ਘਾਹ ਤੇ ਟਹਿਣੀਆਂ ਵਿੱਚੋਂ ਦੀ ਆਪਣਾ ਰਸਤਾ ਬਣਾਉਂਦਿਆਂ ਅੱਗੇ ਵਧਦਾ ਰਿਹਾ। ਪਹਿਲਾਂ ਤਾਂ ਉਹ ਕੁਝ ਦੂਰੀ ਤੱਕ ਬਹੁਤ ਤੇਜ਼ ਰਫ਼ਤਾਰ ਨਾਲ ਭੱਜਿਆ, ਤਾਂ ਜੋ ਉਹ ਛੇਤੀ ਤੋਂ ਛੇਤੀ ਆਪਣੇ ਅਸਲ ਟਿਕਾਣੇ ਤੱਕ ਪੁੱਜ ਸਕੇ। ਫਿਰ ਉਸ ਨੇ ਸੋਚਿਆ ਕਿ ਤੇਜ਼-ਤੇਜ਼ ਦੌੜ ਕੇ ਉਸ ਦੀ ਊਰਜਾ ਬਹੁਤ ਜ਼ਿਆਦਾ ਖ਼ਰਚ ਹੋਵੇਗੀ ਤੇ ਜੇ ਰਾਹ ਵਿੱਚ ਕਿਸੇ ਖ਼ਤਰੇ ਦਾ ਸਾਹਮਣਾ ਕਰਨਾ ਪਿਆ, ਤਾਂ ਉਸ ਕੋਲ ਤਾਕਤ ਹੀ ਨਹੀਂ ਬਚੇਗੀ; ਇਸੇ ਲਈ ਉਸ ਨੇ ਆਰਾਮ ਨਾਲ ਹੀ ਅੱਗੇ ਵਧਦੇ ਰਹਿਣ ਦਾ ਫ਼ੈਸਲਾ ਕੀਤਾ। ਇੱਕ ਘੰਟੇ ਤੋਂ ਵੀ ਵੱਧ ਸਮੇਂ ਤੱਕ ਚੱਲਦਾ ਰਿਹਾ ਪਰ ਉਸ ਦੀ ਮੰਜ਼ਿਲ ਦੂਰ-ਦੁਰਾਡੇ ਤੱਕ ਕਿਤੇ ਵੀ ਵਿਖਾਈ ਨਹੀਂ ਦੇ ਰਹੀ ਸੀ ਤੇ ਇਹ ਵੀ ਨਹੀਂ ਪਤਾ ਸੀ ਕਿ ਹਾਲੇ ਉਸ ਨੂੰ ਹੋਰ ਕਿੰਨਾ ਪੈਂਡਾ ਤਹਿ ਕਰਨਾ ਪਵੇਗਾ।

ਉੱਝ ਦਿਨ ਦੀ ਸ਼ਾਂਤਮਈ ਸੁਰੂਵਾਤ ਕਾਰਣ ਅੱਜ ਉਹ ਸਵੇਰ ਤੋਂ ਹੀ ਬਹੁਤ ਖ਼ੁਸ਼ ਸੀ ਪਰ ਤਦ ਹੀ ਉਸ ਨੂੰ ਕੁਝ ਅਜਿਹਾ ਅਹਿਸਾਸ ਹੋਇਆ ਕਿ ਜਿਵੇਂ ਕੋਈ ਉਸ ਦਾ ਪਿੱਛਾ ਕਰ ਰਿਹਾ ਹੋਵੇ। ਉਹ ਵੇਖਣ ਲਈ ਇੱਕਦਮ ਨਹੀਂ ਪਰਤਿਆ ਤੇ ਨਾ ਹੀ ਉਸ ਨੇ ਆਪਣੇ ਅੱਗੇ ਵਧਣ ਦੀ ਰਫ਼ਤਾਰ ਬਦਲੀ - ਉਹ ਦਿਖਾਵੇ ਲਈ ਆਪਣੀ ਚਾਲੇ ਅੱਗੇ ਵਧਦਾ ਰਿਹਾ। ਉਸ ਨੇ ਬੱਸ ਆਪਣੀ ਤਲਵਾਰ ਰਤਾ ਵਧੇਰੇ ਘੁੱਟ ਕੇ ਫੜ ਲਈ ਤੇ ਕਿਸੇ ਵੀ ਤਰ੍ਹਾਂ ਦੇ ਖ਼ਤਰੇ ਦਾ ਸਾਹਮਣਾ ਕਰਨ ਦੀ ਤਿਆਰੀ ਕਰਨ ਲੱਗਾ।

"ਆ ਜਾਹ ਤੂੰ ਸਾਹਮਣੇ, ਬੱਸ ਆ ਜਾਹ।" ਅੱਗੇ ਵਧਦਿਆਂ ਉਸ ਨੇ ਕੁਝ ਇਸ ਤਰ੍ਹਾਂ ਬੁੜਬੁੜਾਉਣਾ ਜਾਰੀ ਰੱਖਿਆ

ਉਸ ਨੇ ਹਾਲੇ ਕੁਝ ਹੀ ਰੁੱਖ ਹੋਰ ਪਾਰ ਕੀਤੇ ਹੋਣਗੇ ਕਿ ਉਸ ਨੇ ਆਪਣੇ ਸਾਹਮਣੇ ਤਿੰਨ ਭੇੜੀਏ ਖੜ੍ਹੇ ਵੇਖੇ। ਉਹ ਵੇਖਣ ਨੂੰ ਸੱਚਮੁਚ ਭੁੱਖੇ ਜਾਪ ਰਹੇ ਸਨ। ਜਿਸ ਤਰ੍ਹਾਂ ਉਹ ਬੋਰਿਸ ਦੀਆਂ ਅੱਖਾਂ ਵਿੱਚ ਝਾਕ ਰਹੇ ਸਨ, ਤਾਂ ਕੋਈ ਵੀ ਵਿਅਕਤੀ ਉਨ੍ਹਾਂ ਨੂੰ ਵੇਖ ਕੇ ਡਰ ਨਾਲ ਹੀ ਬੇਹੋਸ਼ ਹੋ ਜਾਂਦਾ ਪਰ ਬੋਰਿਸ ਆਪਣੀ ਥਾਂ ਤੇ ਡਟਿਆ ਰਿਹਾ ਤੇ ਆਪਣੀ ਤਲਵਾਰ ਹੋਰ ਵੀ ਦ੍ਰਿੜ੍ਹਤਾ ਤੇ ਮਜ਼ਬੂਤੀ ਨਾਲ ਫੜ ਲਈ। ਬੋਰਿਸ ਨੂੰ ਪੂਰਾ ਭਰੋਸਾ ਕਿ ਉਹ ਉਨ੍ਹਾਂ ਉੱਤੇ ਜਿੱਤ ਹਾਸਲ ਕਰ ਲਵੇਗਾ, ਹੋ ਸਕਦਾ ਹੈ ਕਿ ਇਸ ਵਿੱਚ ਕੁਝ ਔਖ ਹੋਵੇ ਪਰ ਅੰਤ 'ਚ ਜਿੱਤੇਗਾ ਉਹੀ।

ਭੇੜੀਆਂ ਨੇ ਅੱਗੇ ਵਧਦਿਆਂ ਬੋਰਿਸ ਤੋਂ ਆਪਣੀ ਦੂਰੀ ਘਟਾਉਣੀ ਸ਼ੁਰੂ ਕਰ ਦਿੱਤੀ। ਬੋਰਿਸ ਵੀ ਆਪਣਾ ਹੌਸਲਾ ਵਿਖਾਉਣ ਤੇ ਇਹ ਦਰਸਾਉਣ ਲਈ ਅੱਗੇ ਵਧਿਆ ਕਿ ਉਹ ਉਨ੍ਹਾਂ ਤੋਂ ਡਰਦਾ ਨਹੀਂ ਹੈ। ਹੁਣ ਉਨ੍ਹਾਂ ਵਿਚਲਾ ਫ਼ਾਸਲਾ ਕੁਝ ਫ਼ੁੱਟ ਦਾ ਹੀ ਰਹਿ ਗਿਆ ਸੀ ਤੇ ਉਹ ਸਾਰੇ ਇੱਕ-ਦੂਜੇ ਨੂੰ ਹੀ ਵੇਖ ਰਹੇ ਸਨ। ਭੇੜੀਏ ਬਹੁਤ ਰੋਹ ਨਾਲ ਭਰੇ ਹੋਏ ਸਨ ਤੇ ਹਰ ਹਾਲਤ 'ਚ ਬੋਰਿਸ ਨੂੰ ਮਾਰ ਕੇ ਜਿੱਤਣਾ ਚਾਹੁੰਦੇ ਸਨ। ਫਿਰ ਭੇੜੀਏ ਥੋੜ੍ਹਾ ਇੱਧਰ-ਉੱਧਰ ਫੈਲ ਗਏ ਕਿ ਤਾਂ ਜੋ ਵੱਖੋ-ਵੱਖਰੀਆਂ ਦਿਸ਼ਾਵਾਂ ਤੋਂ ਆਪਣੇ ਸ਼ਿਕਾਰ ਉੱਤੇ ਹਮਲਾ ਕਰ ਸਕਣ। ਬੋਰਿਸ ਇੱਕ ਰੁੱਖ ਵੱਲ ਨੂੰ ਹੋ ਗਿਆ, ਜਿਸ ਦਾ ਤਣਾ ਬਹੁਤ ਚੌੜਾ ਸੀ। ਉਸ ਨੇ ਬਹੁਤ ਸੋਚ ਸਮਝ ਕੇ ਇਹ ਰਣਨੀਤੀ ਅਪਣਾਈ ਸੀ ਕਿ ਤਾਂ ਜੋ ਕੋਈ ਭੇੜੀਆ ਉਸ ਦੇ ਪਿਛਲੇ ਪਾਸਿਓਂ ਉਸ ਉੱਤੇ ਹਮਲਾ ਨਾ ਕਰ ਸਕੇ।

ਅੱਖ ਦੇ ਫੋਰ 'ਚ ਇੱਕ ਭੇੜੀਆ ਛਾਲ ਮਾਰ ਕੇ ਬੋਰਿਸ ਉੱਤੇ ਝਪਟਿਆ। ਉਸ ਨੇ ਛਾਲ ਤਾਂ ਬਹੁਤ ਤੇਜ਼ੀ ਨਾਲ ਤੁਰੰਤ ਮਾਰੀ ਸੀ ਪਰ ਉਹ ਇੰਨਾ ਫੁਰਤੀਲਾ ਵੀ ਸਿੱਧ ਨਾ ਹੋਇਆ ਕਿ ਬੋਰਿਸ ਨੂੰ ਅਚਾਨਕ ਨੱਪ ਲੈਂਦਾ। ਬੋਰਿਸ ਚੌਂਕਸ ਨਜ਼ਰਾਂ ਨਾਲ ਤਿੰਨੇ ਭੇੜੀਆਂ ਉੱਤੇ ਨਜ਼ਰਾਂ ਜਮਾ ਕੇ ਰੱਖ ਰਿਹਾ ਸੀ। ਉਹ ਤਦ ਉਡੀਕਣ ਲੱਗਾ ਕਿ ਕਦੋਂ ਉਹ ਭੇੜੀਏ ਉਸ ਉੱਤੇ ਫਿਰ ਹਮਲਾ ਕਰਨ। ਇਸ ਵਾਰ ਤਿੰਨੇ ਭੇੜੀਆਂ ਨੇ ਇਕੱਠਿਆਂ ਹੀ ਬੋਰਿਸ ਵੱਲ ਛਾਲਾਂ ਮਾਰ ਦਿੱਤੀਆਂ। ਉਹ ਉਨ੍ਹਾਂ 'ਚੋਂ ਇੱਕ ਵੱਲ ਵਧਿਆ ਤੇ ਉਸ ਨੂੰ ਉਦੋਂ ਹੀ ਆਪਣੀ ਤਲਵਾਰ ਦੇ ਨਿਸ਼ਾਨੇ ਉੱਤੇ ਲੈ ਲਿਆ, ਜਦੋਂ ਉਹ ਹਾਲੇ ਹਵਾ 'ਚ ਹੀ ਸੀ। ਬੋਰਿਸ ਦੀ ਉਸ ਤੇਜ਼-ਰਫ਼ਤਾਰ ਜਵਾਬੀ ਕਾਰਵਾਈ ਦਾ ਅਸਰ ਤੁਰੰਤ ਤਿੰਨੇ ਭੇੜੀਆਂ ਉੱਤੇ ਵੇਖਣ ਨੂੰ ਮਿਲਿਆ ਤੇ ਉਹ ਥੋੜ੍ਹਾ ਪਿੱਛਾਂਹ ਨੂੰ ਹਟ ਗਏ। ਉਹ ਸਪੱਸ਼ਟ ਤੌਰ 'ਤੇ ਦੁਚਿੱਤੀ 'ਚ ਜਾਪ ਰਹੇ ਸਨ ਕਿ ਉਹ ਬੋਰਿਸ ਉੱਤੇ ਹਮਲਾ ਕਰਨ ਕਿ ਜਾ ਉੱਥੋਂ ਨੱਸ ਜਾਣ।

ਫਿਰ ਪਤਾ ਨਹੀਂ ਕੀ ਹੋਇਆ ਭੇੜੀਏ ਪਿੱਛਾਂਹ ਵੱਲ ਨੂੰ ਹਟਣ ਲੱਗੇ; ਜਦ ਕਿ ਬੋਰਿਸ ਨੇ ਅੱਗੇ ਵਧ ਕੇ ਉਨ੍ਹਾਂ ਵੱਲ ਹਮਲਾ ਕਰਨ ਦਾ ਇਸ਼ਾਰਾ ਵੀ ਨਹੀਂ ਸੀ ਕੀਤਾ। ਉਹ ਸਿਰਫ਼ ਆਪਣੇ-ਆਪ ਨੂੰ ਬਚਾਉਣ ਦੇ ਤਰੀਕੇ ਨਾਲ ਡਟਿਆ ਖੜ੍ਹਾ ਸੀ ਤੇ ਉਸ ਨੂੰ ਇਹੋ ਆਸ ਸੀ ਕਿ ਉਹ ਤਿੰਨੇ ਇੱਕ ਵਾਰ ਫਿਰ ਉਸ ਉੱਤੇ ਹਮਲਾ ਕਰਨਗੇ। ਪਰ ਉਹ ਕੁਝ ਦੂਰੀ ਤੱਕ ਹੌਲੀ-ਹੌਲੀ ਪਿੱਛਾਂਹ ਹਟਦੇ ਰਹੇ ਤੇ ਫਿਰ ਜੰਗਲ ਵਿੱਚ ਅਲੋਪ ਹੋ ਗਏ। ਉਨ੍ਹਾਂ ਦੇ ਇਸ ਅਚਾਨਕ ਬਦਲਵੇਂ ਵਿਵਹਾਰ ਤੋਂ ਬੋਰਿਸ ਡਾਢਾ ਹੈਰਾਨ ਹੋ ਰਿਹਾ ਸੀ। ਉਹ ਅਜਿਹਾ

ਵਿਅਕਤੀ ਨਹੀਂ ਸੀ ਕਿ ਇੰਨੀ ਆਸਾਨ ਜਿੱਤ ਉੱਤੇ ਹੀ ਆਨੰਦ ਮਾਣਨਾ ਸ਼ੁਰੂ ਕਰ ਦਿੰਦਾ। ਉਹ ਤਾਂ ਉਸ ਮਾਮਲੇ ਦੀਆਂ ਵਿਭਿੰਨ ਸੰਭਾਵਨਾਵਾਂ ਉੱਤੇ ਡੂੰਘਾਈ ਨਾਲ ਗ਼ੌਰ ਕਰਨਾ ਚਾਹੁੰਦਾ ਸੀ। ਫਿਰ ਅਚਨਕ ਉਸ ਦੇ ਮਨ 'ਚ ਇਹ ਖ਼ਿਆਲ ਆਇਆ ਕਿ ਰਤਾ ਪਿਛਾਂਹ ਮੁੜ ਕੇ ਵੀ ਵੇਖ ਲਿਆ ਜਾਵੇ।

ਬੋਰਿਸ ਦੇ ਪਿਛਲੇ ਰੁੱਖ ਦਾ ਤਣਾ ਬਹੁਤ ਵਿਸ਼ਾਲ ਸੀ ਤੇ ਉਹ ਅੰਗਰੇਜ਼ੀ ਦੇ ਅੱਖਰ 'ਵਾਇ (Y) ਵਰਗਾ ਸੀ ਤੇ ਉਸ ਦੀ ਉਚਾਈ ਲਗਭਗ 15 ਕੁ ਫ਼ੁੱਟ ਦੀ ਹੋਵੇਗੀ। ਤਣੇ ਦੇ ਮੱਧ ਵਿੱਚ, ਜਿੱਥੋਂ ਉਹ ਦੇ ਹਿੱਸਿਆਂ 'ਚ ਵੰਡਿਆ ਜਾਂਦਾ ਸੀ, ਉੱਥੇ ਇੱਕ ਹੋਰ ਭੇੜੀਆ ਖੜ੍ਹਾ ਸੀ।

ਜੀ ਹਾਂ, ਉਹ ਭੇੜੀਆ ਸੀ, ਪਰ ਉਹ ਕੋਈ ਆਮ ਭੇੜੀਆ ਨਹੀਂ ਸੀ ਜਾਪ ਰਿਹਾ। ਉਸ ਭੇੜੀਏ ਦਾ ਆਕਾਰ ਬਹੁਤ ਜ਼ਿਆਦਾ ਵਿਸ਼ਾਲ ਸੀ ਤੇ ਉਸ ਵਿੱਚ ਅਥਾਹ ਤਾਕਤ ਜਾਪ ਰਹੀ ਸੀ। ਉਸ ਦੇ ਸਰੀਰ ਉੱਤੇ ਚੁਪਾਸੇ ਸਾਫ਼ ਚਾਂਦੀ ਰੰਗੀ ਜੱਤ ਸੀ, ਜੋ ਦਿਨ ਦੀ ਰੌਸ਼ਨੀ ਵਿੱਚ ਬਹੁਤ ਜ਼ਿਆਦਾ ਚਮਕ ਰਹੀ ਸੀ। ਜਿਵੇਂ ਕਿ ਉਸ ਚਾਂਦੀ-ਰੰਗੇ ਭੇੜੀਏ ਦੀ ਦਿੱਖ ਤੋਂ ਹੀ ਸਪੱਸ਼ਟ ਸੀ, ਉਸ ਨੂੰ ਹੋਰ ਭੇੜੀਆਂ ਵਾਂਗ ਹਲਕੇ 'ਚ ਨਹੀਂ ਸੀ ਲਿਆ ਜਾ ਸਕਦਾ। ਅਤੇ ਦੂਜੇ ਭੇੜੀਏ ਵੀ ਉਸ ਚਾਂਦੀ-ਰੰਗੇ ਭੇੜੀਏ ਨੂੰ ਵੇਖ ਕੇ ਹੀ ਨੱਸੇ ਹੋਣਗੇ। ਬੋਰਿਸ ਇਹ ਸਭ ਵੇਖ ਕੇ ਖ਼ੁਦ ਨੂੰ ਬਹੁਤ ਜ਼ਿਆਦਾ ਗਹਿਗੱਚ ਮੁਕਾਬਲੇ ਲਈ ਤਿਆਰ ਕਰਨ ਲੱਗਾ। ਪਰ ਉਹ ਚਾਂਦੀ-ਰੰਗਾ ਭੇੜੀਆ ਤਾਂ ਇੱਕ ਵੀ ਅਜਿਹਾ ਹਾਵ-ਭਾਵ ਨਹੀਂ ਵਿਖਾ ਰਿਹਾ ਸੀ ਕਿ ਉਹ ਉਸ ਉੱਤੇ ਹਮਲਾ ਕਰਨ ਦੀ ਤਿਆਰੀ 'ਚ ਸੀ। ਉਹ ਬੱਸ ਖੜ੍ਹਾ ਬੋਰਿਸ ਵੱਲ ਤੱਕ ਰਿਹਾ ਸੀ।

"ਹੁਣ ਕੀ ਕਰਨਾ ਹੈ?" ਬੋਰਿਸ ਨੇ ਚਾਂਦੀ-ਰੰਗੇ ਭੇੜੀਏ ਵੱਲ ਤੱਕਦਿਆਂ ਬੁੜਬੁੜਾਉਂਦਿਆਂ ਆਖਿਆ।

ਬੋਰਿਸ ਨੇ ਦੁਬਾਰਾ ਇੱਕ ਵਾਰ ਥੋੜ੍ਹਾ ਉੱਚੀ ਆਵਾਜ਼ ਵਿੱਚ ਕਿਹਾ 'ਹੁਣ ਕੀ?', ਤਾਂ ਜੋ ਉਹ ਚਾਂਦੀ-ਰੰਗਾ ਭੇੜੀਆ ਉਸ ਨੂੰ ਸੁਣ ਸਕੇ।

"ਹੁਣ, ਫ਼ਿਲਹਾਲ, ਤੇਰੀ ਜਾਨ ਬਖ਼ਸ਼ ਦਿੱਤੀ ਗਈ ਹੈ।' ਚਾਂਦੀ-ਰੰਗਾ ਭੇੜੀਆ ਆਪਣੀ ਭਾਰੀ ਆਵਾਜ਼ 'ਚ ਬੋਲਿਆ ਉਸ ਦੇ ਬੋਲਣ ਦਾ ਅੰਦਾਜ਼ ਕੁਝ ਇਵੇਂ ਸੀ, ਜਿਵੇਂ ਕੋਈ ਤਾਨਾਸ਼ਾਹ ਆਪਣੇ ਅਧੀਨ ਜਨਤਾ ਨੂੰ ਅਧਿਕਾਰ ਨਾਲ ਸੰਬੋਧਨ ਕਰਦਾ ਹੋਵੇ।

"ਉਹ, ਤੂੰ ਵੀ ਬੋਲਦਾ ਹੈਂ?" ਬੋਰਿਸ ਨੇ ਕਿਹਾ, "ਕੀ ਮੈਂ ਜਾਣ ਸਕਦਾ ਹਾਂ ਕਿ ਤੂੰ ਮੈਨੂੰ ਕਿਉਂ ਬਖ਼ਸ਼ ਦਿੱਤਾ ਹੈ? ਕੀ ਤੂੰ ਮੈਨੂੰ ਹੋਰ ਭੇੜੀਆਂ ਵਾਂਗ ਖਾਣਾ ਨਹੀਂ ਚਾਹੁੰਦਾ?"

ਉਹ ਚਾਂਦੀ-ਰੰਗਾ ਭੇੜੀਆ ਦੂਜੇ ਭੇੜੀਆਂ ਨਾਲ ਆਪਣੀ ਤੁਲਨਾ ਕੀਤੇ ਜਾਣ 'ਤੇ ਕੁਝ ਖ਼ਫ਼ਾ ਹੋਇਆ। ਉਸ ਨੇ ਰੁੱਖ ਤੋਂ ਛਾਲ ਮਾਰੀ ਤੇ ਬੋਰਿਸ ਦੇ ਐਨ ਸਾਹਮਣੇ ਆ ਕੇ ਖਲੋ ਗਿਆ। ਬੋਰਿਸ ਨੇ ਤਦ ਵੀ ਆਪਣੀ ਤਲਵਾਰ ਨੂੰ ਘੁੱਟ ਕੇ ਫੜਿਆ ਹੋਇਆ ਸੀ ਕਿ ਜੇ ਕਿਤੇ ਚਾਂਦੀ-ਰੰਗਾ ਭੇੜੀਆ ਉਸ ਉੱਤੇ ਹਮਲਾ ਕਰੇ, ਤਾਂ ਉਹ ਵੀ ਆਪਣਾ ਵਾਰ ਕਰ ਸਕੇ।

"ਸੁਣ ਬੱਚੇ, ਸਭ ਤੋਂ ਪਹਿਲੀ ਗੱਲ ਤਾਂ ਇਹ ਕਿ ਤੂੰ ਮੇਰੀ ਤੁਲਨਾ ਉਨ੍ਹਾਂ ਬੁਜ਼ਦਿਲਾਂ ਨਾਲ ਤਾਂ ਕਰ ਨਾ। ਦੂਜੀ ਗੱਲ, ਜੋ ਤੇਰੀ ਦਿਲਚਸਪੀ ਦੀ ਵਧੇਰੇ ਹੈ, ਮੈਂ ਬਹੁਤ ਲੰਮੇ ਸਮੇਂ ਬਾਅਦ ਕਿਸੇ ਮਨੁੱਖ ਨੂੰ ਵੇਖਿਆ ਹੈ, ਇਸ ਲਈ ਮੈਂ ਤੈਨੂੰ ਕੋਈ ਨੁਕਸਾਨ ਨਹੀਂ ਪਹੁੰਚਾਵਾਂਗਾ। ਜ਼ਰੂਰ ਕੋਈ ਵੱਡਾ ਤੇ ਠੇਸ ਕਾਰਣ ਹੋਵੇਗਾ, ਜਿਹੜਾ ਤੂੰ ਜੰਗਲ 'ਚ ਇੰਨੀ ਦੂਰ ਅੱਗੇ ਤੱਕ ਆ ਗਿਐਂ। ਤੂੰ ਹਾਲੇ ਵੀ ਮਨੁੱਖੀ ਸ਼ਕਲ 'ਚ ਹੀ ਹੈਂ, ਤੂੰ ਕਿਸੇ ਹੋਰ ਜੀਵ ਦੀ ਪ੍ਰਜਾਤੀ ਵਿੱਚ ਤਬਦੀਲ ਨਹੀਂ ਹੋਇਆ। ਆਪਾਂ ਇਸ ਬਾਰੇ ਥੋੜ੍ਹੀ ਗੱਲ ਕਰਦੇ ਹਾਂ।"

"ਬਹੁਤ ਲੰਮੇ ਸਮੇਂ ਬਾਅਦ?" ਬੋਰਿਸ ਨੇ ਪੁੱਛਿਆ, "ਤੂੰ ਪਿਛਲੀ ਵਾਰ ਕਿਸੇ ਮਨੁੱਖ ਨੂੰ ਕਦੋਂ ਵੇਖਿਆ ਸੀ?"

ਚਾਂਦੀ-ਰੰਗਾ ਭੇੜੀਆ ਜਿਵੇਂ ਇਸ ਸੁਆਲ ਦਾ ਜੁਆਬ ਨਹੀਂ ਦੇਣਾ ਚਾਹੁੰਦਾ ਸੀ। ਪਰ ਹੁਣ ਉਸ ਦੇ ਸਰੀਰ ਦੇ ਹਾਵ-ਭਾਵ ਪਹਿਲਾਂ ਵਰਗੇ ਮਜ਼ਬੂਤ ਨਹੀਂ ਜਾਪ ਰਹੇ ਸਨ। ਉਹ ਬੋਰਿਸ ਤੋਂ ਕੁਝ ਕਦਮਾਂ ਦੀ ਦੂਰੀ 'ਤੇ ਜਾ ਕੇ ਬੈਠ ਗਿਆ। ਉਸ ਦੀਆਂ ਅੱਖਾਂ ਜਿਵੇਂ ਸੁੰਨ ਹੋ ਗਈਆਂ ਸਨ ਤੇ ਇੰਝ ਜਾਪ ਰਿਹਾ ਸੀ ਕਿ ਜਿਵੇਂ ਉਹ ਕੁਝ ਚੇਤੇ ਕਰ ਕੇ ਜਜ਼ਬਾਤੀ ਜਿਹਾ ਹੋ ਗਿਆ ਹੋਵੇ ਤੇ ਇਕੱਲਾ ਕੁਝ ਸਮਾਂ ਬਿਤਾਉਣਾ ਚਾਹੁੰਦਾ ਹੋਵੇ।

ਬੋਰਿਸ ਨੇ ਆਪਣੀ ਤਲਵਾਰ ਹੇਠਾਂ ਕਰ ਲਈ ਤੇ ਚਾਂਦੀ-ਰੰਗੇ ਭੇੜੀਏ ਨੂੰ ਰੁਕ ਕੇ ਉਸ ਨਾਲ ਗੱਲ ਕਰਨ ਲਈ ਆਖਿਆ। ਉਹ ਉਸ ਤੋਂ ਹਾਲੇ ਜੁਦਾ ਨਹੀਂ ਹੋਣਾ ਚਾਹੁੰਦਾ ਸੀ ਤੇ ਇਹੋ ਸਮਝ ਰਿਹਾ ਸੀ ਕਿ ਉਹ ਵੀ ਪਰਿੰਦੇ ਤੇ ਕਲੇਅਰ ਵਾਂਗ ਇੱਕ ਹੋਰ ਦੋਸਤਾਨਾ ਜਾਨਵਰ ਸੀ। ਬੋਰਿਸ ਨੇ ਚਾਂਦੀ-ਰੰਗੇ ਭੇੜੀਏ ਉੱਤੇ ਦਬਾਅ ਪਾਉਣ ਦੀ ਕੋਸ਼ਿਸ਼ ਕੀਤੀ ਤੇ ਇਹ ਪੁੱਛਦਾ ਰਿਹਾ ਕਿ ਆਖ਼ਰ ਉਹ ਅਚਾਨਕ ਇੰਨਾ ਦੁਖੀ ਕਿਉਂ ਹੋ ਗਿਆ ਹੈ। ਚਾਂਦੀ-ਰੰਗਾ

ਭੇੜੀਆ ਰੁਕ ਗਿਆ, ਉਸ ਨੇ ਬੋਰਿਸ ਵੱਲ ਤੱਕਿਆ, ਇੱਕ ਲੰਮ੍ਹਾ ਸਾਹ ਭਰਿਆ, ਤੇ ਉਹ ਬੋਲ ਦਿੱਤਾ ਜੋ ਸੋਚਾਂ ਤੇ ਉਮੀਦਾਂ ਤੋਂ ਬਿਲਕੁਲ ਪਰ੍ਹਾਂ ਦੀ ਗੱਲ ਸੀ।

"ਪਿਛਲੀ ਵਾਰ ਮੈਂ ਜਦੋਂ ਕਿਸੇ ਮਨੁੱਖ ਨੂੰ ਤੱਕਿਆ ਸੀ, ਤਾ ਉਹ ਪਿਆਰੀ ਮੇਰੀਆਂ ਬਾਹਾਂ 'ਚ ਸੀ ਤੇ ਅਸੀਂ ਥੱਕ ਕੇ ਇਕੱਠੇ ਸੌਂ ਗਏ ਸਾਂ। ਜਦੋਂ ਮੇਰੀ ਅੱਖ ਖੁੱਲ੍ਹੀ, ਤਾਂ ਉਹ ਗ਼ਾਇਬ ਸੀ।"

ਬੋਰਿਸ ਵੀ ਇਹ ਸੁਣ ਕੇ ਹੈਰਾਨ-ਪਰੇਸ਼ਾਨ ਰਹਿ ਗਿਆ ਤੇ ਉਸ ਦੀਆਂ ਅੱਖਾਂ 'ਚ ਹੰਝੂ ਆਉਣ ਦੀ ਤਿਆਰੀ ਕਰਨ ਲੱਗੇ। ਉਹ ਹਾਲੇ ਵੀ ਇੱਕ ਬੁੱਤ ਵਾਂਗ ਖਲੋਤਾ ਸੀ ਤੇ ਇਹ ਯਕੀਨ ਕਰਨ ਦੀ ਕੋਸ਼ਿਸ਼ ਕਰ ਰਿਹਾ ਸੀ ਕਿ ਜੋ ਕੁਝ ਵੀ ਉਸ ਨੇ ਸੁਣਿਆ ਹੈ ਕਿ ਕੀ ਉਹ ਕਿਤੇ ਉਸ ਦਾ ਕੋਈ ਭਰਮ ਤਾਂ ਨਹੀਂ ਹੈ। ਉਸ ਚਾਂਦੀ-ਰੰਗੇ ਭੇੜੀਏ ਦੇ ਸ਼ਬਦ ਬਹੁਤ ਸਪੱਸ਼ਟ ਤੌਰ ਉੱਤੇ ਕਲੇਅਰ ਵੱਲ ਇਸ਼ਾਰਾ ਕਰ ਰਹੇ ਸਨ। ਬੋਰਿਸ ਨੂੰ ਪੱਕਾ ਯਕੀਨ ਸੀ ਕਿ ਉਹੀ ਜਿਹੀ ਸਥਿਤੀ ਵਿੱਚ ਹੋਰ ਕੋਈ ਨਹੀਂ ਹੋਵੇਗਾ ਤੇ ਉਹ ਭੇੜੀਏ ਤੋਂ ਕੁਝ ਹੋਰ ਵੀ ਜਾਣਨਾ ਚਾਹੁੰਦਾ ਸੀ ਕਿ ਉਸ ਦੇ ਮੂੰਹੋਂ 'ਕਲੇਅਰ' ਨਾਂਅ ਨਿੱਕਲ ਗਿਆ।

"ਕਲੇਅਰ! ਕੀ ਉਹ ਕਲੇਅਰ ਸੀ, ਜਿਸ ਨੂੰ ਤੂੰ ਆਖਰੀ ਵਾਰ ਮਿਲਿਆ ਸੀ?"

ਹੁਣ ਹੈਰਾਨ-ਪਰੇਸ਼ਾਨ ਹੋਣ ਦੀ ਵਾਰੀ ਚਾਂਦੀ-ਰੰਗੇ ਭੇੜੀਏ ਦੀ ਸੀ।

"ਤੂੰ ਹੁਣੇ ਕੀ ਆਖਿਆ? ਕੀ ਮੈਂ ਤੈਨੂੰ ਬਿਲਕੁਲ ਸਹੀ ਸੁਣਿਆ? ਕੀ ਤੂੰ ਉਹੀ ਸ਼ਬਦ ਕਿਹੇ, ਜਿਹੜਾ ਮੈਂ ਹੁਣੇ ਸੁਣਿਆ?"

ਹੁਣ ਸਦਮੇ 'ਚੋਂ ਨਿੱਕਲਣ ਦਾ ਵੇਲਾ ਸੀ, ਦੋਵੇਂ ਡਾਢੇ ਖ਼ੁਸ਼ ਲੱਗ ਰਹੇ ਸਨ ਅਤੇ ਉਨ੍ਹਾਂ ਦੇ ਚਿਹਰੇ ਖਿੜੇ ਹੋਏ ਸਨ। ਹੌਲੀ-ਹੌਲੀ ਉਹ ਇੱਕ-ਦੂਜੇ ਦੀਆ ਅੱਖਾਂ 'ਚ ਖ਼ੁਸ਼ੀ ਦੀ ਭਾਵਨਾ ਨੂੰ ਪੜ੍ਹ ਸਕਦੇ ਸਨ ਤੇ ਦੋਵੇਂ ਇਸ ਗੱਲ ਦੀ ਉਡੀਕ ਕਰ ਰਹੇ ਸਨ ਇਸ ਖ਼ੁਸ਼ੀ ਦੇ ਮੌਕੇ ਕੌਣ ਪਹਿਲਾਂ ਆਪਣਾ ਪ੍ਰਤੀਕਰਮ ਪ੍ਰਗਟਾਏਗਾ। ਇੱਕ ਵਾਰ ਫਿਰ ਇੱਕ ਜੰਗਲੀ ਦਿੱਖ ਵਾਲਾ ਜਾਨਵਰ ਅਸਲ 'ਚ ਬਿਲਕੁਲ ਉਲਟ ਸੀ, ਬਿਲਕੁਲ ਪਹਿਲੇ ਪਰਿੰਦੇ ਵਾਂਗ।

ਫਿਰ ਬੋਰਿਸ ਬੋਲਿਆ:

"ਵੂਲਫ਼ੀ ਤੇਰਾ ਨਾਂਅ ਹੈ ਤੇ ਤੂੰ ਇੱਥੇ ਜੰਗਲ 'ਚ ਕਲੇਅਰ ਨਾਲ ਲੁਕਣ ਲਈ ਆਇਆ ਸੀ ਤੇ ਤੁਹਾਨੂੰ ਦੋਵਾਂ ਨੂੰ ਡਰ ਸੀ ਕਿ ਤੁਹਾਡੇ ਰਾਜ ਦੇ ਲੋਕ ਕਿਤੇ ਤੁਹਾਨੂੰ ਫੜ ਨਾ ਲੈਣ। ਤੁਸੀਂ ਤੁਰਦੇ-ਤੁਰਦੇ ਇੰਨੇ ਜ਼ਿਆਦਾ ਹੰਭ ਗਏ ਸੀ ਕਿ

ਤੁਹਾਨੂੰ ਅੱਗੇ ਚੱਲਣਾ ਵੀ ਔਖਾ ਹੋ ਰਿਹਾ ਸੀ। ਇਸੇ ਲਈ ਤੁਸੀਂ ਆਰਾਮ ਕਰਨ ਲਈ ਰੁਕ ਗਏ ਤੇ ਤੁਹਾਨੂੰ ਨੀਂਦਰ ਆ ਗਈ ਅਤੇ ਉਸ ਤੋਂ ਬਾਅਦ ਫਿਰ ਜਦੋਂ ਤੇਰੀ ਅੱਖ ਖੁੱਲ੍ਹੀ, ਤਾਂ ਤੂੰ ਮੁੜ ਕਦੇ ਕਲੇਅਰ ਨੂੰ ਨਹੀਂ ਵੇਖ ਸਕਿਆ, ਠੀਕ?"

ਹੁਣ ਵੂਲਫ੍ਰੀ ਤੇ ਕਲੇਅਰ ਤੋਂ ਬਿਨਾ ਹੋਰ ਤਾਂ ਕੋਈ ਹੈ ਨਹੀਂ ਸੀ, ਜੋ ਇਹ ਗੱਲਾਂ ਜਾਣਦਾ ਸੀ ਕਿਉਂਕਿ ਉਨ੍ਹਾਂ ਨਾਲ ਜੋ ਕੁਝ ਵੀ ਵਾਪਰਿਆ ਸੀ, ਉਸ ਤੋਂ ਬਾਅਦ ਉਨ੍ਹਾਂ ਕਿਸੇ ਇਨਸਾਨ ਨੂੰ ਤਾਂ ਵੇਖਿਆ ਹੀ ਨਹੀਂ ਸੀ। ਇੰਝ ਚਾਂਦੀ-ਰੰਗੇ ਭੇੜੀਏ ਨੂੰ ਇਹ ਯਕੀਨ ਹੋ ਗਿਆ ਸੀ ਕਿ ਜੇ ਬੋਰਿਸ ਨੂੰ ਉਨ੍ਹਾਂ ਦੀ ਕਹਾਣੀ ਪਤਾ ਹੈ, ਤਾਂ ਇਹ ਹੋਰ ਕਿਸੇ ਨੇ ਨਹੀਂ, ਜ਼ਰੂਰ ਖ਼ੁਦ ਕਲੇਅਰ ਨੇ ਹੀ ਉਸ ਨੂੰ ਦੱਸੀ ਹੋਣੀ ਹੈ।

"ਮੈਨੂੰ ਦੱਸ ਕਿ ਤੂੰ ਕਲੇਅਰ ਨੂੰ ਕਿੱਥੇ ਮਿਲਿਆ ਸੀ, ਮੈਨੂੰ ਹੁਣੇ ਦੱਸ ਤੇ ਬਦਲੇ ਵਿੱਚ ਮੈਂ ਤੇਰੇ ਲਈ ਕੁਝ ਵੀ ਕਰਨ ਲਈ ਤਿਆਰ ਹੋਵਾਂਗਾ।" ਚਾਂਦੀ-ਰੰਗੇ ਭੇੜੀਏ ਨੇ ਆਪਣੀ ਪਿਆਰੀ ਵਿੱਛੜੀ ਸਾਥਣ ਨੂੰ ਛੇਤੀ ਮਿਲਣ ਦੀ ਆਸ ਨਾਲ ਪੁੱਛਿਆ

ਬੋਰਿਸ ਕੋਲ ਪੁੱਛਣ ਲਈ ਤਾਂ ਕੁਝ ਹੈ ਨਹੀਂ ਸੀ ਪਰ ਉਸ ਕੋਲ ਦੱਸਣ ਨੂੰ ਬਹੁਤ ਕੁਝ ਸੀ। ਇਸੇ ਲਈ, ਉਸ ਨੇ ਚਾਂਦੀ-ਰੰਗੇ ਭੇੜੀਏ ਨੂੰ ਜੰਗਲ਼ ਵਿੱਚ ਆਪਣੀ ਯਾਤਰਾ, ਫਿਰ ਬੀਜ-ਧਾਰਕ, ਪਰਿੰਦੇ ਤੇ ਕਲੇਅਰ ਨਾਲ ਆਪਣੀਆਂ ਮੁਲਾਕਾਤਾਂ ਬਾਰੇ ਦੱਸਿਆ। ਉਸ ਨੇ ਭੇੜੀਏ ਨੂੰ ਦੱਸਿਆ ਕਿ ਕਲੇਅਰ ਹੁਣ ਵੀ ਬਹੁਤ ਖ਼ੂਬਸੂਰਤ ਦਿਸਦੀ ਹੈ ਤੇ ਜਿੰਨੀ ਸੋਹਣੀ ਆਵਾਜ਼ ਉਸ ਦੀ ਹੈ, ਪਹਿਲਾਂ ਉਹੋ ਜਿਹੀ ਆਵਾਜ਼ ਕਦੇ ਕਿਸੇ ਦੀ ਨਹੀਂ ਸੁਣੀ। ਉਸ ਦਾ ਉੱਪਰਲਾ ਧੜ ਉੱਲੂ ਦਾ ਹੋਣ ਬਾਰੇ ਵੀ ਬੋਰਿਸ ਨੇ ਚਾਂਦੀ-ਰੰਗੇ ਭੇੜੀਏ ਨੂੰ ਦੱਸਿਆ। ਹੁਣ ਚਾਂਦੀ-ਰੰਗੇ ਭੇੜੀਏ ਕੋਲ ਉਸ ਛਿਣ ਉੱਤੇ ਪਛਤਾਉਣ ਤੋਂ ਇਲਾਵਾ ਹੋਰ ਕੋਈ ਚਾਰਾ ਨਹੀਂ ਸੀ, ਜਦੋਂ ਉਸ ਨੇ ਇਸ ਜੰਗਲ਼ 'ਚ ਦਾਖ਼ਲ ਹੋਣ ਦਾ ਫ਼ੈਸਲਾ ਲਿਆ ਸੀ। ਉਂਝ ਉਸ ਨੂੰ ਇਹ ਵੀ ਪਤਾ ਲੱਗ ਗਿਆ ਸੀ ਕਿ ਉਹ ਇੱਕ-ਦੂਜੇ ਨੂੰ ਅਜਿਹਾ ਪਿਆਰ ਕਰਦੇ ਹਨ, ਜੋ ਕਦੇ ਖ਼ਤਮ ਨਹੀਂ ਹੋ ਸਕਦਾ ਤੇ ਇਹ ਜਾਣ ਕੇ ਉਹ ਕੁਝ ਖ਼ੁਸ਼ ਵੀ ਸੀ।

ਫਿਰ ਬੋਰਿਸ ਨੇ ਸੂਰਜ ਵੱਲ ਵੇਖਦਿਆਂ ਆਪਣੇ-ਆਪ ਨੂੰ ਕਿਹਾ, "ਕੇਟੋ ਹੁਣ ਜ਼ਰੂਰ ਆਜ਼ਾਦ ਹੋਣ ਵਾਲਾ ਹੋਵੇਗਾ, ਮੈਨੂੰ ਜਲਦੀ ਅੱਗੇ ਵਧਣਾ ਚਾਹੀਦਾ

ਹੈ।" ਉਹ ਸੋਚ ਰਿਹਾ ਕਿ ਅੱਜ ਦਾ ਅੱਧਾ ਦਿਨ ਤਾਂ ਪਹਿਲਾਂ ਹੀ ਬੀਤ ਚੁੱਕਾ ਹੈ ਤੇ ਹਾਲੇ ਵਾਟ ਬਹੁਤ ਲੰਮੀ ਪਈ ਹੈ।

"ਕ੍ਰੇਟੇ? ਇਹ ਤੂੰ ਕੀ ਆਖ ਰਿਹੈਂ? ਮੈਂ ਏਕਾਰਦਸ ਦੀ ਸਭ ਤੋਂ ਵੱਧ ਯਾਦਗਾਰੀ ਜੰਗ ਵਿੱਚ ਯੂਰਾ ਵੱਲੋਂ ਕ੍ਰੇਟੇ ਨੂੰ ਹਰਾਉਣ ਦੀਆਂ ਕਹਾਣੀਆਂ ਸੁਣੀਆਂ ਹੋਈਆਂ ਹਨ। ਕ੍ਰੇਟੇ ਤਾਂ ਮਰ ਚੁੱਕਾ ਹੈ। ਕੀ ਤੂੰ ਆਸ ਕਰ ਰਿਹਾ ਹੈਂ ਕਿ ਮ੍ਰਿਤਕ ਵੀ ਕਦੇ ਇਸ ਦੁਨੀਆ 'ਚ ਵਾਪਸ ਆਉਣਗੇ?"

ਇਹ ਗੱਲ ਆਖਦਿਆਂ ਚਾਂਦੀ-ਰੰਗੇ ਭੇੜੀਏ ਦੇ ਸੁਰ ਕੁਝ ਵਿਅੰਗਾਤਮਕ ਵੀ ਸੀ ਪਰ ਫਿਰ ਵੀ ਉਹ ਬੋਰਿਸ ਤੋਂ ਇਸ ਬਾਰੇ ਹੋਰ ਜਾਣਕਾਰੀ ਵੀ ਲੈਣੀ ਚਾਹੁੰਦਾ ਸੀ ਕਿਉਂਕਿ ਜੇ ਬੋਰਿਸ ਇਸ ਜੰਗਲ਼ 'ਚ ਇਕੱਲਾ ਸੀ, ਤਾਂ ਉਸ ਪਿੱਛੇ ਜ਼ਰੂਰ ਹੀ ਕੋਈ ਬਹੁਤ ਠੋਸ ਕਾਰਣ ਹੋਵੇਗਾ।

ਬੋਰਿਸ ਨੇ ਤਦ ਭੇੜੀਏ ਨੂੰ ਉਹ ਸਭ ਕੁਝ ਦੱਸਿਆ, ਜੋ ਉਸ ਨੂੰ ਬੀਜ-ਧਾਰਕ ਨੇ ਦੱਸਿਆ ਸੀ। ਇਹ ਜਾਣ ਕੇ ਬੋਰਿਸ ਆਖ਼ਰੀ ਜਿਊਂਦਾ ਕਾਹਨ ਸੀ, ਉਹ ਚਾਂਦੀ-ਰੰਗਾ ਭੇੜੀਆ ਹੁਣ ਉਸ ਦੀ ਹੋਰ ਵੀ ਜ਼ਿਆਦਾ ਇੱਜ਼ਤ ਕਰਨ ਲੱਗਾ ਕਿਉਂਕਿ ਕਾਹਨਾਂ ਨੂੰ ਯੂਰਾ ਦੀ ਨਸਲ ਵਜੋਂ ਯਾਦ ਕੀਤਾ ਜਾਂਦਾ ਸੀ, ਜਿਸ ਇਕੱਲੇ ਨੇ ਇੱਕ ਭੇੜੀ ਫ਼ੌਜ ਉੱਤੇ ਜਿੱਤ ਹਾਸਲ ਕੀਤੀ ਸੀ। ਫਿਰ ਚਾਂਦੀ-ਰੰਗੀ ਭੇੜੀਏ ਨੇ ਬੋਰਿਸ ਨੂੰ ਦੱਸਿਆ ਕਿ ਪੈਦਲ ਤਾਂ ਵਿਫ਼ਸ ਦੇ ਪਰਬਤ 'ਤੇ ਪੁੱਜਣ 'ਚ ਬਹੁਤ ਲੰਮਾ ਸਮਾਂ ਲੱਗ ਜਾਵੇਗਾ; ਬਿਹਤਰ ਇਹੋ ਹੋਵੇਗਾ ਕਿ ਜੇ ਬੋਰਿਸ ਉਸ ਦੀ ਪਿੱਠ 'ਤੇ ਬਹਿ ਜਾਵੇ, ਤਾਂ ਉਹ ਉਸ ਨੂੰ ਕਲੀਸ਼ੀਆ ਦੇ ਜੰਗਲ਼ ਦੇ ਉਸ ਆਖ਼ਰੀ ਸਿਰੇ ਤੱਕ ਲੈ ਜਾਵੇਗਾ, ਜਿੱਥੇ ਤੱਕ ਜਾਣ ਦੀ ਉਸ ਨੂੰ ਇਜਾਜ਼ਤ ਹੈ।

ਬੋਰਿਸ ਨੇ ਆਪਣੀ ਪਿੱਠ 'ਤੇ ਬਹਿ ਕੇ ਸਵਾਰੀ ਕਰਨ ਦੀ ਉਸ ਦੀ ਦਿਆਲਤਾ-ਭਰਪੂਰ ਪੇਸ਼ਕਸ਼ ਦੀ ਖ਼ੂਬ ਸ਼ਲਾਘਾ ਕੀਤੀ। ਉਸ ਨੂੰ ਪਤਾ ਸੀ ਕਿ ਉਸ ਲਈ ਇਹ ਸਵਾਰੀ ਉਸ ਦੇ ਜੀਵਨ ਦੀ ਸਭ ਤੋਂ ਅਣਸੁਖਾਵੀਂ ਸਵਾਰੀ ਹੋਵੇਗੀ ਪਰ ਉਸ ਕੋਲ ਆਪਣੀ ਯਾਤਰਾ ਛੇਤੀ ਮੁਕੰਮਲ ਕਰਨ ਲਈ ਇਸ ਤੋਂ ਬਿਹਤਰ ਹੋਰ ਕੋਈ ਰਾਹ ਵੀ ਤਾਂ ਨਹੀਂ ਸੀ। ਉਹ ਆਪਣਾ ਸਮਾਂ ਹੋਰ ਖ਼ਰਾਬ ਕੀਤੇ ਬਗੈਰ ਚਾਂਦੀ-ਰੰਗੇ ਭੇੜੀਏ ਦੀ ਪਿੱਠ ਉੱਤੇ ਛਾਲ਼ ਮਾਰ ਕੇ ਬੈਠ ਗਿਆ, ਉਸ ਚਮਕਦਾਰ ਚਾਂਦੀ-ਰੰਗੀ ਜੱਤ ਘੁੱਟ ਕੇ ਫੜ ਲਈ ਤੇ ਉਸ ਨੂੰ ਛੇਤੀ ਰਵਾਨਗੀ ਪਾਉਣ ਲਈ ਕਿਹਾ।

ਚਾਂਦੀ-ਰੰਗੇ ਭੇੜੀਏ ਨੇ ਤਦ ਅੰਤਾਂ ਦੀ ਤੇਜ਼ ਰਫ਼ਤਾਰ ਨਾਲ ਦੌੜਨਾ ਸ਼ੁਰੂ ਕੀਤਾ। ਉਹ ਚੱਟਾਨਾਂ ਦੇ ਉੱਪਰੋਂ ਦੀ ਛਾਲਾਂ ਮਾਰਦਾ ਤੇ ਰਾਹ ਵਿੱਚ ਆਉਂਦੇ ਸੋਹਣੇ-ਸੋਹਣੇ ਦ੍ਰਿਸ਼ਾਂ ਨੂੰ ਪਿਛਾਂਹ ਛੱਡਦਾ ਜਾ ਰਿਹਾ ਸੀ। ਬੋਰਿਸ ਸੂਰਜ ਦੀਆਂ ਕਿਰਨਾਂ ਨੂੰ ਵੇਖ ਰਿਹਾ ਸੀ, ਜੋ ਸੰਘਣੇ ਜੰਗਲ਼ ਦੇ ਰੁੱਖਾਂ ਦੀਆਂ ਟਹਿਣੀਆਂ ਵਿੱਚੋਂ ਛਣ ਕੇ ਹੇਠਾਂ ਧਰਤੀ 'ਤੇ ਆ ਰਹੀਆਂ ਸਨ। ਭੇੜੀਏ ਦਾ ਦੌੜਦੇ ਸਮੇਂ ਵੀ ਖ਼ਿਆਲ ਸੀ ਕਿ ਉਹ ਛੇਤੀ ਤੋਂ ਛੇਤੀ ਬੋਰਿਸ ਨੂੰ ਜੰਗਲ਼ ਦੀ ਸੀਮਾ ਤੱਕ ਪਹੁੰਚਾ ਦੇਵੇ ਤੇ ਵਾਪਸ ਆ ਕੇ ਕਲੇਅਰ ਨੂੰ ਮਿਲੇ। ਉਹ ਕਲੇਅਰ ਨੂੰ ਮਿਲਣ ਦੇ ਖ਼ਿਆਲਾਤ ਵਿੱਚ ਇੰਨਾ ਗੁਆਚ ਗਿਆ ਕਿ ਉਸ ਨੂੰ ਪਤਾ ਹੀ ਨਾ ਲੱਗਾ ਕਿ ਉਹ ਕਦੋਂ ਜੰਗਲ਼ ਦੇ ਕੰਢੇ 'ਤੇ ਪੁੱਜ ਚੁੱਕਾ ਸੀ ਤੇ ਜੰਗਲ਼ ਦੀ ਹੱਦ ਵੀ ਪਾਰ ਕਰਨ ਹੀ ਲੱਗਾ ਸੀ ਕਿ ਬੋਰਿਸ ਉੱਚੇ ਦੇਣੇ ਚੀਕਿਆ।

"ਰੁਕ ਜਾਹ, ਰੁਕ ਜਾਹ। ਨਹੀਂ ਤਾਂ ਤੂੰ ਕਲੇਅਰ ਨੂੰ ਮਿਲਣ ਲਈ ਜਿਉਂਦਾ ਨਹੀਂ ਰਹਿ ਸਕੇਂਗਾ?"

ਚਾਂਦੀ-ਰੰਗਾ ਭੇੜੀਆ ਤੁਰੰਤ ਰੁਕ ਗਿਆ ਤੇ ਉਹ ਹਾਲੇ ਵੀ ਆਪਣੇ ਖ਼ਿਆਲਾਂ ਵਿੱਚੋਂ ਬਾਹਰ ਨਹੀਂ ਸੀ ਆਇਆ। ਫਿਰ ਉਸ ਨੇ ਵੇਖਿਆ ਕਿ ਹੁਣ ਅੱਗੇ ਸਿਰਫ਼ ਕੁਝ ਰੁੱਖਾਂ ਦੀਆਂ ਕਤਾਰਾਂ ਹੀ ਰਹਿੰਦੀਆਂ ਸਨ ਤੇ ਉਸ ਨੇ ਇੱਕ ਛਾਲ 'ਚ ਉਨ੍ਹਾਂ ਨੂੰ ਵੀ ਪਾਰ ਕਰ ਜਾਣਾ ਸੀ। ਇਸੇ ਲਈ ਉਸ ਨੇ ਬੋਰਿਸ ਦਾ ਧੰਨਵਾਦ ਕੀਤਾ ਕਿ ਉਸ ਨੇ ਰੁਕਣ ਲਈ ਪਹਿਲਾਂ ਸਾਵਧਾਨ ਕਰ ਦਿੱਤਾ ਅਤੇ ਜੇ ਕਿਤੇ ਉਹ ਗ਼ਲਤੀ ਨਾਲ ਜੰਗਲ਼ ਦੀ ਸੀਮਾ ਤੋਂ ਥੋੜ੍ਹਾ ਜਿੰਨਾ ਵੀ ਬਾਹਰ ਜਾਂਦਾ, ਤਾਂ ਉਸ ਨੇ ਤੁਰੰਤ ਮਾਰੇ ਜਾਣਾ ਸੀ ਤੇ ਫਿਰ ਉਸ ਨੇ ਕਦੇ ਵੀ ਆਪਣੇ ਪਿਆਰ ਨੂੰ ਨਹੀਂ ਮਿਲ ਸਕਣਾ ਸੀ।

ਬੋਰਿਸ ਨੇ ਚਾਂਦੀ-ਰੰਗੇ ਭੇੜੀਏ ਨੂੰ ਕਲੇਅਰ ਦੀ ਗੁਫ਼ਾ ਦੇ ਸਹੀ ਟਿਕਾਣੇ ਬਾਰੇ ਦੱਸਿਆ। ਫਿਰ ਬੋਰਿਸ ਨੇ ਆਪਣੀ ਇਸ ਯਾਤਰਾ ਦੌਰਾਨ ਮਿਲੇ ਆਪਣੇ ਇਸ ਨਵੇਂ ਦੋਸਤ ਨੂੰ ਹੱਥ ਚੁੱਕ ਕੇ ਅਲਵਿਦਾ ਆਖੀ। ਭੇੜੀਏ ਨੇ ਸਿਰ ਇਲਾਕਿਆ ਤੇ ਜੰਗਲ਼ ਦੇ ਅੰਦਰ ਪਰਤ ਗਿਆ। ਬੋਰਿਸ ਜੰਗਲ਼ ਤੋਂ ਬਾਹਰ ਨਿੱਕਲ ਕੇ ਪਰਬਤਾਂ ਵੱਲ ਵਧ ਗਿਆ ਅਤੇ ਤਦ ਵੀ ਉਸ ਅੰਦਰ ਏਕਾਰਦਸ ਰਾਜ ਦੀ ਰਾਖੀ ਦੀ ਪੂਰੀ ਜ਼ਿੰਮੇਵਾਰੀ ਦਾ ਅਹਿਸਾਸ ਸੀ।

ਜਿਵੇਂ ਹੀ ਪਰਬਤ ਵਿਖਾਈ ਦੇਣ ਲੱਗੇ, ਬੋਰਿਸ 'ਚ 'ਨਿਰਪੱਖਤਾ ਦਾ ਬਰਛਾ' ਲੱਭਣ ਦੀ ਇੱਛਾ ਹੋਰ ਜ਼ੋਰ ਫੜਨ ਲੱਗੀ ਪਰ ਵਿਸ਼ਾਲ ਪਰਬਤਾਂ 'ਚ ਉਸ ਨੂੰ ਕਿੱਥੇ ਲੱਭਿਆ ਜਾਵੇ, ਉਸ ਨੂੰ ਇਸ ਬਾਰੇ ਕੋਈ ਜਾਣਕਾਰੀ ਨਹੀਂ ਸੀ।

ਪਰ ਬਿਨਾ ਕਿਸੇ ਠੋਸ ਯੋਜਨਾ ਦੇ ਅੱਗੇ ਵਧਣ ਦਾ ਕੋਈ ਫ਼ਾਇਦਾ ਨਹੀਂ ਸੀ, ਇਸੇ ਲਈ ਉਸ ਨੇ ਉਨ੍ਹਾਂ ਸਾਰੇ ਲੋਕਾਂ ਤੇ ਜੀਵਾਂ ਬਾਰੇ ਸੋਚਿਆ, ਜੋ ਉਸ ਨੂੰ ਜੰਗਲ 'ਚ ਮਿਲੇ ਸਨ ਤੇ ਉਨ੍ਹਾਂ ਸਾਰੀਆਂ ਘਟਨਾਵਾਂ ਬਾਰੇ ਵੀ ਸੋਚਿਆ, ਜੋ ਉਸ ਨਾਲ ਵਾਪਰੀਆਂ ਸਨ - ਕਿ ਸ਼ਾਇਦ ਕਿਤੇ ਉਨ੍ਹਾਂ 'ਚੋਂ ਹੀ ਅੱਗੇ ਵਧਣ ਦਾ ਕੋਈ ਸੁਰਾਗ਼ ਮਿਲ ਸਕੇ। ਫਿਰ ਉਸ ਨੂੰ ਉਹ ਛਿਣ ਚੇਤੇ ਆਏ, ਜਦੋਂ ਉਸ ਦੇ ਪ੍ਰਸ਼ਨਾਂ ਦਾ ਉੱਤਰ ਰੁੱਖਾਂ ਦੇ ਪੱਤਿਆਂ ਨੇ ਹੇਠਾਂ ਡਿੱਗ ਕੇ ਦਿੱਤਾ ਸੀ। 'ਨਿਰਪੱਖਤਾ ਦਾ ਬਰਛਾ ਕਿਹੋ ਜਿਹਾ ਹੋਵੇਗਾ - ਇਸ ਬਾਰੇ ਤਾਂ ਬੋਰਿਸ ਨੇ ਆਪਣੇ ਮਨ 'ਚ ਇੱਕ ਸਪੱਸ਼ਟ ਜਿਹੀ ਤਸਵੀਰ ਉਕੇਰੀ ਹੋਈ ਸੀ ਪਰ ਉਹ ਕਿਹੜੀ ਥਾਂ ਤੋਂ ਮਿਲੇਗਾ - ਇਸ ਬਾਰੇ ਉਹ ਹਾਲੇ ਭੰਬਲਭੂਸੇ 'ਚ ਹੀ ਸੀ। ਫਿਰ ਉਸ ਨੇ ਬਰਛੇ ਦੁਆਲੇ ਦੇ ਰੁੱਖਾਂ ਬਾਰੇ ਯਾਦ ਕੀਤਾ। ਫਿਰ ਉਸ ਨੇ ਯਾਦ ਕੀਤਾ ਕਿ ਪਰਬਤਾਂ ਦੁਆਲੇ ਅਜਿਹੇ ਰੁੱਖਾਂ ਦੀ ਪੂਰੀ ਲੜੀ ਸੀ।

"ਹਾਂ, ਹਾਂ, ਉਹ ਉੱਥੇ ਹੀ ਹੋਣਾ ਚਾਹੀਦਾ ਹੈ। ਉਹ ਪੂਰਾ ਦ੍ਰਿਸ਼ ਮੈਨੂੰ ਕਿਵੇਂ ਦਿਸਿਆ ਸੀ, ਜੋ ਬਰਛੇ ਵੱਲ ਜਾਂਦਾ ਸੀ। ਇਹ ਸਭ ਚੋਟੀ ਤੋਂ ਸ਼ੁਰੂ ਹੋਇਆ ਸੀ। ਵਿਫਸ ਪਰਬਤਾਂ ਦੇ ਐਨ ਵਿਚਕਾਰ, ਰੁੱਖਾਂ ਨੇ ਗੋਲ਼ ਘੇਰਾ ਜਿਹਾ ਬਣਾਇਆ ਹੋਇਆ ਸੀ, ਜਿੱਥੇ ਸੰਘਣਾ ਹਨੇਰਾ ਸੀ। ਉਸ ਦੇ ਧੁਰ ਅੰਦਰ ਅਨੋਖੇ ਜਾਦੂਮਈ ਰੁੱਖ ਸਨ; ਉਹ ਜੜ੍ਹਾਂ ਤੇ ਕਾਈ ਜਾਂ ਬੂਰ ਨਾਲ ਢਕਿਆ ਹੋਇਆ ਚਮਕੀਲਾ 'ਨਿਰਪੱਖਤਾ ਦਾ ਬਰਛਾ ਉੱਥੇ ਹੀ ਕਿਤੇ ਪਿਆ ਸੀ, ਜੋ ਚਮਕਦਾਰ ਹੋਣ ਕਾਰਣ ਦੂਰੋਂ ਹੀ ਵੇਖਿਆ ਜਾ ਸਕਦਾ ਸੀ। ਹਾਂ, ਮੈਨੂੰ ਅਜਿਹਾ ਕੁਝ ਹੀ ਦਿਸਿਆ ਸੀ ਤੇ ਮੈਨੂੰ ਅਜਿਹੀ ਥਾਂ 'ਤੇ ਹੀ ਜਾਣ ਦੀ ਲੋੜ ਹੈ। ਚੱਲ ਬੋਰਿਸ। ਤੂੰ ਇਹ ਸਭ ਕਰ ਸਕਦਾ ਹੈਂ। ਬੱਸ ਹੁਣ ਤੁਰ ਪੈ।" ਬੋਰਿਸ ਨੂੰ ਸਭ ਕੁਝ ਚੇਤੇ ਆ ਗਿਆ ਸੀ, ਉਸ ਨੇ ਖ਼ੁਦ ਨੂੰ ਹੱਲਾਸ਼ੇਰੀ ਦਿੱਤੀ ਤੇ ਪਰਬਤ ਦੇ ਐਨ ਵਿਚਕਾਰਲੇ ਹਿੱਸੇ ਵੱਲ ਵਧ ਗਿਆ।

ਦੋ ਕੁ ਘੰਟੇ ਉਹ ਪਰਬਤਾਂ ਵਿੱਚੋਂ ਦੀ ਅੱਗੇ ਵਧਦਾ ਰਿਹਾ ਤੇ ਬਹੁਤ ਜ਼ਿਆਦਾ ਤਿੱਖੀ ਢਲਾਣ ਵਾਲੀਆਂ ਪਹਾੜੀਆਂ ਵੀ ਚੜ੍ਹ ਗਿਆ, ਉਸ ਨੂੰ ਅਜਿਹਾ ਅਹਿਸਾਸ ਵੀ ਨਹੀਂ ਸੀ ਕਿ ਉਹ ਕਿੰਨਾ ਉੱਚਾ ਆ ਗਿਆ ਸੀ। ਫਿਰ ਉਹ ਪਰਬਤ ਦੀ ਇੱਕ ਟੀਸੀ ਦੇ ਕੰਢੇ 'ਤੇ ਪੁੱਜਾ। ਉਸ ਨੇ ਆਲੇ-ਦੁਆਲੇ ਵੇਖਿਆ ਤੇ ਫਿਰ ਉਸੇ ਕੰਢੇ ਦੇ ਨਾਲ-ਨਾਲ ਅੱਗੇ ਵਧਣ ਦਾ ਫ਼ੈਸਲਾ ਕੀਤਾ। ਜਿਵੇਂ ਹੀ ਉਸ ਨੇ ਆਪਣੇ ਆਲੇ-ਦੁਆਲੇ ਤੱਕਿਆ, ਤਾਂ ਉਸ ਦੇ ਚਿਹਰੇ 'ਤੇ ਮੁਸਕਰਾਹਟ ਆ ਗਈ। ਉਸ ਨੇ ਹੇਠਾਂ ਵੇਖਿਆ, ਉੱਥੇ ਉਸ ਨੂੰ ਹਨੇਰੀਆਂ ਡੂੰਘਾਣਾਂ ਤੋਂ ਬਿਨਾ ਹੋਰ ਕੁਝ ਨਾ ਦਿਸਿਆ। ਬਹੁਤ ਵਿਸ਼ਾਲ ਉੱਚੇ ਤੇ

ਤਿੱਖੀਆਂ ਤੇ ਸਿੱਧੀਆਂ ਚੜ੍ਹਾਈਆਂ ਵਾਲੇ ਉਹ ਪਹਾੜ ਹਨੇਰੇ 'ਚ ਘਿਰੇ ਹੋਏ ਸਨ ਅਤੇ ਬੋਰਿਸ ਅਜਿਹੇ ਹੀ ਇੱਕ ਪਹਾੜ 'ਤੇ ਖਲੋਤਾ ਹੋਇਆ ਸੀ। ਉਹ ਅਜਿਹੀ ਜਗ੍ਹਾ ਹੀ ਤਾਂ ਲੱਭ ਰਿਹਾ ਸੀ। ਹੁਣ ਉਸ ਨੇ ਸੂਰਜ ਛਿਪਣ ਤੋਂ ਪਹਿਲਾਂ-ਪਹਿਲਾਂ ਹੇਠਾਂ ਜਾਣ ਦਾ ਰਾਹ ਲੱਭਣਾ ਸੀ।

ਪਤਾ ਨਹੀਂ ਕਿਸੇ ਪਾਸਿਓਂ ਆਵਾਜ਼ ਆਈ:

"ਪੁੱਤਰਾ, ਅੱਗੇ ਵਧਦਾ ਰਹਿ ਕਿਉਂਕਿ ਪਹਿਲਾਂ ਹੀ ਬਹੁਤ ਦੇਰੀ ਹੋ ਚੁੱਕੀ ਹੈ ਤੇ ਹੁਣ ਉਡੀਕਣ ਤੇ ਸੋਚਣ ਦਾ ਸਮਾਂ ਨਹੀਂ ਬਚਿਆ।"

ਬੋਰਿਸ ਨੇ ਸਾਵਧਾਨੀ ਤੇ ਸੁਰੱਖਿਆ ਵਜੋਂ ਆਪਣੀ ਤਲਵਾਰ ਕੱਢ ਲਈ, ਕਿਸੇ ਵੀ ਤਰ੍ਹਾਂ ਦੇ ਖ਼ਤਰੇ ਦਾ ਸਾਹਮਣਾ ਕਰਨ ਲਈ ਆਪਣੇ-ਆਪ ਨੂੰ ਤਿਆਰ ਕਰ ਲਿਆ। ਉਸ ਨੇ ਪੂਰੀ ਚੌਕਸੀ ਨਾਲ ਆਲੇ-ਦੁਆਲੇ ਗਹੁ ਨਾਲ ਵੇਖਿਆ ਕਿ ਸ਼ਾਇਦ ਬੋਲਣ ਵਾਲਾ ਕਿਸੇ ਪਾਸੇ ਦਿਸ ਪਵੇ। ਪਰ ਉਸ ਨੂੰ ਕੋਈ ਨਾ ਦਿਸਿਆ, ਇਸੇ ਲਈ ਉਸ ਨੇ ਸੁਆਲ ਕੀਤਾ:

"ਤੁਸੀਂ ਕੌਣ ਹੋ? ਤੇ ਤੁਸੀਂ ਹੋ ਕਿੱਥੇ?"

"ਤੂੰ ਮੈਨੂੰ ਜਾਣਦਾ ਹੈਂ। ਮੇਰੀ ਆਵਾਜ਼ ਨੂੰ ਨਹੀਂ ਤੇ ਨਾ ਹੀ ਮੇਰੀ ਦਿੱਖ ਨੂੰ, ਪਰ ਮੇਰਾ ਨਾਂਅ ਤੈਨੂੰ ਪਤਾ ਹੈ।" ਅੱਗਿਓਂ ਜਵਾਬੀ ਆਵਾਜ਼ ਆਈ।

"ਜਿੱਥੇ ਵੀ ਤੁਸੀਂ ਹੋ, ਕੀ ਤੁਸੀਂ ਮੈਨੂੰ ਆਪਣਾ ਨਾਂਅ ਦੱਸੋਗੇ?"

"ਯੂਰਾ।" ਆਵਾਜ਼ ਆਈ।

ਫਿਰ ਕੁਝ ਸੈਕੰਡਾਂ ਲਈ ਬੋਰਿਸ ਨੂੰ ਉਹ ਸਾਰੀਆਂ ਗੱਲਾਂ ਚੇਤੇ ਆਈਆਂ, ਜੋ ਉਸ ਨੂੰ ਯੂਰਾ ਤੇ ਉਸ ਦੀ ਬਹਾਦਰੀ ਬਾਰੇ ਬੀਜ-ਧਾਰਕ ਨੇ ਦੱਸੀਆਂ ਸਨ ਤੇ ਹੁਣ ਯੂਰਾ ਦੇ ਖ਼ਾਨਦਾਨ ਦਾ ਸਿਰਫ਼ ਉਹੀ ਇੱਕੋ-ਇੱਕ ਚਿਰਾਗ਼ ਸੀ। ਫਿਰ ਸੋਚਾਂ 'ਚੋਂ ਉਹ ਸੱਚਾਈ 'ਚ ਪਰਤਿਆ, ਉਸ ਨੇ ਤੁਰੰਤ ਆਪਣੀ ਤਲਵਾਰ ਵਾਪਸ ਮਿਆਨ 'ਚ ਪਾ ਲਈ ਤੇ ਉੱਪਰ ਆਕਾਸ਼ ਵੱਲ ਤੱਕਿਆ ਕਿਉਂਕਿ ਆਵਾਜ਼ ਉੱਪਰੋਂ ਹੀ ਆ ਰਹੀ ਸੀ ਪਰ ਉਸ ਨੂੰ ਕਿਤੇ ਕੋਈ ਨਾ ਦਿਸਿਆ।

"ਯੂਰਾ ਉਹ ਸ਼ਖਸੀਅਤ, ਜਿਸ ਦੀ ਤਾਕਤ ਨੂੰ ਹਾਲੇ ਵੀ ਸਾਰੇ ਯਾਦ ਕਰਦੇ ਹਨ, ਜਿਸ ਇਕੱਲੇ ਕਾਹਨਾਂ ਦੇ ਸਰਦਾਰ ਨੇ ਏਕਾਰਦਸ ਰਾਜ ਨੂੰ ਬਚਾਇਆ ਸੀ।" ਬੋਰਿਸ ਪੂਰੇ ਆਦਰ-ਸਤਿਕਾਰ ਨਾਲ ਆਪਣੇ ਗੋਡਿਆਂ ਦੇ ਭਾਰ ਝੁਕ ਗਿਆ।

'ਉੱਠ ਖਲੋ ਮੇਰੇ ਬੱਚੇ, ਮੈਂ ਏਕਾਰਦਾਸ ਨੂੰ ਬਚਾਇਆ ਸੀ ਤੇ ਹੁਣ ਮੁਕਤੀਦਾਤਾ ਬਣਨ ਦੀ ਵਾਰੀ ਤੇਰੀ ਹੈ।'

ਬੋਰਿਸ ਖ਼ੁਦ ਨੂੰ ਖ਼ੁਸ਼ਕਿਸਮਤ ਸਮਝਣ ਲੱਗਾ ਕਿਉਂਕਿ ਉਸ ਹਸਤੀ ਨਾਲ ਗੱਲਾਂ ਕੀਤੀਆਂ ਸਨ, ਜਿਸ ਦੀਆਂ ਪ੍ਰਸਿੱਧ ਗਾਥਾਵਾਂ ਚੁਪਾਸੇ ਬੇਹੱਦ ਹਰਮਨਪਿਆਰੀਆਂ ਸਨ ਪਰ ਜਿਸ ਨੂੰ ਕਦੇ ਮਿਲਿਆ ਕੋਈ ਨਹੀਂ ਸੀ। ਪਰ ਜ਼ਿੰਮੇਵਾਰੀ ਦੀ ਭਾਵਨਾ ਉੱਤੇ ਆਪਣੀ ਉਤੇਜਨਾ ਨੂੰ ਭਾਰੂ ਕਰਨ ਦਾ ਇਹ ਸਹੀ ਵੇਲਾ ਨਹੀਂ ਸੀ, ਇਸੇ ਲਈ ਉਹ ਮੁੜ ਉੱਠ ਖਲੋਇਆ ਤੇ ਬਰਫ਼ੇ ਤੱਕ ਪੁੱਜਣ ਤੇ ਛੇਤੀ ਤੋਂ ਛੇਤੀ ਏਕਾਰਦਾਸ ਵਾਪਸ ਜਾਣ ਦਾ ਰਾਹ ਪੁੱਛਿਆ। ਅੱਗਿਓਂ ਜਿਹੜਾ ਉੱਤਰ ਉਸ ਨੂੰ ਮਿਲਿਆ, ਉਸ ਨੂੰ ਸੁਣ ਕੇ ਉਹ ਭੰਬਲਭੂਸੇ 'ਚ ਪੈ ਕੇ ਸੋਚਣ ਲੱਗਾ ਕਿ ਕੀ ਉਸ ਨੂੰ ਅੱਗੇ ਜਾਣਾ ਚਾਹੀਦਾ ਹੈ ਜਾਂ ਨਹੀਂ।

"ਬਰਫ਼ੇ ਤੱਕ ਛੇਤੀ ਪੁੱਜਣ ਦਾ ਸਭ ਤੋਂ ਤੇਜ਼ ਰਾਹ ਹੈ ਇਨ੍ਹਾਂ ਸਾਹਮਣੇ ਦੀਆਂ ਡੂੰਘੀਆਂ ਖੱਡਾਂ 'ਚ ਛਾਲ ਮਾਰ ਕੇ ਹੇਠਾਂ ਪੁੱਜਣਾ, ਵਾਪਿਸ ਉੱਪਰ ਆਉਣ ਦਾ ਸਭ ਤੋਂ ਤੇਜ਼ ਤਰੀਕਾ ਹੈ ਆਪਣੀ ਪੂਰੀ ਤਾਕਤ ਨਾਲ ਉੱਪਰ ਵੱਲ ਨੂੰ ਛਾਲ ਮਾਰਨਾ, ਪਰ ਏਕਾਰਦਾਸ ਵਾਪਸ ਜਾਣ ਲਈ ਤੈਨੂੰ ਉਹਨਾਂ ਰਾਹਾਂ ਤੋਂ ਹੀ ਜਾਣਾ ਪਾਉਗਾ ਜਿਥੋਂ-ਜਿਥੋਂ ਤੋਂ ਆਇਆ ਸੀ।"

ਬੋਰਿਸ ਨੇ ਹੇਠਾਂ ਡੂੰਘਾਣਾਂ ਵੱਲ ਵੇਖਿਆ ਕਿ ਸ਼ਾਇਦ ਹੇਠਾਂ ਕੁਝ ਵਿਖਾਈ ਦੇ ਸਕੇ, ਜਿਸ ਨੂੰ ਛਾਲ ਮਾਰਨ ਤੋਂ ਬਾਅਦ ਉਹ ਫੜ ਸਕੇ। ਉਹ ਕੁਝ ਚਿਰ ਤਾਂ ਵੇਖਦਾ ਰਿਹਾ ਪਰ ਉਸ ਨੂੰ ਹਨੇਰੇ ਤੋਂ ਸਿਵਾ ਹੋਰ ਕੁਝ ਨਾ ਦਿਸਿਆ। ਉਸ ਨੇ ਵਾਪਸ ਆਕਾਸ਼ ਵੱਲ ਤੱਕਿਆ ਤੇ ਪੁੱਛਿਆ ਕਿ ਕੀ ਕੋਈ ਹੋਰ ਰਾਹ ਵੀ ਹੈ।

"ਤੂੰ ਆਪਣੀ ਸਾਰੀ ਉਮਰ ਤਾਂ ਕਦੇ ਕੋਈ ਦੂਜਾ ਰਾਹ ਨਹੀਂ ਲੱਭਿਆ, ਫਿਰ ਹੁਣ ਕਿਉਂ?"

ਬੋਰਿਸ ਨੂੰ ਬਿਨਾ ਸੋਚੇ-ਸਮਝੇ ਛਾਲ ਮਾਰਨ ਲਈ ਹੌਸਲਾ ਦੇਣ ਵਾਸਤੇ ਇਹ ਸ਼ਬਦ ਕਾਫ਼ੀ ਸਨ। ਉਹ ਕੰਢੇ 'ਤੇ ਖੜ੍ਹਾ ਸੀ ਤੇ ਉਸ ਦੇ ਪਿਛਲੇ ਪਾਸੇ ਡੂੰਘੀਆਂ ਖੱਡਾਂ ਸਨ, ਫਿਰ ਉਸ ਨੇ ਉੱਪਰ ਵੇਖਿਆ ਤੇ ਦ੍ਰਿੜ੍ਹ ਆਵਾਜ਼ 'ਚ ਬੋਲਿਆ 'ਆਮੀਨ ਤੇ ਆਪਣੇ ਸਰੀਰ ਨੂੰ ਉਨ੍ਹਾਂ ਡੂੰਘਾਣਾਂ 'ਚ ਸੁੱਟ ਦਿੱਤਾ। ਉਹ ਹੇਠਾਂ ਡਿੱਗਦੇ ਸਮੇਂ ਵੀ ਅੱਖਾਂ ਚੁੰਨ੍ਹੀਆਂ ਕਰ ਕੇ ਆਕਾਸ਼ ਵੱਲ ਹੀ ਤੱਕ ਰਿਹਾ ਸੀ। ਉਹ ਕੁਝ ਸਮਾਂ ਹੇਠਾਂ ਡਿੱਗਦਾ ਰਿਹਾ, ਫਿਰ ਉਸ ਨੇ ਮਹਿਸੂਸ ਕੀਤਾ ਕਿ ਉਸ ਦੇ ਡਿੱਗਣ ਦੀ ਰਫ਼ਤਾਰ ਮੱਠੀ ਪੈ ਗਈ ਸੀ, ਜਿਵੇਂ ਕੋਈ ਚੀਜ਼

ਉਸ ਨੂੰ ਹੇਠਾਂ ਡਿੱਗਣ ਤੋਂ ਰੋਕ ਰਹੀ ਹੋਵੇ। ਫਿਰ ਉਸ ਨੇ ਆਪਣੇ ਕੋਲੋਂ ਦੀ ਨਿੱਕੇ-ਨਿੱਕੇ ਪੰਛੀ ਉੱਡ ਕੇ ਜਾਂਦੇ ਵੇਖੇ, ਜੋ ਚਹਿਚਹਾ ਰਹੇ ਸਨ ਤੇ ਆਪਣੀ ਲੈਅ-ਤਾਲ ਵਿੱਚ ਗਾ ਰਹੇ ਸਨ। ਉਹ ਉਸ ਦੀ ਕਲਪਨਾ ਤੋਂ ਵੀ ਕਿਤੇ ਜ਼ਿਆਦਾ ਸ਼ਾਨਦਾਰ ਤੇ ਸੋਹਣੇ ਸਨ। ਦਰਅਸਲ, ਉਨ੍ਹਾਂ ਪੰਛੀਆਂ ਨੇ ਬੋਰਿਸ ਨੂੰ ਹੇਠਾਂ ਡਿੱਗਣ ਤੋਂ ਬਚਾਇਆ ਹੋਇਆ ਸੀ ਤੇ ਉਨ੍ਹਾਂ ਬੋਰਿਸ ਦੇ ਹੇਠਾਂ ਇੱਕ ਮਜ਼ਬੂਤ ਆਧਾਰ ਬਣਾਇਆ ਹੋਇਆ ਸੀ ਅਤੇ ਉਹ ਉਸ ਨੂੰ ਹੇਠਾਂ ਜ਼ਮੀਨ ਦੇ ਕਾਫ਼ੀ ਨੇੜੇ ਤੱਕ ਲੈ ਗਏ। ਫਿਰ ਰੁੱਖਾਂ ਦੇ ਐਨ ਉੱਪਰ ਪੁੱਜ ਕੇ ਪੰਛੀਆਂ ਨੇ ਉਸ ਨੂੰ ਇੱਕ ਰੁੱਖ ਦੀ ਲੰਮੀ-ਚੌੜੀ ਟਹਿਣੀ ਤੇ ਛੱਡ ਦਿੱਤਾ ਤੇ ਉੱਥੋਂ ਚਲੇ ਗਏ। ਉਸ ਰੁੱਖ ਦੇ ਚਮਕਦਾਰ ਚਿੱਟੇ ਪੱਤੇ ਸਨ ਤੇ ਉਸ ਨੂੰ ਸੁਨਹਿਰੀ ਰੰਗ ਦੇ ਫੁੱਲ ਲੱਗੇ ਹੋਏ ਸਨ। ਬੋਰਿਸ ਆਪਣੇ ਗੋਡਿਆਂ ਭਾਰ ਬੈਠ ਗਿਆ ਤੇ ਆਪਣੀਆਂ ਅੱਖਾਂ ਸਾਹਮਣੇ ਵਾਪਰ ਰਹੇ ਜਾਦੂ ਨੂੰ ਵੇਖਿਆ। ਉਹ ਟਹਿਣੀ ਹੌਲੀ-ਹੌਲੀ ਉਸ ਨੂੰ ਹੇਠਾਂ ਧਰਤੀ ਕੋਲ ਲੈ ਗਈ ਅਤੇ ਜਿਵੇਂ ਹੀ ਟਹਿਣੀ ਰੁਕੀ, ਬੋਰਿਸ ਨੇ ਹੇਠਾਂ ਛਾਲ ਮਾਰ ਦਿੱਤੀ। ਹੁਣ ਬੋਰਿਸ ਦੇ ਚੁਫੇਰੇ ਸੋਹਣੇ ਚਮਕਦਾਰ ਰੁੱਖ ਸਨ, ਜਿਨ੍ਹਾਂ ਦੇ ਪੱਤੇ ਚਿੱਟੇ ਸਨ ਤੇ ਫੁੱਲ ਸੁਨਹਿਰੀ।

ਜਦੋਂ ਉਸ ਨੇ ਆਪਣੇ ਆਲੇ-ਦੁਆਲੇ ਵੇਖਣਾ ਬੰਦ ਕੀਤਾ, ਤਾਂ ਉਸ ਨੇ ਆਪਣੇ ਬਿਲਕੁਲ ਸਾਹਮਣੇ ਵੇਖਿਆ, ਲਗਭਗ 50 ਕੁ ਗਜ਼ ਦੀ ਦੂਰੀ 'ਤੇ ਉਸ ਨੂੰ ਇੱਕ ਬਹੁਤ ਹੀ ਚਮਕਦਾਰ ਵਸਤੂ ਦਿਸੀ, ਜਿਸ ਵਿੱਚੋਂ ਚਮਕੀਲੀ ਪੀਲੀ ਰੋਸ਼ਨੀ ਬਾਹਰ ਆ ਰਹੀ ਸੀ। ਉਹ ਉਸ ਦੇ ਨੇੜੇ ਪੁੱਜਾ ਤੇ ਉਹ ਉਸ ਤੋਂ ਸਿਰਫ਼ ਕੁਝ ਫੁੱਟ ਦੀ ਦੂਰੀ 'ਤੇ ਸੀ, ਚਮਕ ਹੋਰ ਵੀ ਜ਼ਿਆਦਾ ਤਿੱਖੀ ਹੋ ਗਈ ਸੀ ਤੇ ਉਹ ਉਸ ਦੀ ਤਾਕਤ ਨੂੰ ਮਹਿਸੂਸ ਕਰ ਰਿਹਾ ਸੀ ਕਿਉਂਕਿ ਉਹ ਉਸ ਨੂੰ ਛੋਹੰਦੀ ਜਾ ਰਹੀ ਸੀ।

ਜਿਵੇਂ ਹੀ ਉਹ ਹੋਰ ਨੇੜੇ ਹੋਇਆ, ਤਾਂ ਉਸ ਦੇ ਅੰਦਰਲਾ ਮਨ ਉਸ ਨੂੰ ਹਰੇਕ ਕਦਮ ਨਾਲ ਕੁਝ ਭੰਬਲਭੂਸੇ 'ਚ ਪਾ ਰਿਹਾ ਸੀ ਕਿਉਂਕਿ ਉਹ ਪਹਿਲਾਂ ਬਹੁਤ ਜ਼ਿਆਦਾ ਔਕੜਾਂ ਝੱਲ ਚੁੱਕਾ ਸੀ ਤੇ ਉਸ ਦਾ ਮੰਨਣਾ ਸੀ ਕਿ ਬਿਨਾ ਕਿਸੇ ਮੁਸੀਬਤ ਝੱਲਿਆਂ ਉਸ ਲਈ 'ਨਿਰਪੱਖਤਾ ਦਾ ਬਰਛਾ ਹਾਸਲ ਕਰਨਾ ਕੋਈ ਸੁਖਾਲਾ ਕਾਰਜ ਤਾਂ ਹੋਣ ਨਹੀਂ ਸੀ ਲੱਗਾ। ਉਹ ਹੋਰ ਅੱਗੇ ਵਧਿਆ, ਉਹ ਬਹੁਤ ਚੌਕਸ ਵੀ ਸੀ ਤੇ ਆਲੇ-ਦੁਆਲੇ ਪੂਰੀ ਨਜ਼ਰ ਰੱਖ ਰਿਹਾ ਸੀ ਕਿ ਕਿਤੇ ਕਿਸੇ ਪਾਸਿਓਂ ਅਚਾਨਕ ਕੋਈ ਮੁਸੀਬਤ ਨਾ ਆਣ ਪਵੇ।

ਉਹ ਹੋਰ ਨੇੜੇ ਹੋਇਆ, ਨਿੱਕੀਆਂ-ਨਿੱਕੀਆਂ ਬੂਟੀਆਂ ਸਾਫ਼ ਕੀਤੀਆਂ ਤੇ ਟਹਿਣੀਆਂ ਖਿੱਚ ਕੇ ਪਰ੍ਹਾਂ ਕੀਤੀਆਂ ਤੇ ਉਸ ਦੇ ਸਾਹਮਣੇ ਤਾਂ 'ਨਿਰਪੱਖਤਾ

ਦਾ ਬਰਛਾ ਹੀ ਸੀ। ਉਸ ਨੂੰ ਵੇਖ ਕੇ ਸਪੱਸ਼ਟ ਪਤਾ ਲੱਗ ਰਿਹਾ ਸੀ ਕਿ ਉਸ ਨੂੰ ਕਿਸੇ ਮਨੁੱਖ ਨੇ ਤਾਂ ਨਹੀਂ ਬਣਾਇਆ ਹੋਵੇਗਾ। ਉਹ ਬਹੁਤ ਹੀ ਵਿਲੱਖਣ ਸੀ ਤੇ ਉਸ ਨੂੰ ਵੇਖਦਿਆਂ ਹੀ ਮਜ਼ਬੂਤੀ ਦੀ ਭਾਵਨਾ ਮਨ 'ਚ ਆ ਰਹੀ ਸੀ। ਉਹ ਝੁਕਿਆ, ਉਸ ਨੂੰ ਦੋਵੇਂ ਹੱਥਾਂ ਨਾਲ ਫੜਿਆ ਤੇ ਉਸ ਨੂੰ ਛੋਹੰਦਿਆਂ ਹੀ ਬੋਰਿਸ ਦੇ ਸਰੀਰ ਵਿੱਚ ਜਿਵੇਂ ਬਿਜਲੀ ਦੀ ਫੁਰਤੀ ਵਾਂਗ ਤਾਕਤ ਭਰ ਗਈ ਹੋਵੇ ਤੇ ਜਿਵੇਂ ਕਿਸੇ ਮਹਾਨ ਸ਼ਕਤੀ ਨੇ ਉਸ ਦੇ ਅੰਦਰ ਘਰ ਕਰ ਲਿਆ ਹੋਵੇ।

ਬੋਰਿਸ ਨੇ ਸੱਚਮੁਚ ਆਪਣੀ ਅੱਧੀ ਯਾਤਰਾ ਤਾਂ ਖ਼ਤਮ ਕਰ ਹੀ ਲਈ ਸੀ। ਉਸ ਨੇ ਆਪਣੀਆਂ ਅੱਖਾਂ ਬੰਦ ਕੀਤੀਆਂ ਤੇ ਉਸ ਨੂੰ ਮਿਲੀ ਤਾਕਤ ਅਤੇ ਪਿਛਲੇ ਦੋ ਕੁ ਦਿਨਾਂ ਦੌਰਾਨ ਮਿਲੀਆਂ ਅਨੇਕ ਨਸੀਹਤਾਂ ਲਈ ਸਰਬਸ਼ਕਤੀਮਾਨ ਈਸ਼ਵਰ ਦਾ ਧੰਨਵਾਦ ਕੀਤਾ। ਉਸ ਨੂੰ ਹਾਲੇ ਵੀ ਯਕੀਨ ਜਿਹਾ ਨਹੀਂ ਸੀ ਹੋ ਰਿਹਾ ਕਿ ਉਸ ਨੇ ਆਪਣੇ ਹੱਥ 'ਚ 'ਨਿਰਪੱਖਤਾ ਦਾ ਬਰਛਾ ਫੜਿਆ ਹੋਇਆ ਹੈ। ਉਸਨੇ ਪਰਤਣ ਤੋਂ ਪਹਿਲਾਂ ਆਪਣੇ ਆਲੇ-ਦੁਆਲੇ ਦੇ ਜਾਦੂਮਈ ਦ੍ਰਿਸ਼ਾਂ ਨੂੰ ਤੱਕਿਆ।

ਅਧਿਆਇ 8

ਬੋਰਿਸ ਨੇ ਬਰਛੇ ਨੂੰ ਪੂਰੀ ਤਾਕਤ ਨਾਲ ਫੜਿਆ ਤੇ ਛਾਲ ਮਾਰਨ ਲਈ ਆਪਣੇ ਨਿਚਲੀ ਧਰਤੀ ਨੂੰ ਇੰਨੇ ਜ਼ੋਰ ਨਾਲ ਧੱਕਿਆ ਕਿ ਉਸ ਦੀ ਧਮਕ ਨੇ ਆਪਣੇ ਆਲੇ-ਦੁਆਲੇ ਦੇ ਰੁੱਖਾਂ ਤੱਕ ਨੂੰ ਬੁਰੀ ਤਰ੍ਹਾਂ ਹਿਲਾ ਦਿੱਤਾ। ਫਿਰ ਉਸ ਨੇ ਇੰਨੀ ਜ਼ੋਰ ਦੀ ਛਾਲ ਮਾਰੀ ਕਿ ਤਾਂ ਜੋ ਉਹ ਇੱਕੋ ਛਲਾਂਗ 'ਚ ਪਹਾੜ ਦੀ ਚੋਟੀ ਤੇ ਪੁੱਜ ਜਾਵੇ - ਇਹ ਤਰਕੀਬ ਹੋਰ ਕਿਸੇ ਨੇ ਨਹੀਂ, ਖ਼ੁਦ ਯੂਰਾ ਨੇ ਉਸ ਨੂੰ ਦੱਸੀ ਸੀ। ਉਹ ਸੋਹਣੇ ਰੁੱਖਾਂ ਦੇ ਲਾਗਿਓਂ ਦੀ ਆਨੰਦ ਮਾਣਦਾ ਹੋਇਆ ਉੱਪਰ ਵਧਦਾ ਜਾ ਰਿਹਾ ਸੀ ਤੇ ਸੋਹਣੇ-ਸੋਹਣੇ ਪੰਛੀ ਉਸ ਕੋਲੋਂ ਦੀ ਉੱਡ ਰਹੇ ਸਨ। ਜਿਵੇਂ-ਜਿਵੇਂ ਉਹ ਉੱਪਰ ਪਰਬਤ ਦੀ ਚੋਟੀ ਵੱਲ ਨੂੰ ਜਾ ਰਿਹਾ ਸੀ, ਤਿਵੇਂ-ਤਿਵੇਂ ਉਸ ਨੂੰ ਹੇਠਾਂ ਜਿਵੇਂ ਹਨੇਰਾ ਵੀ ਵਧਦਾ ਜਾ ਰਿਹਾ ਸੀ। ਉਸ ਦੀ ਇੱਕੋ ਛਾਲ ਨੇ ਬੋਰਿਸ ਨੂੰ ਵਿਸ਼ਾਲ ਪਹਾੜ ਦੀ ਚੋਟੀ ਦੇ ਉਸੇ ਥਾਂ 'ਤੇ ਪਹੁੰਚਾ ਦਿੱਤਾ ਸੀ ਜਿੱਥੋਂ ਉਸ ਨੇ ਬਰਛਾ ਲੈਣ ਲਈ ਹੇਠਾਂ ਛਾਲ ਮਾਰੀ ਸੀ। ਚੋਟੀ 'ਤੇ ਪੁੱਜਦੇ ਸਾਰ ਬੋਰਿਸ ਨੇ ਸਭ ਤੋਂ ਪਹਿਲਾਂ ਆਪਣੀ ਤਲਵਾਰ ਅਤੇ 'ਨਿਰਪੱਖਤਾ ਦਾ ਬਰਛਾ ਵੇਖਿਆ ਕਿ ਕੀ ਉਹ ਸਹੀ-ਸਲਾਮਤ ਹਨ ਜਾਂ ਨਹੀਂ। ਉਸ ਨੇ ਉੱਥੇ ਆਪਣੇ ਆਲੇ-ਦੁਆਲੇ ਯੂਰਾ ਦੀ ਆਵਾਜ਼ ਸੁਣਨ ਦੀ ਵੀ ਕੋਸ਼ਿਸ਼ ਕੀਤੀ ਕਿ ਸ਼ਾਇਦ ਉਹ ਮੁੜ ਕਿਤੇ ਕੰਨੀਂ ਪੈ ਜਾਵੇ, ਪਰ ਕਿਤੇ ਕੁਝ ਨਹੀਂ ਸੁਣਿਆ। ਬਰਛਾ ਉਸ ਨੇ ਆਪਣੇ ਖੱਬੇ ਹੱਥ 'ਚ ਫੜ ਲਿਆ ਤੇ ਮਿਆਨ 'ਚ ਤਲਵਾਰ ਪਹਿਲਾਂ ਹੀ ਉਸ ਦੇ ਲਟਕ ਰਹੀ ਸੀ। ਦੂਜੇ ਪਾਸੇ ਉਸ ਦੇ ਲੱਕ ਦੇ ਸਟ੍ਰੈਪ ਨਾਲ ਬੰਨ੍ਹੀ ਨਿੱਕੀ ਕ੍ਰਿਪਾਨ ਵੀ ਸੀ। ਫਿਰ ਉਸ ਨੇ ਏਕਾਰਦਸ ਰਾਜ ਵੱਲ ਮੁੜ ਚਾਲੇ ਪਾ ਲਏ।

ਉਹ ਤੇਜ਼ ਚਾਲੇ ਤੁਰਦਾ ਜਾ ਰਿਹਾ ਸੀ ਕਿ ਤਾਂ ਜੋ ਉਹ ਸੂਰਜ ਦੇ ਪਰਛਾਵੇਂ ਢਲਣ ਤੋਂ ਪਹਿਲਾਂ ਛੇਤੀ ਤੋਂ ਛੇਤੀ ਵੱਧ ਤੋਂ ਵੱਧ ਪੰਧ ਤਹਿ ਕਰ ਸਕੇ। ਕਦੇ ਉਹ ਬਹੁਤ ਤੇਜ਼ ਨੱਸਣ ਲੱਗ ਪੈਂਦਾ ਤੇ ਕਦੇ ਉਹ ਤੇਜ਼-ਤੇਜ਼ ਚੱਲਣ ਲੱਗਣ ਪੈਂਦਾ। ਉਹ ਆਪਣੀ ਊਰਜਾ ਵੀ ਬਚਾ ਕੇ ਰੱਖਣਾ ਚਾਹੁੰਦਾ ਸੀ। ਦਿਨ ਛਿਪਣ ਤੋਂ ਪਹਿਲਾਂ ਹੀ ਉਹ ਕਲੀਸ਼ੀਆ ਦੇ ਜੰਗਲ ਤੱਕ ਪੁੱਜ ਗਿਆ।

ਜਿਵੇਂ ਹੀ ਉਹ ਜੰਗਲ 'ਚ ਦਾਖ਼ਲ ਹੋਇਆ, ਤਾਂ ਉਸ ਦੀ ਹੈਰਾਨੀ ਦੀ ਕੋਈ ਹੱਦ ਨਾ ਰਹੀ। ਵੁਲਫ਼ੀ ਸਾਹਮਣੇ ਖੜ੍ਹਾ ਉਸੇ ਨੂੰ ਉਡੀਕ ਰਿਹਾ ਸੀ ਕਿਉਂਕਿ ਉਸ ਨੂੰ ਪਤਾ ਸੀ ਕਿ ਬੋਰਿਸ ਏਕਾਰਦਸ ਜਾਣ ਲਈ ਇਹੋ ਰਾਹ ਵਰਤੇਗਾ। ਉਸ ਨੇ ਬੋਰਿਸ ਦਾ ਜੰਗਲ 'ਚ ਸੁਆਗਤ ਕੀਤਾ ਤੇ ਉਸ ਨੂੰ ਇੱਕ ਵਾਰ ਫਿਰ ਆਪਣੇ ਪਿੱਠ 'ਤੇ ਬਿਠਾ ਲਿਆ।

ਪਹਿਲਾਂ ਤਾ ਬੋਰਿਸ ਨੇ ਭੇੜੀਏ (ਵੂਲਫ਼ੀ) ਦੇ ਸਮੇਂ-ਸਿਰ ਜੰਗਲ ਦੀ ਸੀਮਾ 'ਤੇ ਆਉਣ ਲਈ ਧੰਨਵਾਦ ਕੀਤਾ। ਫਿਰ ਉਸ ਨੇ ਦੱਸਿਆ ਕਿ ਉਹ ਬਰਛਾ ਲੱਭਣ ਦੀ ਆਪਣੀ ਕੋਸ਼ਿਸ਼ 'ਚ ਕਾਮਯਾਬ ਰਿਹਾ ਹੈ ਤੇ ਉਸ ਨੇ ਉਹ ਬਰਛਾ ਭੇੜੀਏ ਨੂੰ ਵਿਖਾਇਆ ਵੀ। ਫਿਰ ਹੋਰ ਕੋਈ ਸੁਆਲ ਪੁੱਛਣ 'ਤੇ ਸਮਾਂ ਬਰਬਾਦ ਨਾ ਕਰਦਿਆਂ ਉਹ ਭੇੜੀਏ ਦੀ ਪਿੱਠ 'ਤੇ ਬੈਠ ਗਿਆ; ਉਂਝ ਭਾਵੇਂ ਹਾਲੇ ਤਾਂ ਇੱਕ-ਦੂਜੇ ਨਾਲ ਬਹੁਤ ਕੁਝ ਸਾਂਝਾ ਕਰਨਾ ਬਾਕੀ ਸੀ। ਬੋਰਿਸ ਨੇ ਉਸ ਨੂੰ ਰਤਾ ਤੇਜ਼ੀ ਨਾਲ ਅੱਗੇ ਵਧਣ ਲਈ ਆਖਿਆ। ਬੋਰਿਸ ਨੇ ਸੋਚਿਆ ਕਿ ਚਾਂਦੀ-ਰੰਗਾ ਭੇੜੀਆ ਉਸ ਨੂੰ ਜੰਗਲ ਦੇ ਦੂਜੇ ਪਾਸੇ ਲੈ ਜਾਵੇਗਾ ਪਰ ਭੇੜੀਏ ਦੇ ਮਨ 'ਚ ਤਾਂ ਕੁਝ ਹੋਰ ਹੀ ਚੱਲ ਰਿਹਾ ਸੀ। ਚਾਂਦੀ-ਰੰਗਾ ਭੇੜੀਆ ਭਾਵ ਵੂਲਫ਼ੀ ਪਹਿਲਾਂ ਨਾਲੋਂ ਵੀ ਤੇਜ਼ੀ ਨਾਲ ਦੌੜਿਆ ਤੇ ਹਨੇਰਾ ਛਿਪਣ ਤੋਂ ਪਹਿਲਾਂ ਕਲੇਅਰ ਦੀ ਗੁਫ਼ਾ 'ਤੇ ਜਾ ਅੱਪੜਿਆ।

ਬੋਰਿਸ ਵੀ ਉਨ੍ਹਾਂ ਦੋਵਾਂ ਨੂੰ ਛੇਤੀ ਮਿਲਦੇ ਵੇਖਣਾ ਚਾਹੁੰਦਾ ਸੀ ਤੇ ਉਨ੍ਹਾਂ ਦਾ ਮਿਲਣ ਸਿਰਫ਼ ਉਸੇ ਕਰਕੇ ਤਾਂ ਸੰਭਵ ਹੋ ਸਕਿਆ ਸੀ। ਦੋਵੇਂ ਗੁਫ਼ਾ ਅੰਦਰ ਦਾਖ਼ਲ ਹੋਏ ਤੇ ਵੂਲਫ਼ੀ ਨੇ ਕਲੇਅਰ ਨੂੰ ਹਾਕ ਮਾਰੀ।

ਤਦ ਕਲੇਅਰ ਦੀ ਸੁੰਦਰ ਆਵਾਜ਼ ਆਈ, "ਆ ਜਾਹ ਮੇਰੇ ਪਿਆਰੇ, ਤੈਨੂੰ ਇੰਨੀ ਦੇਰ ਕਿਵੇਂ ਹੋ ਗਈ?"

"ਉਸ ਨੂੰ ਮੇਰੇ ਕਰਕੇ ਦੇਰੀ ਹੋ ਗਈ।" ਵੂਲਫ਼ੀ ਦੇ ਜੁਆਬ ਦੇਣ ਤੋਂ ਪਹਿਲਾਂ ਹੀ ਬੋਰਿਸ ਬੋਲ ਪਿਆ।

ਬੋਰਿਸ ਨੂੰ ਵੇਖ ਕੇ ਕਲੇਅਰ ਬਹੁਤ ਖ਼ੁਸ਼ ਹੋਈ। ਕਲੇਅਰ ਤਦ ਬੋਰਿਸ ਦੀਆਂ ਅੱਖਾਂ ਵਿੱਚ ਵੇਖਦਿਆਂ ਅੱਗੇ ਵਧੀ ਤੇ ਵੂਲਫ਼ੀ ਨੂੰ ਮਿਲਣਾਉਣ ਲਈ ਉਸ ਦਾ ਤਹਿ ਦਿਲੋਂ ਸੁਕਰੀਆ ਅਦਾ ਕੀਤਾ। ਜੇ ਬੋਰਿਸ ਜੰਗਲ 'ਚ ਨਾ ਆਉਂਦਾ, ਤਾਂ ਸ਼ਾਇਦ ਕਲੇਅਰ ਤੇ ਵੂਲਫ਼ੀ ਦਾ ਮੇਲ ਸੰਭਵ ਹੀ ਨਾ ਹੁੰਦਾ।

ਬੋਰਿਸ ਨੇ ਉਸ ਨੂੰ 'ਨਿਰਪੱਖਤਾ ਦਾ ਬਰਛਾ ਵਿਖਾਇਆ ਤੇ ਜਦੋਂ ਉਹ ਹਾਲੇ ਉਸ ਬਾਰੇ ਗੱਲ ਕਰ ਹੀ ਰਿਹਾ ਸੀ, ਤਾਂ ਕਲੇਅਰ ਕੁਝ ਗੰਭੀਰ ਹੋ ਗਈ, ਜਿਵੇਂ ਉਸ ਨੂੰ ਅਜਿਹਾ ਕੁਝ ਚੇਤੇ ਆ ਗਿਆ ਹੋਵੇ, ਜੋ ਉਸ ਨੇ ਬੋਰਿਸ ਨੂੰ ਦੱਸਣਾ ਸੀ। ਬੋਰਿਸ ਨੇ ਵੀ ਇਹ ਗੱਲ ਮਹਿਸੂਸ ਕੀਤੀ ਤੇ ਕਲੇਅਰ ਵੱਲ ਵੇਖਣ ਲੱਗਾ ਕਿ ਹੁਣ ਉਹ ਕੁਝ ਆਖੇਗੀ। ਪਰ ਕਲੇਅਰ ਨੇ ਚੁੱਪੀ ਨਹੀਂ ਤੋੜੀ। ਬੋਰਿਸ ਫਿਰ ਵੂਲਫ਼ੀ ਵੱਲ ਵੇਖਣ ਲੱਗਾ ਕਿ ਸ਼ਾਇਦ ਹੁਣ ਉਹ ਕੁਝ

ਬੋਲੇਗਾ। ਫਿਰ ਉਸ ਨੇ ਉਨ੍ਹਾਂ ਦੋਵਾਂ ਉੱਤੇ ਆਪਣੇ ਦਿਲਾਂ ਦੀ ਗੱਲ ਦੱਸਣ ਲਈ ਜ਼ੋਰ ਪਾਇਆ। ਫਿਰ ਕਲੇਅਰ ਬੋਲੀ:

"ਏਕਾਰਦਸ 'ਤੇ ਹਮਲਾ ਸ਼ੁਰੂ ਵੀ ਹੋ ਗਿਆ ਹੈ।"

ਇਹ ਸ਼ਬਦ ਬੋਰਿਸ ਨੂੰ ਇੱਕ ਬਹੁਤ ਵੱਡੇ ਝਟਕੇ ਵਾਂਗ ਲੱਗੇ ਤੇ ਜਿਵੇਂ ਇੱਕ ਛਿਣ ਲਈ ਤਾਂ ਉਸ ਦਾ ਸਾਹ ਹੀ ਰੁਕ ਗਿਆ। ਸਮਾਂ ਤਾਂ ਉੱਡਦਾ ਹੀ ਜਾ ਰਿਹਾ ਸੀ ਪਰ ਉਹ ਕਰ ਕੁਝ ਨਹੀਂ ਸੀ ਸਕਦਾ। ਉਸ ਨੂੰ ਸਬਰ ਰੱਖ ਕੇ ਏਕਾਰਦਸ ਤੱਕ ਦੀ ਆਪਣੀ ਯਾਤਰਾ ਪੂਰੀ ਕਰਨੀ ਪੈਣੀ ਸੀ। ਇਸ ਦੇ ਨਾਲ ਹੀ ਉਸ ਲਈ ਕੁਝ ਅਹਿਮ ਗੱਲਾਂ ਵੀ ਜਾਣਨੀਆਂ ਬਹੁਤ ਜ਼ਰੂਰੀ ਸਨ; ਜਿਵੇਂ ਏਕਾਰਦਸ ਉੱਤੇ ਹਮਲਾ ਕਿੰਨੇ ਜ਼ੋਰ ਨਾਲ ਤੇ ਕਿਸ ਹੱਦ ਤੱਕ ਕੀਤਾ ਗਿਆ ਹੈ ਤੇ ਹਮਲਾ ਕਰਨ ਵਾਲੀ ਫ਼ੌਜ ਕਿਹੋ ਜਿਹੀ ਹੈ। ਉਸ ਨੇ ਕਲੇਅਰ ਤੇ ਵੂਲਫ਼ੀ ਤੋਂ ਇਸ ਹਮਲੇ ਬਾਰੇ ਉਨ੍ਹਾਂ ਕੋਲ ਉਪਲਬਧ ਹਰ ਤਰ੍ਹਾਂ ਦੀ ਜਾਣਕਾਰੀ ਮੰਗੀ।

ਕਲੇਅਰ ਨੇ ਟੁੱਟੇ ਦਿਲ ਨਾਲ ਕੁਝ ਦੱਸਣ ਦੀ ਕੋਸ਼ਿਸ਼ ਕੀਤੀ ਪਰ ਵਿੱਚੇ ਹੀ ਰੋ ਪਈ। ਤਦ ਵੂਲਫ਼ੀ ਨੇ ਵਿਸਥਾਰਪੂਰਬਕ ਦੱਸਿਆ:

"ਜ਼ੀਆ ਆਪਣੇ ਰਾਜ ਸਹੀ-ਸਲਾਮਤ ਪਰਤ ਗਈ ਸੀ ਤੇ ਜਾ ਕੇ ਰਾਜੇ ਨੂੰ ਹਰੇਕ ਗੱਲ ਦੱਸ ਦਿੱਤੀ ਸੀ, ਜੋ ਵੀ ਬੀਜ-ਧਾਰਕ ਨੇ ਉਸ ਨੂੰ ਦੱਸੀ ਸੀ। ਉਸ ਨੇ ਤਾਂਤੋਹ ਨਾਲ ਜੰਗਲ 'ਚ ਹੋਏ ਟਾਕਰੇ ਬਾਰੇ ਵੀ ਦੱਸਿਆ ਸੀ। ਰਾਜਾ ਸਿਆਣਾ ਸੀ ਤੇ ਉਸ ਨੇ ਉਸ ਦੀ ਹਰੇਕ ਗੱਲ ਉੱਤੇ ਗ਼ੌਰ ਕੀਤਾ ਤੇ ਅੱਖੋਂ ਪ੍ਰੋਖੇ ਨਹੀਂ ਕੀਤਾ। ਉਸ ਨੇ ਆਪਣੇ ਫ਼ੌਜੀ ਜਰਨੈਲ ਨੂੰ ਜੀਵਨ ਦੀ ਸਭ ਤੋਂ ਔਖੀ ਜੰਗ ਲੜਨ ਦੀਆਂ ਤਿਆਰੀਆਂ ਕਰਨ ਲਈ ਆਖਿਆ। ਬੀਜ-ਧਾਰਕ ਅਤੇ ਕਲੀਸ਼ੀਆ ਦੇ ਰੁੱਖਾਂ ਨੇ ਕਾਫ਼ੀ ਲੰਮੇ ਸਮੇਂ ਤੱਕ ਤਾਂਤੋਹ ਨਾਲ ਜੰਗੀ ਮੁਕਾਬਲਾ ਕੀਤਾ। ਫਿਰ ਇੱਕ ਵਾਰ ਜਾਪਣ ਲੱਗਾ ਕਿ ਜਿਵੇਂ ਤਾਂਤੋਹ ਪਿਛਾਂਹ ਹਟਦਾ ਜਾ ਰਿਹਾ ਹੈ ਤੇ ਆਪਣੀ ਹਾਰ ਦੇ ਨੇੜੇ ਹੈ; ਪਰ ਤਦ ਹੀ ਉਸ ਨੇ ਆਪਣੇ ਲੜਨ ਦਾ ਤਰੀਕਾ ਬਦਲ ਲਿਆ ਤੇ ਉੱਥੋਂ ਟਕਰਾਅ ਤੋਂ ਬਚ ਨਿੱਕਲਿਆ - ਇਹ ਦਰਅਸਲ, ਉਸ ਦੀ ਸੋਚੀ-ਸਮਝੀ ਯੋਜਨਾ ਦਾ ਹਿੱਸਾ ਸੀ। ਉਸ ਨੇ ਬੀਜ-ਧਾਰਕ ਤੇ ਜੰਗਲ ਦੇ ਰੁੱਖਾਂ ਨੂੰ ਹੋਰ ਹੀ ਲੜਾਈ ਵਿੱਚ ਉਲਝਾ ਦਿੱਤਾ ਤੇ ਮਹਾਨ ਸ਼ੂਰਾ ਨੇ ਆਪਣਾ ਧਿਆਨ ਉਸ ਦੌਰਾਨ ਆਖਰੀ ਜਿਉਂਦੇ ਕਾਹਨ ਉੱਤੇ ਕੇਂਦ੍ਰਿਤ ਕੀਤਾ ਹੋਇਆ ਸੀ। ਇਸੇ ਲਈ ਇਹ ਸਮਾਂ ਕੇਟੇ ਦੇ ਉਸ ਸਥਾਨ ਤੋਂ ਬਚ ਕੇ ਨਿੱਕਲਣ ਲਈ ਬਹੁਤ ਸਹੀ ਸੀ; ਜਿੱਥੇ ਉਸ ਨੂੰ ਕੈਦ ਕਰ

ਕੇ ਰੱਖਿਆ ਹੋਇਆ ਸੀ। ਕ੍ਰੇਟੇ ਨੇ ਅੰਦਰੋਂ ਪੂਰਾ ਤਾਣ ਲਾਉਣਾ ਜਾਰੀ ਰੱਖਿਆ ਅਤੇ ਬਾਹਰੋਂ ਤਾਂਤੋਹ ਵੀ ਆਪਣਾ ਕੰਮ ਕਰਦਾ ਰਿਹਾ।"

ਵੂਲਫ਼ੀ ਨੇ ਅੱਗੇ ਦੱਸਿਆ:

"ਜਿਸ ਛਿਣ ਤਾਂਤੋਹ ਕਲੀਸ਼ੀਆ ਦੇ ਜੰਗਲ ਚੋਂ ਬਚ ਕੇ ਨਿੱਕਲਿਆ, ਉਹ ਸਿੱਧਾ ਮਹਾਂਸਾਗਰ ਵੱਲ ਨੂੰ ਗਿਆ। ਫਿਰ ਜਿਵੇਂ ਕਿ ਅਸੀਂ ਕ੍ਰੇਟੇ ਦੇ ਪਹਿਲੇ ਹਮਲੇ ਦੀਆਂ ਕਹਾਣੀਆਂ 'ਚ ਸੁਣਿਆ ਹੋਇਆ ਹੈ, ਚਿੱਟੇ ਮਹਾਂਸਾਗਰ ਦਾ ਪਾਣੀ ਇੱਕ ਵਾਰ ਫਿਰ ਗੁੜ੍ਹਾ ਸਲੇਟੀ ਰੰਗਾ ਹੋ ਗਿਆ। ਇਸ ਵਾਰ ਫ਼ਰਕ ਇੰਨਾ ਕੁ ਸੀ ਕਿ ਉਨ੍ਹਾਂ ਦੀ ਫ਼ੌਜ ਦਾ ਇੱਕ ਸਿਪਾਹੀ ਬਾਹਰ ਖੜ੍ਹਾ ਉਨ੍ਹਾਂ ਦੀ ਉਡੀਕ ਕਰ ਰਿਹਾ ਸੀ।"

ਬੋਰਿਸ ਤਦ ਆਪਣੇ-ਆਪ ਨੂੰ ਰੋਕ ਨਾ ਸਕਿਆ ਤੇ ਉਸ ਨੇ ਵੂਲਫ਼ੀ ਨੂੰ ਵਿੱਚੋਂ ਹੀ ਟੋਕ ਕੇ ਕੁਝ ਸੁਆਲ ਪੁੱਛਣੇ ਚਾਹੇ:

"ਤੈਨੂੰ ਇਹ ਸਭ ਕਿੱਦਾਂ ਪਤਾ ਲੱਗਾ? ਤੁਸੀਂ ਤੇ ਕਲੀਸ਼ੀਆ ਨੇ ਮਿਲ ਕੇ ਤਾਂਤੋਹ ਵਿਰੁੱਧ ਲੜਨ 'ਚ ਬੀਜ-ਧਾਰਕ ਦਾ ਸਾਥ ਕਿਉਂ ਨਹੀਂ ਦਿੱਤਾ, ਜਦੋਂ ਕਿ ਤੁਹਾਨੂੰ ਸਾਰੀ ਗੱਲ ਦਾ ਪਤਾ ਸੀ ਕਿ ਉਹ ਗ਼ਲਤ ਕਰ ਰਿਹਾ ਸੀ? ਕੀ ਬੀਜ-ਧਾਰਕ ਹਾਲੇ ਜਿਉਂਦਾ ਹੈ? ਕੀ ਹੁਣ ਫ਼ੌਜ ਦੀ ਅਗਵਾਈ ਕ੍ਰੇਟੇ ਹੀ ਕਰ ਰਿਹਾ ਹੈ? ਜਾਂ ਕਿ ਹਾਲ ਦੀ ਘੜੀ ਤਾਂਤੋਹ ਅੱਗੇ ਹੈ? ਮਿਹਰਬਾਨੀ ਕਰ ਕੇ ਮੈਨੂੰ ਇਨ੍ਹਾਂ ਸੁਆਲਾਂ ਦੇ ਜੁਆਬ ਛੇਤੀ ਚਾਹੀਦੇ ਹਨ।"

ਕਲੇਅਰ ਉਸ ਦੇ ਜਜ਼ਬਾਤ ਨੂੰ ਸਮਝ ਸਕਦੀ ਸੀ ਪਰ ਹੰਝੂ ਹਾਲੇ ਵੀ ਉਸ ਦੀਆਂ ਅੱਖਾਂ 'ਚੋਂ ਵਹਿ ਰਹੇ ਸਨ। ਵੂਲਫ਼ੀ ਨੇ ਬੋਰਿਸ ਨੂੰ ਸ਼ਾਂਤ ਕੀਤਾ ਤੇ ਭਰੋਸਾ ਦਿਵਾਇਆ ਕਿ ਉਹ ਸਾਰੇ ਸੁਆਲਾਂ ਦੇ ਜੁਆਬ ਦੇਵੇਗਾ। ਉੱਧਰ ਬੋਰਿਸ ਦਾ ਤਾਂ ਜਿਵੇਂ ਖ਼ੂਨ ਹੀ ਉਬਾਲੇ ਮਾਰ ਰਿਹਾ ਸੀ; ਉਹ ਸ਼ਾਂਤ ਕਿਵੇਂ ਹੋ ਸਕਦਾ ਸੀ, ਜਦੋਂ ਉਸ ਦੇ ਆਪਣੇ ਲੋਕ ਵੱਡੇ ਖ਼ਤਰੇ 'ਚ ਸਨ ਅਤੇ ਉਹ ਕ੍ਰੇਟੇ ਦੀ ਫ਼ੌਜ ਵੱਲੋਂ ਬੇਰਹਿਮੀ ਨਾਲ ਮਾਰੇ ਜਾ ਰਹੇ ਸਨ। ਇਸੇ ਲਈ ਉਸ ਨੇ ਵੂਲਫ਼ੀ 'ਤੇ ਉਸ ਦੇ ਸਾਰੇ ਸੁਆਲਾਂ ਦੇ ਜੁਆਬ ਛੇਤੀ ਦੇਣ ਲਈ ਜ਼ੋਰ ਪਾਇਆ। ਉਸ ਨੇ ਇਹ ਵੀ ਕਿਹਾ ਕਿ ਜੇ ਉਹ ਨਹੀਂ ਦੱਸਣਗੇ, ਤਾਂ ਉਹ ਉਨ੍ਹਾਂ ਨੂੰ ਬਿਨਾ ਸੁਣੇ ਰਵਾਨਾ ਹੋ ਜਾਵੇਗਾ।

ਫਿਰ ਇਸ ਵਾਰ ਵੂਲਫ਼ੀ ਕੁਝ ਤੇਜ਼ੀ ਨਾਲ ਬੋਲਣ ਲੱਗਾ:

"ਸਾਨੂੰ ਇਹ ਸਭ ਇਸ ਲਈ ਪਤਾ ਹੈ ਕਿਉਂਕਿ ਕਲੀਸ਼ੀਆ ਦੇ ਰੁੱਖ ਹਰਕਾਰਿਆਂ ਭਾਵ ਸੰਦੇਸ਼-ਵਾਹਕਾਂ ਵਜੋਂ ਕੰਮ ਕਰਦੇ ਹਨ ਤੇ ਜੰਗਲ਼ ਦੇ ਅੰਦਰ ਤੇ ਆਲੇ-ਦੁਆਲੇ ਵਾਪਰਨ ਵਾਲੀ ਹਰੇਕ ਘਟਨਾ ਦੀ ਉਨ੍ਹਾਂ ਨੂੰ ਪੂਰੀ ਜਾਣਕਾਰੀ ਹੁੰਦੀ ਹੈ। ਫਿਰ ਉਹ ਆਪਣੇ ਕੋਲ ਮੌਜੂਦ ਸਾਰੀ ਜਾਣਕਾਰੀ ਸਾਂਝੀ ਵੀ ਕਰਦੇ ਹਨ ਤੇ ਕੁਝ ਹੀ ਛਿਣਾਂ 'ਚ ਉਨ੍ਹਾਂ ਦੀ ਜਾਣਕਾਰੀ ਸਮੁੱਚੇ ਜੰਗਲ਼ 'ਚ ਫੈਲ ਜਾਂਦੀ ਹੈ। ਬੀਜ-ਧਾਰਕ ਤੇ ਰੁੱਖ ਤਾਂਤੋਹ ਨਾਲ ਲਗਾਤਾਰ ਲੜ ਰਹੇ ਸਨ ਪਰ ਕ੍ਰੇਟੇ ਦੀ ਲੱਤ ਤਾਂਤੋਹ ਨੂੰ ਬਹੁਤ ਜ਼ਿਆਦਾ ਤਾਕਤ ਦੇ ਰਹੀ ਸੀ ਤੇ ਉਸ ਦੀ ਹਰ ਇੱਛਾ ਪੂਰੀ ਕਰਨ ਵਿੱਚ ਜੰਗਲ਼ ਅੰਦਰ ਰਾਹ ਪੱਧਰਾ ਕਰਨ ਲਈ ਉਸ ਦੀ ਮਦਦ ਕਰ ਰਹੀ ਸੀ। ਇਸ ਜੰਗਲ਼ ਅੰਦਰਲੇ ਸਾਡੇ ਵਰਗੇ ਜੀਵ ਸਿਰਫ਼ ਕਲੀਸ਼ੀਆ ਦੇ ਕਹਿਣ 'ਤੇ ਹੀ ਲੜ ਸਕਦੇ ਹਾਂ। ਮੇਰੇ 'ਤੇ ਯਕੀਨ ਕਰ, ਅਜਿਹੀਆਂ ਚੀਜ਼ਾਂ ਰੋਜ਼ ਨਹੀਂ ਵਾਪਰਦੀਆਂ ਤੇ ਫ਼ੈਸਲੇ ਵੀ ਪਹਿਲਾਂ ਸੋਚੇ ਨਹੀਂ ਗਏ ਹੁੰਦੇ ਤੇ ਇੰਨੇ ਆਸਾਨ ਨਹੀਂ ਹੁੰਦੇ। ਮਦਦ ਨਾ ਕਰਨ ਕਰਕੇ ਕਲੀਸ਼ੀਆ ਵੀ ਉਦਾਸ ਹੈ ਤੇ ਹਕੀਕਤ ਇਹੋ ਹੈ ਕਿ ਅਸੀਂ ਸਾਰੇ ਹੀ ਇਸ ਵੇਲੇ ਇਸ ਮਾਮਲੇ ਨੂੰ ਲੈ ਕੇ ਉਦਾਸ ਹਾਂ। ਬੀਜ-ਧਾਰਕ ਦੀ ਜੇ ਗੱਲ ਕਰੀਏ, ਤਾਂ ਉਹ ਜਿਉਂਦਾ ਹੈ ਤੇ ਠੀਕ-ਠਾਕ ਹੈ ਅਤੇ ਸ਼ਾਇਦ 'ਨਿਰਪੱਖਤਾ ਦੇ ਬਰਛੇ' ਸਮੇਤ ਤੇਰੀ ਵਾਪਸੀ ਦੀ ਉਡੀਕ ਕਰ ਰਿਹਾ ਹੈ। ਉੱਧਰ ਹਾਲੇ ਫ਼ੌਜ ਦੀ ਅਗਵਾਈ ਤਾਂਤੋਹ ਕਰ ਰਿਹਾ ਹੈ ਪਰ ਕ੍ਰੇਟੇ ਕਿਸੇ ਵੀ ਸਮੇਂ ਪ੍ਰਗਟ ਹੋ ਸਕਦਾ ਹੈ ਤੇ ਜੇ ਤੂੰ ਉਸ ਨੂੰ ਨਾ ਰੋਕਿਆ, ਤਾਂ ਏਕਾਰਦਸ ਨੇ ਉਸ ਦੇ ਰੋਹ ਤੋਂ ਬਚ ਨਹੀਂ ਸਕਣਾ।"

ਬੋਰਿਸ ਨੇ ਵੁਲਫ਼ੀ ਤੇ ਕਲੇਅਰ ਦੋਵਾਂ ਦੀਆਂ ਅੱਖਾਂ 'ਚ ਵੇਖਿਆ ਤੇ ਉਨ੍ਹਾਂ ਵੱਲੋਂ ਇਹ ਸਾਰੀ ਜਾਣਕਾਰੀ ਸਾਂਝੀ ਕਰਨ ਲਈ ਸਿਰਫ਼ ਆਪਣਾ ਸਿਰ ਹਿਲਾ ਕੇ ਹੀ ਉਨ੍ਹਾਂ ਦਾ ਧੰਨਵਾਦ ਕੀਤਾ। ਰਾਤ ਦਾ ਸੰਘਣਾ ਹਨੇਰਾ ਹੋਣ ਦੇ ਬਾਵਜੂਦ ਬੋਰਿਸ ਬਹੁਤ ਤੇਜ਼ੀ ਨਾਲ ਆਪਣੇ ਦੇਸ਼ ਵਾਪਸ ਜਾਣ ਲਈ ਗੁਫ਼ਾ 'ਚੋਂ ਬਾਹਰ ਨਿੱਕਲਿਆ। ਉਹ ਛੇਤੀ ਹੀ ਜੰਗਲ਼ ਦੇ ਐਨ ਵਿਚਕਾਰ ਤੇਜ਼ੀ ਨਾਲ ਵਗਦੇ ਪਾਣੀ ਕੋਲ ਪੁੱਜ ਗਿਆ। ਉੱਥੇ ਪਰਿੰਦਾ ਪਹਿਲਾਂ ਤੋਂ ਹੀ ਉਸ ਦੀ ਮਦਦ ਕਰਨ ਲਈ ਉਡੀਕ ਕਰ ਰਿਹਾ ਸੀ ਕਿਉਂਕਿ ਉਸ ਨੂੰ ਵੀ ਪੂਰੀ ਜਾਣਕਾਰੀ ਸੀ ਕਿ ਹੁਣ ਬੋਰਿਸ ਨੂੰ ਸਹਾਇਤਾ ਚਾਹੀਦੀ ਹੋਵੇਗੀ। ਬਿਨਾ ਕਿਸੇ ਢਿੱਲ ਦੇ ਉਹ ਪਰਿੰਦੇ ਦੀ ਪਿੱਠ 'ਤੇ ਬਹਿ ਗਿਆ ਤੇ ਉਸ ਨੂੰ ਉਡਾਣ ਭਰਨ ਲਈ ਆਖਿਆ। ਪਰਿੰਦੇ ਨੂੰ ਪਹਿਲਾਂ ਹੀ ਹਾਲਤ ਹੰਗਾਮੀ ਹੋਣ ਬਾਰੇ ਪਤਾ ਸੀ; ਇਸੇ ਲਈ ਉਡਾਣ ਭਰਦੇ ਸਮੇਂ ਉਹ ਚੁੱਪ ਹੀ ਰਿਹਾ ਅਤੇ ਉਸ ਨੂੰ ਬੀਜ-

ਧਾਰਕ ਦੀ ਥਾਂ ਉੱਤੇ ਅੱਧੇ ਆਕਾਸ਼ 'ਚ ਹੀ ਛੱਡ ਦਿੱਤਾ ਕਿਉਂਕਿ ਉਹ ਬੋਰਿਸ ਦੀ ਧਰਤੀ ਉੱਤੇ ਛਾਲ ਮਾਰਨ ਦੀ ਤਾਕਤ ਵੇਖਣਾ ਚਾਹੁੰਦਾ ਸੀ। ਸ਼ਾਇਦ ਬੋਰਿਸ ਨੇ ਹਾਲੇ ਜੰਗ ਲੜਨ ਤੋਂ ਪਹਿਲਾ ਕਈ ਹੋਰ ਸਬਕ ਸਿੱਖਣੇ ਸੀ। ਬੋਰਿਸ ਬਹੁਤ ਆਰਾਮ ਨਾਲ ਸਹੀ-ਸਲਾਮਤ ਧਰਤੀ ਉੱਤੇ ਉੱਤਰ ਗਿਆ ਤੇ ਇੰਝ ਕਰਦਿਆਂ ਉਸ ਨੂੰ ਪਤਾ ਹੀ ਨਾ ਲੱਗਾ ਕਿ ਉਸ ਨੇ ਇਹ ਸਭ ਕਿਵੇਂ ਕਰ ਲਿਆ ਸੀ ਕਿਉਂਕਿ ਉਸ ਵੇਲੇ ਉਸ ਦਾ ਸਾਰਾ ਧਿਆਨ ਐਕਾਰਦਸ ਵਾਪਸ ਜਾਣ 'ਤੇ ਹੀ ਕੇਂਦ੍ਰਿਤ ਸੀ।

ਉਹ ਬੀਜ-ਧਾਰਕ ਕੋਲ ਪੁੱਜਾ, ਜੋ ਪਹਿਲਾਂ ਤੋਂ ਹੀ ਇੱਕ ਵੱਡੀ ਤੇ ਸਖ਼ਤ ਲੜਾਈ ਦੀ ਤਿਆਰੀ ਕਰ ਰਿਹਾ ਸੀ। ਉਂਝ ਬੋੜ੍ਹਾ ਸਮਾਂ ਪਹਿਲਾਂ ਹੀ ਉਹ ਤਾਂਤੋਹ ਨਾਲ ਲੜ ਕੇ ਹਟਿਆ ਸੀ।

"ਤੈਨੂੰ ਬਰਛੇ ਨਾਲ ਵੇਖ ਕੇ ਬਹੁਤ ਵਧੀਆ ਲੱਗਾ।" ਬੀਜ-ਧਾਰਕ ਨੇ ਕਿਹਾ, "ਮੇਰੇ ਕੋਲ ਆਪਣੇ ਖ਼ੁਦ ਦੇ ਕੁਝ ਹਥਿਆਰ ਹਨ, ਜੇ ਤੈਨੂੰ ਮੇਰੇ ਨਾਲ ਚੱਲਣ ਤੇ ਕੋਈ ਇਤਰਾਜ਼ ਨਾ ਹੋਵੇ।"

"ਹੁਣ ਰੁਕਣ ਤੇ ਗੱਲਾਂ ਕਰਨ ਦਾ ਵੇਲਾ ਨਹੀਂ ਹੈ; ਆਓ ਹੁਣ ਚੱਲੀਏ।" ਬੋਰਿਸ ਇਹ ਆਖਦਾ ਹੋਇਆ ਐਕਾਰਦਸ ਵੱਲ ਜਿਵੇਂ ਨੱਸਦਾ ਹੀ ਜਾ ਰਿਹਾ ਸੀ। ਰੁੱਖਾਂ ਨੇ ਤਦ ਬੀਜ-ਧਾਰਕ ਨੂੰ ਬੋਰਿਸ ਦੇ ਨਾਲ-ਨਾਲ ਰਹਿਣ ਵਿੱਚ ਮਦਦ ਕੀਤੀ। ਬੀਜ-ਧਾਰਕ ਇੱਕ ਟਹਿਣੀ 'ਤੇ ਬੈਠ ਜਾਂਦਾ, ਉਹ ਉਸ ਨੂੰ ਅਗਲੇ ਰੁੱਖ ਦੀ ਵੱਡੀ ਟਹਿਣੀ ਤੱਕ ਪਹੁੰਚਾ ਦਿੰਦੀ। ਫਿਰ ਉਹ ਇਸ ਤਰ੍ਹਾਂ ਹੀ ਅੱਗੇ ਵਧਦੇ ਰਹੇ। ਸਮੁੱਚਾ ਜੰਗਲ ਹੀ ਬੋਰਿਸ ਦੇ ਉਤਸ਼ਾਹ ਤੇ ਤਾਕਤ ਤੋਂ ਬੇਹੱਦ ਪ੍ਰਭਾਵਿਤ ਸੀ। ਕਲੀਸ੍ਰੀਆ ਸ਼ਾਇਦ ਹੋਰਨਾਂ ਸਭਨਾਂ ਨਾਲੋਂ ਜ਼ਿਆਦਾ ਪ੍ਰਭਾਵਿਤ ਹੋਈ ਸੀ।

ਅਧਿਆਇ 9

ਉੱਧਰ ਏਕਾਰਦਸ ਤੇ ਜ਼ਿਆਸ਼ਾ ਦੋਵੇਂ ਹੀ ਰਾਜ ਹੁਣ ਕ੍ਰੈਟੇ ਦੀ ਭੈੜੀ ਤੇ ਵਹਿਸ਼ੀਆਨਾ ਫ਼ੌਜ ਵਿਰੁੱਧ ਇੱਕਜੁਟ ਹੋ ਗਏ ਸਨ। ਕ੍ਰੈਟੇ ਦੀ ਫ਼ੌਜ ਮਹਾਂਸਾਗਰ 'ਚੋਂ ਬਾਹਰ ਨਿੱਕਲਣ 'ਚ ਸਫ਼ਲ ਹੋ ਗਈ ਸੀ ਤੇ ਉਹ ਹੁਣ ਹਮਲਾ ਕਰਨ ਲਈ ਤਾਂਤੋਹ ਦੇ ਪਿੱਛੇ-ਪਿੱਛੇ ਤੁਰੀ ਜਾ ਰਹੀ ਸੀ। ਤਾਂਤੋਹ ਉਨ੍ਹਾਂ ਨੂੰ ਏਕਾਰਦਸ ਰਾਜ ਵੱਲ ਲਿਜਾ ਰਿਹਾ ਸੀ। ਤਾਂਤੋਹ ਨੂੰ ਹੁਣ ਸਾਫ਼ ਮਹਿਸੂਸ ਹੋ ਰਿਹਾ ਸੀ ਕਿ ਕ੍ਰੈਟੇ ਦੀ ਲੱਤ ਵਿੱਚ ਹੁਣ ਜਾਨ ਵਧਦੀ ਜਾ ਰਹੀ ਸੀ। ਉਸ ਨੂੰ ਖ਼ੁਦ ਨੂੰ ਵੀ ਆਪਣੇ ਸਰੀਰ ਅੰਦਰ ਪਹਿਲਾਂ ਦੇ ਮੁਕਾਬਲੇ ਕੁਝ ਵਧੇਰੇ ਤਾਕਤ ਮਹਿਸੂਸ ਹੋ ਰਹੀ ਸੀ। ਉਸ ਅੰਦਰਲਾ ਰੋਹ ਵੀ ਵਧਦਾ ਜਾ ਰਿਹਾ ਸੀ - ਸ਼ਾਇਦ ਉਸ ਅੰਦਰਲਾ ਵਹਿਸ਼ੀਪਣ ਵਧਦਾ ਜਾ ਰਿਹਾ ਸੀ।

ਮਹਾਰਾਜਾ ਵਿਕਟਰ ਨੂੰ ਪਤਾ ਸੀ ਕਿ ਉਸ ਦੀਆਂ ਫ਼ੌਜਾਂ ਨੇ ਕ੍ਰੈਟੇ, ਤਾਂਤੋਹ ਤੇ ਹੋਰ ਧਾੜਵੀਆਂ ਨੂੰ ਹਰਾ ਨਹੀਂ ਸਕਣਾ। ਉਹ ਬੱਸ ਬੋਰਿਸ ਦੀ ਵਾਪਸੀ ਦੀ ਉਡੀਕ ਹੀ ਕਰ ਸਕਦੇ ਸਨ ਅਤੇ ਫਿਰ ਜੰਗ ਵਿੱਚ ਉਸ ਦੀ ਮਦਦ ਜ਼ਰੂਰ ਕਰ ਸਕਦੇ ਸਨ। ਏਕਾਰਦਸ ਦੇ ਸਾਰੇ ਹੀ ਨਿਵਾਸੀਆਂ ਨੇ ਈਸ਼ਵਰ ਅੱਗੇ ਅਰਦਾਸ ਕੀਤੀ ਤੇ ਹਰ ਤਰ੍ਹਾਂ ਦੀ ਸੰਭਵ ਮਦਦ ਮੰਗੀ; ਉਨ੍ਹਾਂ ਬੋਰਿਸ ਦੀ ਛੇਤੀ ਤੋਂ ਛੇਤੀ ਵਾਪਸੀ ਤੇ ਹੋਰਨਾਂ ਉੱਤੇ ਉਸ ਦੇ ਭਾਰੂ ਪੈਣ ਦੀ ਵੀ ਕਾਮਨਾ ਕੀਤੀ।

ਬੱਸ ਹੁਣ ਆਖ਼ਰੀ ਜੰਗ ਦੀਆਂ ਪੂਰੀਆਂ ਤਿਆਰੀਆਂ ਸਨ। ਏਕਾਰਦਸ ਤੇ ਜ਼ਿਆਸ਼ਾ ਦੇ ਫ਼ੌਜੀ ਜਵਾਨ ਵੀ ਪੂਰੀ ਤਰ੍ਹਾਂ ਤਿਆਰ-ਬਰ-ਤਿਆਰ ਸਨ। ਹੁਣ ਤਾਂਤੋਹ ਸਭ ਨੂੰ ਵਿਖਾਈ ਦੇਣ ਲੱਗਾ ਸੀ ਤੇ ਉਹ ਆਪਣੀ ਵਹਿਸ਼ੀਆਨਾ ਫ਼ੌਜ ਦੀ ਅਗਵਾਈ ਕਰ ਰਿਹਾ ਸੀ। ਉਨ੍ਹਾਂ ਕੋਲ ਲੰਮੇ ਤੇ ਤੇਜ਼ਧਾਰ ਹਥਿਆਰ ਸਨ। ਉਨ੍ਹਾਂ ਦੇ ਚੱਲਣ ਸਮੇਂ ਧਰਤੀ ਉੱਤੇ ਬਹੁਤ ਤੇਜ਼ ਧਮਕ ਪੈ ਰਹੀ ਸੀ, ਜੋ ਸਭ ਦੇ ਦਿਲਾਂ ਨੂੰ ਬਹੁਤ ਜ਼ੋਰ-ਜ਼ੋਰ ਧੜਕਾ ਰਹੀ ਸੀ। ਇਸ ਦੇ ਬਾਵਜੂਦ ਉਹ ਆਪਣੀਆਂ ਮਾਤ-ਭੂਮੀਆਂ ਲਈ ਜਾਨਾਂ ਦੇਣ ਦੀਆਂ ਤਿਆਰੀਆਂ ਕਰ ਰਹੇ ਸਨ। ਇੱਕ ਹੋਰ ਜਿਹੜੀ ਗੱਲ ਓਨੀ ਹੀ ਡਰਾਉਣੀ ਸੀ; ਉਹ ਸੀ ਤਾਂਤੋਹ ਤੇ ਹੋਰ ਹੈਵਾਨਾਂ ਦਾ ਇੱਕੋ ਰਫ਼ਤਾਰ ਨਾਲ ਉਨ੍ਹਾਂ ਵੱਲ ਲਗਾਤਾਰ ਵਧਣਾ। ਉਹ ਸਥਿਰਤਾ ਨਾਲ ਇੱਕੋ ਰਫ਼ਤਾਰ ਨਾਲ ਬਿਲਕੁਲ ਇੰਝ ਅੱਗੇ ਵਧਦੇ ਜਾ ਰਹੇ ਸਨ, ਜਿਵੇਂ ਉਨ੍ਹਾਂ ਨੂੰ ਏਕਾਰਦਸ ਦੇ ਫ਼ੌਜੀ ਜਵਾਨਾਂ ਦੀ ਉੱਕਾ ਪਰਵਾਹ ਨਾ ਹੋਵੇ। ਫ਼ੌਜੀ ਜਰਨੈਲ ਆਪਣੇ ਜਵਾਨਾਂ ਦੇ ਅੱਗੇ ਖੜ੍ਹਾ ਵੱਡਾ ਜੋਸ਼ ਪ੍ਰਗਟਾ ਰਿਹਾ ਸੀ ਤੇ ਸਭ ਸਬਰ ਨਾਲ ਸਹੀ ਸਮੇਂ ਹਮਲੇ ਦੀ ਉਡੀਕ ਕਰ ਰਹੇ ਸਨ।

ਮਹਾਰਾਜਾ ਵਿਕਟਰ, ਮਹਾਰਾਣੀ ਅਲਾਨਾ ਤੇ ਸ਼ਹਿਜ਼ਾਦੀ ਜ਼ੀਆ ਮਹਿਲ ਦੇ ਅੰਦਰ ਸਨ ਅਤੇ ਅੰਦਰ ਰਾਜ ਦੇ ਲੋਕ ਵੀ ਇਕੱਠੇ ਹੋ ਗਏ ਸਨ। ਖ਼ੁਦ ਰਾਜਾ ਤੇ ਕੁਝ ਹੋਰ ਵਿਅਕਤੀ ਕਿਲ੍ਹੇ ਦੀ ਰਾਖੀ ਕਰ ਰਹੇ ਸਨ ਕਿ ਕਿਤੇ ਹਮਲਾਵਰ ਅੰਦਰ ਦਾਖ਼ਲ ਨਾ ਹੋ ਜਾਣ। ਐਲਮਸ ਕਿਤੇ ਵੀ ਵਿਖਾਈ ਨਹੀਂ ਸੀ ਦੇ ਰਿਹਾ; ਨਾ ਤਾਂ ਜੰਗ ਲਈ ਤਿਆਰ ਖੜ੍ਹੇ ਜਵਾਨਾਂ ਨਾਲ ਅਤੇ ਨਾ ਹੀ ਮਹਿਲ ਅੰਦਰ ਆਮ ਲੋਕਾਂ ਨਾਲ।

ਤਾਂਤੋਹ ਅਤੇ ਫ਼ੌਜੀ ਜਰਨੈਲ ਹੁਣ ਬਿਲਕੁਲ ਆਹਮੋ-ਸਾਹਮਣੇ ਡਟੇ ਹੋਏ ਸਨ। ਭਾਵੇਂ ਜਰਨੈਲ ਨੂੰ ਇਸ ਮੌਕੇ ਕਿਸੇ ਤਰ੍ਹਾਂ ਦੀ ਗੱਲਬਾਤ ਹੋਣ ਦੀ ਕੋਈ ਆਸ ਨਹੀਂ ਸੀ ਪਰ ਫਿਰ ਵੀ ਜੇ ਤਾਂਤੋਹ ਕੁਝ ਬੋਲਦਾ, ਤਾਂ ਉਸ ਦਾ ਜਵਾਬ ਦੇਣ ਲਈ ਵੀ ਉਹ ਪੂਰੀ ਤਰ੍ਹਾਂ ਤਿਆਰ ਸੀ ਤੇ ਉਸ ਨੇ ਇੰਝ ਕੀਤਾ ਵੀ।

“ਜਰਨੈਲ, ਓ ਜਰਨੈਲ, ਕੀ ਤੈਨੂੰ ਹੁਣ ਬੂਹੇ 'ਤੇ ਮੌਤ ਖੜ੍ਹੀ ਦਿਸ ਰਹੀ ਹੈ, ਜਰਨੈਲ?” ਤਾਂਤੋਹ ਨੇ ਡਰਾਉਣੀ ਤੇ ਭੱਦੀ ਜਿਹੀ ਆਵਾਜ਼ ਵਿੱਚ ਕਿਹਾ

ਜਰਨੈਲ ਨੇ ਕੋਈ ਜਵਾਬ ਨਾ ਦਿੱਤਾ। ਉਹ ਤਾਂ ਆਪਣਾ ਡਰ ਅੰਦਰਖਾਤੇ ਲੁਕਾਉਣ ਦੀ ਕੋਸ਼ਿਸ਼ ਕਰ ਰਿਹਾ ਸੀ; ਬੱਸ ਉਹ ਕੰਬ ਨਹੀਂ ਸੀ ਰਿਹਾ ਪਰ ਨਾ ਹੀ ਉਹ ਮਜ਼ਬੂਤੀ ਨਾਲ ਤਾਂਤੋਹ ਦੀ ਚੁਣੌਤੀ ਦਾ ਕੋਈ ਜਵਾਬ ਦੇ ਸਕਿਆ। ਫਿਰ ਵੀ ਉਸ ਦੀਆਂ ਅੱਖਾਂ ਨੇ ਹੀ ਬਹੁਤ ਕੁਝ ਆਖ ਦਿੱਤਾ ਸੀ।

“ਤਾਂ ਤੈਨੂੰ ਸੱਚਮੁਚ ਇਹੋ ਲੱਗ ਰਿਹੈ ਕਿ ਤੂੰ ਸਾਨੂੰ ਰੋਕ ਸਕਦੈਂ ਜਰਨੈਲ?” ਤਾਂਤੋਹ ਨੇ ਦੋਬਾਰਾ ਸੁਆਲ ਕੀਤਾ

ਫ਼ੌਜੀ ਜਰਨੈਲ ਨੇ ਉਸ ਵੱਲ ਤੱਕਿਆ, ਆਪਣੀਆਂ ਅੱਖਾਂ ਬਿਲਕੁਲ ਵੀ ਨਹੀਂ ਝਪਕਾਈਆਂ, ਆਪਣਾ ਸਬਰ ਕਾਇਮ ਰੱਖਿਆ ਅਤੇ ਪੁੱਛਿਆ:

“ਤੂੰ ਇੱਥੇ ਕੀ ਲੈਣ ਆਇਆ ਹੈਂ?”

ਤਾਂਤੋਹ ਪਹਿਲਾਂ ਤਾਂ ਇੱਕ ਸ਼ੈਤਾਨੀ ਹਾਸਾ ਹੱਸਿਆ, ਫਿਰ ਪਰਤ ਕੇ ਆਪਣੀ ਫ਼ੌਜ ਵੱਲ ਵੇਖਿਆ ਅਤੇ ਫਿਰ ਉਸ ਨੇ ਏਕਾਰਦਸ ਦੇ ਫ਼ੌਜੀ ਜਰਨੈਲ ਦੀਆਂ ਅੱਖਾਂ 'ਚ ਵੇਖਦਿਆਂ ਆਖਿਆ:

“ਹਰ ਕੋਈ ਬਿਹਤਰੀਨ ਜਗ੍ਹਾ, ਬਿਹਤਰੀਨ ਜ਼ਮੀਨ ਤੇ ਚੰਗਾ ਰਾਜ ਆਪਣੀ ਹਕੂਮਤ ਚਲਾਉਣ ਲਈ ਚਾਹੁੰਦਾ ਹੈ। ਜਰਨੈਲਾ, ਅਸੀਂ ਕਿਸੇ ਵੀ ਜ਼ਮੀਨ ਉੱਤੇ ਕਬਜ਼ਾ ਜਮਾ ਸਕਦੇ ਹਾਂ ਤੇ ਕਿਤੇ ਵੀ ਰਹਿ ਸਕਦੇ ਹਾਂ ਪਰ ਤੈਨੂੰ ਪਤਾ ਹੀ ਹੈ ਕਿ ਇਹ ਰਾਜ ਸਭ ਤੋਂ ਵਧੀਆ ਹੈ ਤੇ ਇਸ ਤੋਂ ਵਧੀਆ ਜਗ੍ਹਾ ਹੋਰ

ਕੋਈ ਨਹੀਂ ਹੈ। ਅਸੀਂ ਨਹੀਂ ਚਾਹੁੰਦੇ ਕਿ ਸਾਡੀਆਂ ਫ਼ੌਜਾਂ ਕਬਾੜ ਤੋਂ ਸੁਰੂਆਤ ਕਰਨ। ਇੱਕ ਸਮਾਂ ਅਜਿਹਾ ਵੀ ਆਵੇਗਾ, ਜਦੋਂ ਅਸੀਂ ਪੂਰੀ ਦੁਨੀਆ 'ਤੇ ਰਾਜ ਕਰਾਂਗੇ ਪਰ ਇੱਕ ਵਾਰ ਇਸ ਧਰਤੀ ਤੋਂ ਤੁਹਾਡਾ ਖ਼ਾਤਮਾ ਕਰ ਦੇਈਏ। ਫਿਰ ਸਾਡੀ ਜਿੱਤ ਦਾ ਸੁਨੇਹਾ ਬਹੁਤ ਮਜ਼ਬੂਤੀ ਨਾਲ ਹਰ ਪਾਸੇ ਫੈਲ ਜਾਵੇਗਾ। ਨਾਲ ਹੀ ਸਾਡੀ ਬਹੁਤ ਜ਼ਿਆਦਾ ਦਹਿਸ਼ਤ ਵੀ ਪੂਰੀ ਦੁਨੀਆ ਦੇ ਦੇਸ਼ਾਂ 'ਚ ਚੁਫੇਰੇ ਫੈਲ ਜਾਵੇਗੀ। ਫੇਰ ਜਰਨੈਲਾ, ਕੋਈ ਵੀ ਸਾਨੂੰ ਹਰਾਉਣ ਬਾਰੇ ਕਦੇ ਸੋਚੇਗਾ ਵੀ ਨਹੀਂ। ਅਸੀਂ ਤੇਰੇ ਵਰਗੇ ਦੇ ਮੂੰਹ ਨਹੀਂ ਲੱਗਣਾ ਚਾਹੁੰਦੇ, ਜੋ ਅੱਜ ਸਾਡੇ ਸਾਹਮਣੇ ਡਟੇ ਹੋਏ ਹਨ। ਫੇਰ ਜਦੋਂ ਤੇਰੇ ਵਰਗੇ ਸਾਨੂੰ ਵੇਖਿਆ ਕਰਨਗੇ, ਤਾਂ ਆਪਣੇ-ਆਪ ਉਸੇ ਵੇਲੇ ਸਾਡਾ ਰਸਤਾ ਛੱਡ ਦਿਆ ਕਰਨਗੇ। ਇਹੋ ਕਾਰਣ ਹੈ ਕਿ ਅਸੀਂ ਸਭ ਤੋਂ ਮਜ਼ਬੂਤ ਰਾਜ ਅਤੇ ਸਭ ਤੋਂ ਮਜ਼ਬੂਤ ਫ਼ੌਜੀ ਜਰਨੈਲ ਤੋਂ ਸ਼ੁਰੂ ਕਰਦੇ ਹਾਂ।"

ਜਰਨੈਲ ਨੂੰ ਸਪੱਸ਼ਟ ਤੌਰ 'ਤੇ ਇਹ ਪਤਾ ਸੀ ਕਿ ਇੱਥੇ ਕਿਸੇ ਕਿਸਮ ਦੀ ਸਮਝੌਤੇ ਲਈ ਗੱਲਬਾਤ ਦੀ ਕੋਈ ਗੁੰਜਾਇਸ਼ ਨਹੀਂ ਹੈ ਅਤੇ ਉਹ ਕਿਸਮ ਦਾ ਵਹਿਸ਼ੀਆਨਾ ਜਬਰ ਤੇ ਜ਼ੁਲਮ ਢਾਹੁਣ ਵਾਲੇ ਸਨ - ਇਹ ਸੋਚ ਕੇ ਹੀ ਉਹ ਦਿਮਾਗੀ ਤੌਰ 'ਤੇ ਹਿੱਲ ਕੇ ਰਹਿ ਗਿਆ ਸੀ ਤੇ ਉਸ ਨੂੰ ਸਾਰੇ ਜੰਗੀ ਦਾਅ-ਪੇਚ ਤੇ ਰਣਨੀਤੀਆਂ ਸਭ ਕੁਝ ਭੁੱਲ-ਭੁਲਾ ਗਿਆ ਸੀ।

"ਹਾਂ, ਇੱਕ ਗੱਲ ਹੋਰ, ਜਰਨੈਲਾ" ਤਾਂਤੇਹ ਨੇ ਬੋਲਣਾ ਜਾਰੀ ਰੱਖਿਆ, "ਪਹਿਲਾਂ ਸਾਡੇ ਹਮਲੇ 'ਚ ਯੂਰਾ ਨੇ ਵਿਘਨ ਪਾ ਦਿੱਤਾ ਸੀ ਤੇ ਸਾਨੂੰ ਪਤਾ ਹੈ ਕਿ ਉਸ ਦੇ ਵੰਸ਼ਜ ਹਾਲੇ ਖ਼ਤਮ ਨਹੀਂ ਹੋਏ। ਮੈਨੂੰ ਅਜਿਹੀ ਕੋਈ ਆਸ ਨਹੀਂ ਕਿ ਕਾਹਨ ਪਰਤੇਗਾ ਤੇ ਤੁਹਾਡੇ ਲਈ ਬਿਲਕੁਲ ਉਂਵੇਂ ਹੀ ਲੜੇਗਾ, ਜਿਵੇਂ ਯੂਰਾ ਲੜਿਆ ਸੀ। ਜੇ ਉਹ ਪਰਤ ਵੀ ਆਇਆ, ਤਾਂ ਉਸ ਛਿਣ ਦੀ ਅਸੀਂ ਉਡੀਕ ਕਰਾਂਗੇ, ਜਦੋਂ ਅਸੀਂ ਉਸ ਸਮੇਤ ਤੁਹਾਨੂੰ ਵੀ ਸਾਰਿਆਂ ਨੂੰ ਮਾਰ ਮੁਕਾਵਾਂਗੇ।"

ਜਦੋਂ ਉਸ ਨੇ ਆਪਣਾ ਹੰਕਾਰੀ ਜਿਹਾ ਭਾਸ਼ਣ ਖ਼ਤਮ ਕੀਤਾ, ਤਾਂ ਉਸ ਦੀ ਹੈਵਾਨਾਂ ਦੀ ਫ਼ੌਜ ਨੇ ਏਕਾਰਦਸ ਦੀ ਫ਼ੌਜ ਵੱਲ ਵਧਣਾ ਸ਼ੁਰੂ ਕਰ ਦਿੱਤਾ। ਤਦ ਜਰਨੈਲ ਨੇ ਆਪਣੀ ਤਲਵਾਰ ਉੱਪਰ ਚੁੱਕ ਕੇ ਆਪਣੇ ਫ਼ੌਜੀ ਜਵਾਨਾਂ ਨੂੰ ਕਿਹਾ ਕਿ ਉਹ ਆਪਣੇ ਆਖ਼ਰੀ ਦਮ ਤੱਕ ਮਜ਼ਬੂਤੀ ਨਾਲ ਲੜਨ।

ਇੰਝ ਜੰਗ ਸ਼ੁਰੂ ਹੋ ਗਈ।

ਜਦੋਂ ਜਰਨੈਲ ਨੇ ਆਪਣੇ ਫ਼ੌਜੀ ਜਵਾਨਾਂ ਨੂੰ ਸੋਚੀ-ਸਮਝੀ ਰਣਨੀਤੀ ਅਨੁਸਾਰ ਲੜਨ ਦੀ ਹਦਾਇਤ ਜਾਰੀ ਕੀਤੀ, ਤਾਂ ਹੈਵਾਨਾਂ ਕੋਲ ਤਾਂ ਹਮਲਾ ਕਰ ਕੇ ਸਾਹਮਣੇ ਵਾਲੇ ਨੂੰ ਮਾਰਨ ਤੋਂ ਇਲਾਵਾ ਹੋਰ ਕੋਈ ਰਣਨੀਤੀ ਨਹੀਂ ਸੀ। ਉਹ ਬੇਰਹਿਮ ਵਹਿਸ਼ੀ ਦਰਿੰਦੇ ਬੇਸ਼ੱਕ ਮਨੁੱਖੀ ਤਾਕਤ ਤੋਂ ਕਿਤੇ ਜ਼ਿਆਦਾ ਮਜ਼ਬੂਤ ਸਨ ਪਰ ਏਕਾਰਦਸ ਦੇ ਫ਼ੌਜੀ ਜਵਾਨਾਂ ਦੀ ਗਿਣਤੀ ਕਾਫ਼ੀ ਜ਼ਿਆਦਾ ਸੀ, ਜਿਸ ਕਰਕੇ ਉਹ ਧਾੜਵੀਆਂ ਨੂੰ ਕਾਫ਼ੀ ਸਮੇਂ ਤੱਕ ਰੋਕ ਕੇ ਰੱਖ ਸਕਦੇ ਸਨ। ਇਸ ਦੇ ਨਾਲ ਹੀ ਪੂਰੀ ਤਰ੍ਹਾਂ ਲੈਸ ਤੇ ਤਿਆਰ-ਬਰ-ਤਿਆਰ ਫ਼ੌਜੀ ਜਵਾਨ ਸਿਰਫ਼ ਤਾਕਤ ਨਾਲ ਹੀ ਹੈਵਾਨਾਂ ਦਾ ਮੁਕਾਬਲਾ ਨਹੀਂ ਕਰ ਰਹੇ ਸਨ, ਸਗੋਂ ਉਹ ਆਪਣੇ ਬਚਾਅ ਲਈ ਦਾਅਪੇਚ ਵਰਤ ਰਹੇ ਸਨ। ਉਹ ਆਪਣੇ ਬਚਣ ਲਈ ਢਾਲ ਵਰਤ ਰਹੇ ਸਨ ਤੇ ਮਾਰਨ ਲਈ ਹੈਵਾਨਾਂ ਦੇ ਬਰਛੇ ਖੋਭ ਰਹੇ ਸਨ; ਜਿਵੇਂ ਕਿ ਹਰੇਕ ਜੋਧਾ ਕਰਦਾ ਹੁੰਦਾ ਹੈ।

ਉੱਧਰ ਜਰਨੈਲ ਨੂੰ ਸਿਰਫ਼ ਮੁੱਖ ਤੌਰ ਉੱਤੇ ਤਾਂਤੋਹ ਦੇ ਗੁੱਸੇ ਤੇ ਜੋਸ਼ ਦਾ ਸਾਹਮਣਾ ਕਰਨਾ ਪੈ ਰਿਹਾ ਸੀ ਅਤੇ ਉਹ ਤਾਂਤੋਹ ਨੂੰ ਮੈਦਾਨ-ਏ-ਜੰਗ ਤੋਂ ਦੂਰ ਰੱਖਣ ਦੀ ਕੋਸ਼ਿਸ਼ ਕਰ ਰਿਹਾ ਸੀ ਕਿਉਂਕਿ ਉਸ ਨੂੰ ਪਤਾ ਸੀ ਕਿ ਉਸ ਕੋਲ ਕ੍ਰੇਟੇ ਦੀ ਲੱਤ ਹੈ, ਜੋ ਤਾਂਤੋਹ ਨੂੰ ਅਥਾਹ ਤਾਕਤ ਬਖ਼ਸ਼ਦੀ ਹੈ ਤੇ ਏਕਾਰਦਸ ਦੇ ਫ਼ੌਜੀਆਂ ਕੋਲ ਉਸ ਦਾ ਟਾਕਰਾ ਕਰਨ ਦਾ ਬਲ ਨਹੀਂ ਸੀ। ਕ੍ਰੇਟੇ ਦੀ ਲੱਤ ਕਾਰਣ ਹੀ ਤਾਂਤੋਹ ਤਦ ਜਰਨੈਲ ਅਤੇ ਉਸ ਦੇ ਫ਼ੌਜੀ ਜਵਾਨਾਂ ਉੱਤੇ ਭਾਰੂ ਪੈਂਦਾ ਜਾਪ ਰਿਹਾ ਸੀ, ਜਿਨ੍ਹਾਂ ਨੇ ਉਸ ਉੱਤੇ ਹਮਲਾ ਕਰਨ ਦੀ ਕੋਸ਼ਿਸ਼ ਕੀਤੀ ਸੀ। ਜਰਨੈਲ ਨੇ ਤਾਂ ਤਾਂਤੋਹ ਤੋਂ ਕ੍ਰੇਟੇ ਦੀ ਲੱਤ ਖੋਹਣ ਦੀ ਵੀ ਕੋਸ਼ਿਸ਼ ਕੀਤੀ ਸੀ ਪਰ ਸਫ਼ਲ ਨਹੀਂ ਸੀ ਹੋ ਸਕਿਆ।

ਫਿਰ ਜਿਵੇਂ ਹੀ ਜਰਨੈਲ ਤੇ ਉਸ ਦੀ ਫ਼ੌਜ ਨੂੰ ਥੋੜ੍ਹਾ ਭਰੋਸਾ ਹੋ ਗਿਆ ਕਿ ਉਹ ਤਾਂਤੋਹ ਤੇ ਉਸ ਦੇ ਵਹਿਸ਼ੀ ਹੈਵਾਨਾਂ ਨੂੰ ਹਰਾ ਸਕਦੇ ਹਨ, ਤਾਂ ਮਹਾਂਸਾਗਰ 'ਚ ਜਵਾਰਭਾਟੇ ਦੀਆਂ ਲਹਿਰਾਂ ਪਹਿਲਾਂ ਦੇ ਮੁਕਾਬਲੇ ਕਿਤੇ ਜ਼ਿਆਦਾ ਤੇਜ਼ੀ ਤੇ ਤਾਕਤ ਨਾਲ ਉੱਪਰ ਉੱਠੀਆਂ ਤੇ ਧਰਤੀ ਜਿਵੇਂ ਕੰਬ ਕੇ ਰਹਿ ਗਈ। ਇਸ ਨਾਲ ਹਰੇਕ ਮਨੁੱਖੀ ਆਤਮਾ ਡਰ ਗਈ ਤੇ ਉੱਥੇ ਸਭ ਆਪਣੀਆਂ ਜਾਨਾਂ ਬਚਾਉਣ ਲਈ ਇੱਧਰ-ਉੱਧਰ ਨੱਸਣ ਲੱਗ ਪਏ ਤੇ ਫਿਰ ਕਿਸੇ ਨੂੰ ਵੀ ਹਮਲਾਵਰਾਂ ਦੀ ਪਰਵਾਹ ਨਾ ਰਹੀ।

ਮਹਾਂਸਾਗਰ ਦੇ ਪਾਣੀਆਂਚੋਂ ਕੋਈ ਚੀਜ਼ ਜਾਦੂਮਈ ਤਰੀਕੇ ਨਾਲ ਆਕਾਸ਼ ਵੱਲ ਉੱਛਲੀ ਅਤੇ ਕੁਝ ਸੈਕਿੰਡਾਂ ਲਈ ਮੈਦਾਨ-ਏ-ਜੰਗ ਵਿੱਚ ਮੌਜੂਦ ਹਰੇਕ ਫ਼ੌਜੀ ਜਵਾਨ ਦੇ ਹਥਿਆਰ ਆਪਣੀ ਥਾਂ ਉੱਤੇ ਜਾਮ ਹੋ ਕੇ ਰਹਿ ਗਏ।

ਏਕਾਰਦਸ ਤੇ ਜ਼ਿਆਸ਼ਾ ਦੇ ਫ਼ੌਜੀ ਜਵਾਨ ਸੁੰਨ ਹੋ ਗਏ ਪਰ ਤਦ ਹੈਵਾਨਾਂ ਦੀ ਫ਼ੌਜ ਬਿਲਕੁਲ ਸਥਿਰ ਖੜ੍ਹੀ ਸੀ ਤੇ ਹਰੇਕ ਅੱਖ ਦੁਚਿੱਤੀ ਵਿੱਚ ਤੱਖਲੇ ਨਾਲ ਇਹ ਸਭ ਵੇਖ ਰਹੀ ਸੀ ਕਿ ਹੁਣ ਪਤਾ ਨਹੀਂ ਕੀ ਵਾਪਰਨ ਵਾਲਾ ਹੈ। ਫਿਰ ਅੱਖ ਦੇ ਫੋਰ ਵਿੱਚ ਉਹ ਚੀਜ਼ ਅਸਮਾਨ ਤੋਂ ਸਿੱਧੀ ਮੈਦਾਨ-ਏ-ਜੰਗ ਦੇ ਐਨ ਵਿਚਕਾਰ ਆ ਕੇ ਟਿਕ ਗਈ।

ਪਹਿਲਾਂ ਨਾਲੋਂ ਕਿਤੇ ਜ਼ਿਆਦਾ ਮਜ਼ਬੂਤ, ਕਿਤੇ ਵੱਧ ਰੋਹ-ਭਰਪੂਰ ਤੇ ਭਿਆਨਕ ਰੂਪ ਵਿੱਚ ਸਭ ਦੇ ਸਾਹਮਣੇ ਐਨ ਵਿਚਕਾਰ ਖੜ੍ਹਾ ਸੀ ਸਮੁੰਦਰ ਦੀ ਹੇਠਲੀ ਸੱਤਾ ਦਾ ਸਮਰਾਟ - ਕ੍ਰੈਟੋ।

ਅਧਿਆਇ 10

ਕ੍ਰੇਟੇ ਦੀ ਮੌਜੂਦਗੀ ਨਾਲ ਤਾਂ ਜਿਵੇਂ ਇੱਕ ਤੂਫ਼ਾਨ ਹੀ ਆ ਗਿਆ ਸੀ ਤੇ ਹੁਣ ਫ਼ੌਜੀਆਂ ਤੇ ਉਨ੍ਹਾਂ ਦੇ ਜਰਨੈਲ ਨੂੰ ਸਹਿਜ-ਸੁਭਾਵਕ ਰੂਪ ਵਿੱਚ ਹਾਲਾਤ ਖ਼ਰਾਬ ਹੁੰਦੇ ਜਾਪ ਰਹੇ ਸਨ ਅਤੇ ਉਨ੍ਹਾਂ ਦੇ ਬਚਣ ਦੀ ਆਸ ਵੀ ਹੁਣ ਬਾਕੀ ਨਹੀਂ ਰਹੀ ਸੀ। ਤਾਂਤੋਹ ਅਤੇ ਬਾਕੀ ਦੇ ਹੈਵਾਨਾਂ ਦੀ ਫ਼ੌਜ ਤਦ ਪੂਰੇ ਆਤਮ-ਵਿਸ਼ਵਾਸ ਤੇ ਜੋਸ਼ ਨਾਲ ਭਰ ਗਈ ਸੀ ਕਿ ਉਹ ਹੁਣ ਬਹੁਤ ਛੇਤੀ ਇਸ ਰਾਜ ਉੱਤੇ ਜਿੱਤ ਹਾਸਲ ਕਰਨ ਜਾ ਰਹੇ ਹਨ। ਸਾਰੇ ਹੈਵਾਨ ਆਪਣੇ ਰਾਜੇ ਦੇ ਆਲੇ-ਦੁਆਲੇ ਇਕੱਠੇ ਹੋ ਗਏ। ਤਾਂਤੋਹ ਉਸ ਦੇ ਨੇੜੇ ਆਇਆ ਤੇ ਉਸ ਨੇ ਆਪਣੇ ਹੱਥ ਨਾਲ ਕ੍ਰੇਟੇ ਦੀ ਲੱਤ ਉਸੇ ਥਾਂ ਉੱਤੇ ਰੱਖੀ, ਜਿੱਥੋਂ ਉਹ ਟੁੱਟੀ ਸੀ। ਉਹ ਲੱਤ ਤੁਰੰਤ ਕ੍ਰੇਟੇ ਦੇ ਸਰੀਰ ਨਾਲ ਪੂਰੀ ਮਜ਼ਬੂਤੀ ਨਾਲ ਪਹਿਲਾਂ ਵਾਂਗ ਜੁੜ ਗਈ ਤੇ ਇਸ ਦੌਰਾਨ ਆਕਾਸ਼ੀ ਬਿਜਲੀ ਵੀ ਚਮਕੀ।

ਉੱਧਰ ਜਰਨੈਲ ਨੇ ਇੰਨੇ ਨੂੰ ਚੁੱਪਚਾਪ ਆਪਣੀ ਫ਼ੌਜ ਨੂੰ ਦੋਬਾਰਾ ਇੱਕ ਖ਼ਾਸ ਪੁਜ਼ੀਸ਼ਨ 'ਚ ਖੜ੍ਹੀ ਕਰ ਦਿੱਤਾ ਤੇ ਉਸ ਨੇ ਹੈਵਾਨਾਂ ਵੱਲ ਇਸ਼ਾਰਾ ਕਰਦਿਆਂ ਕਿਹਾ ਕਿ ਉਹ ਸਿਰਫ਼ ਉਨ੍ਹਾਂ ਨਾਲ ਹੀ ਲੜਨ ਅਤੇ ਕ੍ਰੇਟੇ ਜਾਂ ਤਾਂਤੋਹ ਉੱਤੇ ਆਪਣਾ ਧਿਆਨ ਕੇਂਦ੍ਰਿਤ ਨਾ ਕਰਨ। ਉਸ ਨੂੰ ਪਤਾ ਸੀ ਕਿ ਉਨ੍ਹਾਂ ਨਾਲ ਕਿਸੇ ਤੋਂ ਵੀ ਮੁਕਾਬਲਾ ਨਹੀਂ ਕਰ ਹੋਣਾ, ਇਸੇ ਲਈ ਇਹ ਬਿਹਤਰ ਰਹੇਗਾ ਕਿ ਉਹ ਤਾਂਤੋਹ ਨਾਲ ਆਪਣੀ ਜੰਗ ਜਾਰੀ ਰੱਖੇ (ਹੁਣ ਤਾਂ ਕ੍ਰੇਟੇ ਦੀ ਲੱਤ ਵੀ ਉਸ ਕੋਲ ਨਹੀਂ ਸੀ ਰਹੀ ਸੀ) ਅਤੇ ਉਸ ਦੇ ਫ਼ੌਜੀ ਜਵਾਨ ਹੈਵਾਨਾਂ ਦੀ ਫ਼ੌਜ ਨੂੰ ਰੋਕ ਕੇ ਰੱਖਣ। ਕ੍ਰੇਟੇ ਨੂੰ ਕੋਈ ਨਹੀਂ ਰੋਕ ਸਕਦਾ ਸੀ, ਨਾ ਤਾਂ ਜਰਨੈਲ ਤੇ ਨਾ ਹੀ ਉਸ ਫ਼ੌਜ।

ਕ੍ਰੇਟੇ ਨੇ ਤਾਂਤੋਹ ਨੂੰ ਹੁਕਮ ਦਿੱਤਾ ਕਿ ਉਹ ਜਰਨੈਲ ਨੂੰ ਛੇਤੀ ਤੋਂ ਛੇਤੀ ਖ਼ਤਮ ਕਰ ਦੇਵੇ ਤੇ ਫਿਰ ਉਸ ਦੇ ਪਿੱਛੇ ਰਾਜੇ ਦੇ ਮਹਿਲ ਵੱਲ ਆਵੇ ਕਿਉਂਕਿ ਉੱਥੇ ਹੀ ਰਾਜੇ ਦਾ ਪਰਿਵਾਰ ਸੀ ਤੇ ਏਕਾਰਦਸ ਰਾਜ ਉੱਤੇ ਪੂਰੀ ਤਰ੍ਹਾਂ ਕਬਜ਼ਾ ਕਰਨ ਲਈ ਰਾਜੇ ਤੇ ਉਸ ਦੇ ਪਰਿਵਾਰ ਦਾ ਖ਼ਾਤਮਾ ਵੀ ਜ਼ਰੂਰੀ ਸੀ।

ਤਾਂਤੋਹ ਤਦ ਕ੍ਰੇਟੇ ਅੱਗੇ ਝੁਕਿਆ ਤੇ ਸਿਰ ਝੁਕਾ ਕੇ ਹੁਕਮ ਦੀ ਹਾਮੀ ਭਰੀ ਅਤੇ ਉਸ ਨੇ ਚੀਕ-ਚੀਕ ਕੇ ਆਪਣੀ ਫ਼ੌਜ ਨੂੰ ਆਦੇਸ਼ ਦਿੱਤਾ ਕਿ ਉਹ ਏਕਾਰਦਸ ਤੇ ਜ਼ਿਆਸ਼ਾ ਦੇ ਇਕੱਲੇ-ਇਕੱਲੇ ਨਾਗਰਿਕ ਦਾ ਖ਼ਾਤਮਾ ਕਰ ਦੇਣ ਅਤੇ ਜਾਂ ਫੇਰ ਆਪ ਮਾਰੇ ਜਾਣ। ਜਿਹੜੀ ਜੰਗ ਕੁਝ ਸਮੇਂ ਲਈ ਰੁਕ ਗਈ ਸੀ, ਉਹ ਹੁਣ ਕਿਤੇ ਜ਼ਿਆਦਾ ਭਿਆਨਕਤਾ ਨਾਲ ਮੁੜ ਸ਼ੁਰੂ ਹੋ ਗਈ ਸੀ ਅਤੇ ਹਮਲਾ ਕਰਦੇ ਸਮੇਂ ਹਰੇਕ ਫ਼ੌਜੀ ਜਵਾਨ ਉੱਚੀ-ਉੱਚੀ ਚੀਕ ਰਿਹਾ ਸੀ ਤੇ ਆਪਣੀ ਬਚੀ-ਖੁਚੀ ਪੂਰੀ ਤਾਕਤ ਨਾਲ ਦੁਸ਼ਮਣ ਨਾਲ ਜੂਝ ਰਿਹਾ ਸੀ।

ਜਦੋਂ ਹੈਵਾਨ ਏਕਾਰਦਾਸ ਤੇ ਜ਼ਿਆਸ਼ਾ ਦੇ ਫ਼ੌਜੀ ਜਵਾਨਾਂ ਨਾਲ ਲੜ ਰਹੇ ਸਨ; ਉਦੋਂ ਤ੍ਹਾਂਤੋਹ ਲਗਾਤਾਰ ਜਰਨੈਲ ਨਾਲ ਉਲਝਿਆ ਹੋਇਆ ਸੀ। ਕ੍ਰੇਟੇ ਇਸ ਦੌਰਾਨ ਸਿੱਧਾ ਮਹਾਰਾਜੇ ਦੇ ਮਹਿਲ ਵੱਲ ਵਧ ਰਿਹਾ ਸੀ ਤੇ ਆਪਣੇ ਰਸਤੇ 'ਚ ਆਉਂਦੇ ਹਰੇਕ ਵਿਅਕਤੀ ਦਾ ਖ਼ਾਤਮਾ ਕਰਦਾ ਜਾ ਰਿਹਾ ਸੀ। ਉਹ ਜਦੋਂ ਮਹਿਲ ਦੇ ਸਾਹਮਣੇ ਪੁੱਜਾ, ਤਾਂ ਉਸ ਨੇ ਵੇਖਿਆ ਕਿ ਰਾਜਾ ਵਿਕਟਰ, ਰਾਣੀ ਅਲਾਨਾ ਤੇ ਸ਼ਹਿਜ਼ਾਦੀ ਜ਼ੀਆ ਆਪਣੇ ਲੋਕਾਂ ਦੇ ਅੱਗੇ ਖੜ੍ਹੇ ਸਨ ਤੇ ਉਨ੍ਹਾਂ ਸਾਰਿਆਂ ਨੂੰ ਸੁਰੱਖਿਅਤ ਰਹਿਣ ਦੇ ਨੁਕਤੇ ਦੱਸ ਰਹੇ ਸਨ। ਇਹ ਵੇਖ ਕੇ ਕ੍ਰੇਟੇ ਨੂੰ ਜਿਵੇਂ ਹੋਰ ਵੀ ਜ਼ਿਆਦਾ ਰੋਹ ਚੜ੍ਹ ਗਿਆ ਕਿਉਂਕਿ ਉਸ ਨੇ ਤਾਂ ਇਹੋ ਸੋਚਿਆ ਹੋਇਆ ਸੀ ਕਿ ਉਸ ਦੀ ਮੌਜੂਦਗੀ ਨਾਲ ਹੀ ਸਾਰੇ ਬਹੁਤ ਜ਼ਿਆਦਾ ਡਰ ਕੇ ਇੱਧਰ-ਉੱਧਰ ਨੱਸ ਜਾਣਗੇ ਤੇ ਬਾਕੀ ਦੇ ਆਤਮਸਮਰਪਣ ਕਰ ਦੇਣਗੇ ਪਰ ਇੱਥੇ ਤਾਂ ਸਾਰੇ ਮੋਰਚੇ 'ਤੇ ਡਟੇ ਹੋਏ ਸਨ। ਉਸ ਨੇ ਤਾਂ ਇਹ ਵੀ ਸੋਚਿਆ ਹੋਇਆ ਸੀ ਕਿ ਉਹ ਏਕਾਰਦਾਸ ਵਾਸੀਆਂ ਦੀਆਂ ਸਾਰੀਆਂ ਯੋਜਨਾਵਾਂ ਤੇ ਰਣਨੀਤੀਆਂ ਨੂੰ ਢਹਿ-ਢੇਰੀ ਕਰ ਕੇ ਰੱਖ ਦੇਵੇਗਾ ਪਰ ਉੱਥੇ ਸਭ ਕੁਝ ਉਸ ਦੀ ਸੋਚ ਦੇ ਉਲਟ ਵੇਖ ਕੇ ਉਹ ਬਹੁਤ ਖ਼ਤਰਨਾਕ ਕਿਸਮ ਦੇ ਗੁੱਸੇ ਨਾਲ ਭਰ ਗਿਆ।

ਉਸ ਨੇ ਕਾਫ਼ੀ ਦੂਰੀ ਤੋਂ ਹੀ ਆਪਣੀਆਂ ਅਗਲੀਆਂ ਦੋਵੇਂ ਲੱਤਾਂ ਚੁੱਕੀਆਂ ਤੇ ਉਨ੍ਹਾਂ ਵਿੱਚੋਂ ਜਿਵੇਂ ਬਿਲਕੁਲ ਇੱਕ ਬੰਦੂਕ ਵਾਂਗ ਫ਼ਾਇਰ ਹੋਏ ਤੇ ਉਨ੍ਹਾਂ ਦੀਆਂ ਗੋਲੀਆਂ ਵੀ ਤੀਰ ਦੀ ਨੋਕ ਦੇ ਆਕਾਰ ਦੀਆਂ ਸਨ। ਉਸ ਦੀਆਂ ਲੱਤਾਂ ਦੇ ਸਿਰੇ ਗ਼ਾਇਬ ਹੋ ਗਏ ਤੇ ਕੁਝ ਛਿਣਾਂ 'ਚ ਹੀ ਜਿਵੇਂ ਨਵੀਂਆਂ ਲੱਤਾਂ ਲੱਗ ਗਈਆਂ ਸਨ। ਇਸ ਤੋਂ ਪਹਿਲਾਂ ਕਿ ਕਿਸੇ ਨੂੰ ਕੁਝ ਪਤਾ ਚੱਲਦਾ ਕਿ ਕ੍ਰੇਟੇ ਨੇ ਕੀ ਕਰ ਦਿੱਤਾ ਹੈ, ਦੇ ਬਰਛਿਆਂ ਵਰਗੇ ਹਥਿਆਰ ਰਾਜਾ ਵਿਕਟਰ ਦੇ ਮਹਿਲ ਦੀਆਂ ਬਾਹਰਲੀਆਂ ਕੰਧਾਂ ਨਾਲ ਆ ਟਕਰਾਏ ਅਤੇ ਬਾਗ਼ ਵਿੱਚ ਲੱਗੇ ਫ਼ਵਾਰਿਆਂ ਵਿੱਚੋਂ ਦੀ ਲੰਘਦੇ ਹੋਏ ਅਗਾਂਹ ਜਾ ਵੱਜੇ। ਇਹ ਕ੍ਰੇਟੇ ਦੇ ਰੋਹ ਦੀ ਸਿਰਫ਼ ਸ਼ੁਰੂਆਤ ਸੀ; ਉਸ ਨੇ ਤਾਂ ਸਾਹਮਣੇ ਮੌਜੂਦ ਆਪਣੇ ਦੁਸ਼ਮਣ ਦੇ ਖ਼ਾਤਮੇ ਲਈ ਅਜਿਹੀਆਂ ਹੋਰ ਬਹੁਤ ਸਾਰੀਆਂ ਹਰਕਤਾਂ ਕਰਨੀਆਂ ਸਨ। ਉਸ ਨੇ ਲੱਤਾਂ ਦੇ ਸਿਰਿਆਂ ਨਾਲ ਮਹਿਲ ਉੱਤੇ ਇੱਕ ਵਾਰ ਫਿਰ ਵਾਰ ਕੀਤਾ ਤੇ ਅੰਦਰ ਦਾਖ਼ਲ ਹੋਣ ਵਾਲਾ ਮੁੱਖ ਗੇਟ ਤੋੜ ਦਿੱਤਾ।

ਰਾਜੇ ਦੀ ਪਰਜਾ ਨੂੰ ਹੁਣ ਸਾਹਮਣੇ ਸਿਰਫ਼ ਮੌਤ ਹੀ ਵਿਖਾਈ ਦੇ ਰਹੀ ਸੀ ਪਰ ਉਹ ਕਰ ਕੁਝ ਨਹੀਂ ਸਕਦੇ ਸਨ ਕਿਉਂਕਿ ਲੁਕਣ ਜਾਂ ਭੱਜਣ ਲਈ ਕਿਤੇ ਕੋਈ ਜਗ੍ਹਾ ਹੀ ਨਹੀਂ ਸੀ। ਇੱਕ ਪਾਸੇ ਫ਼ੌਜੀ ਤੇ ਜਰਨੈਲ ਕ੍ਰੇਟੇ ਦੀ ਫ਼ੌਜ ਨੂੰ

ਰੋਕਣ ਦੀ ਕੋਸ਼ਿਸ਼ ਕਰ ਰਹੇ ਸਨ ਤੇ ਦੂਜੇ ਪਾਸੇ ਕ੍ਰੇਟੇ ਮਹਿਲ ਨਾਲ ਜਾ ਕੇ ਟੱਕਰ ਲੈ ਰਿਹਾ ਸੀ ਤੇ ਉੱਥੇ ਕੋਈ ਵੀ ਜੋਧਾ ਜਾਂ ਵਿਅਕਤੀ ਅਜਿਹਾ ਨਹੀਂ ਸੀ, ਜੋ ਉਸ ਦਾ ਮੁਕਾਬਲਾ ਕਰ ਸਕਦਾ।

ਮਹਿਲ ਦੇ ਬਾਹਰ ਤਾਇਨਾਤ ਫ਼ੌਜੀ ਜਵਾਨਾਂ ਨੇ ਕ੍ਰੇਟੇ ਦੇ ਸਾਰੇ ਸਰੀਰ ਦੇ ਹਿੱਸਿਆਂ ਨੂੰ ਨਿਸ਼ਾਨਾ ਬਣਾ ਕੇ ਤੀਰ ਚਲਾਏ ਤੇ ਇੰਝ ਉਸ ਨੂੰ ਜ਼ਖਮੀ ਕਰਨ ਦੀ ਕੋਸ਼ਿਸ਼ ਕੀਤੀ ਪਰ ਉਨ੍ਹਾਂ ਤੀਰਾਂ ਦਾ ਕ੍ਰੇਟੇ ਉੱਤੇ ਕੋਈ ਅਸਰ ਨਹੀਂ ਸੀ ਹੋ ਰਿਹਾ। ਫਿਰ ਉਨ੍ਹਾਂ ਆਪਣੇ ਤੀਰਾਂ ਦੀਆਂ ਮੂਹਰਲੀਆਂ ਨੋਕਾਂ ਅੱਗ ਵਿੱਚ ਗਰਮ ਕੀਤੀਆਂ ਤੇ ਫਿਰ ਉਨ੍ਹਾਂ ਨਾਲ ਕ੍ਰੇਟੇ ਨੂੰ ਢਾਹੁਣ ਦਾ ਜਤਨ ਕੀਤਾ ਪਰ ਉਨ੍ਹਾਂ ਨਾਲ ਵੀ ਕ੍ਰੇਟੇ ਦਾ ਕੁਝ ਨਾ ਵਿਗੜਿਆ, ਸਗੋਂ ਉਹ ਜ਼ਖਮੀ ਹੋ ਕੇ ਹੋਰ ਵੀ ਖ਼ਤਰਨਾਕ ਹੋ ਗਿਆ। ਉਸ ਦੇ ਸਿਰ ਅਤੇ ਚਿਹਰੇ ਉੱਤੇ ਲੱਗੇ ਤੀਰਾਂ ਨੇ ਹੀ ਉਸ ਨੂੰ ਥੋੜ੍ਹਾ ਜ਼ਖਮੀ ਕੀਤਾ ਸੀ। ਫਿਰ ਕ੍ਰੇਟੇ ਨੇ ਆਪਣੀ ਲੱਤ ਦੇ ਸਿਰਿਆਂ ਨਾਲ ਦੋਬਾਰਾ ਹਮਲਾ ਕੀਤਾ ਤੇ ਹਰੇਕ ਵਾਰ ਨਾਲ ਹੀ ਉਹ ਸੈਂਕੜੇ ਫ਼ੌਜੀਆਂ ਦਾ ਖ਼ਾਤਮਾ ਕਰ ਰਿਹਾ ਸੀ ਤੇ ਇੰਝ ਉਹ ਮਹਿਲ ਦੇ ਮੁੱਖ-ਦੁਆਰ ਦੇ ਨੇੜ੍ਹੇ ਆਉਂਦਾ ਜਾ ਰਿਹਾ ਸੀ। ਅੱਗੇ ਵਧਦਿਆਂ ਤੇ ਰਾਜੇ ਦੇ ਮਹਿਲ ਉੱਤੇ ਹਮਲਾ ਕਰਦੇ ਸਮੇਂ ਉਹ ਆਪਣੀਆਂ ਨਾਸਾਂ ਵਿੱਚੋਂ ਦੀ ਜ਼ਹਿਰੀਲਾ ਤਰਲ ਪਦਾਰਥ ਵੀ ਛਿੜਕਦਾ ਆ ਰਿਹਾ ਸੀ ਤੇ ਜਿਸ ਉੱਤੇ ਵੀ ਉਸ ਪਦਾਰਥ ਦਾ ਥੋੜ੍ਹਾ ਜਿੰਨਾ ਛਿੱਟਾ ਵੀ ਡਿੱਗਦਾ, ਉਹ ਥਾਏਂ ਮਰ ਜਾਂਦਾ ਸੀ।

ਅਤੇ ਜਦੋਂ ਰਾਜੇ ਤੇ ਉਸ ਦੀ ਫ਼ੌਜ ਦਾ ਹਰ ਹਰਬਾ ਤੇ ਤਰੀਕਾ ਨਾਕਾਮ ਹੋ ਗਿਆ, ਤਦ ਹੀ ਜੰਗਲਾਂ ਦੇ ਵਿਚੋਂ ਦੀ ਅਚਾਨਕ ਕ੍ਰੇਟੇ ਦੇ ਰਾਹ ਵਿੱਚ ਬੋਰਿਸ ਪ੍ਰਗਟ ਹੋ ਗਿਆ। ਜੀ ਹਾਂ, ਬੋਰਿਸ।

ਕ੍ਰੇਟੇ ਨੇ ਬੋਰਿਸ ਦੀਆਂ ਅੱਖਾਂ 'ਚ ਤੱਕਿਆ ਤੇ ਉਸ ਨੂੰ ਵੇਖ ਕੇ ਇੱਕਦਮ ਮਹਾਨ ਯੂਰਾ ਦੀ ਯਾਦ ਆ ਗਈ ਕਿਉਂਕਿ ਉਸ ਦੀਆਂ ਅੱਖਾਂ 'ਚ ਵੀ ਅੱਗ ਦੇ ਉਹੀ ਭਾਂਬੜ ਮੱਚਦੇ ਵਿਖਾਈ ਦੇ ਰਹੇ ਸਨ ਤੇ ਬੋਰਿਸ ਬਿਲਕੁਲ ਯੂਰਾਂ ਵਾਂਗ ਹੀ ਸਹੀ ਸਮਾਂ ਤੇ ਮੌਕਾ ਮਿਲਣ 'ਤੇ ਵਾਰ ਕਰਨ ਦੀ ਉਡੀਕ ਦਾ ਸਬਰ ਵਿਖਾ ਰਿਹਾ ਸੀ। ਉਹ ਬਹੁਤ ਸ਼ਾਂਤੀ ਨਾਲ ਕ੍ਰੇਟੇ ਤੇ ਮਹਿਲ ਦੇ ਵਿਚਕਾਰ ਆ ਕੇ ਖਲੋ ਗਿਆ ਸੀ। ਹੁਣ ਕ੍ਰੇਟੇ ਸੋਚਣ ਲਈ ਮਜਬੂਰ ਹੋ ਗਿਆ ਸੀ ਕਿਉਂਕਿ ਆਖਰ ਉਸ ਦਾ ਮੁਕਾਬਲਾ ਹੁਣ ਉਨ੍ਹਾਂ ਕਾਹਨਾਂ ਦੇ ਅਸਲ ਵੰਸ਼ਜ ਨਾਲ ਸੀ, ਜਿਸ ਨੇ ਉਸ ਨੂੰ ਉਸ ਦੇ ਪਿਛਲੇ ਹਮਲੇ ਦੌਰਾਨ ਬੁਰੀ ਤਰ੍ਹਾਂ ਮਾਤ ਦਿੱਤੀ ਸੀ।

ਕ੍ਰੇਟੇ ਹੀ ਨਹੀਂ, ਰਾਜਾ ਵਿਕਟਰ ਖ਼ੁਦ ਵੀ ਬੋਰਿਸ ਨੂੰ ਦੋਬਾਰਾ ਵੇਖ ਕੇ ਬਹੁਤ ਹੈਰਾਨ ਸੀ ਕਿਉਂਕਿ ਕਲੀਸ਼ੀਆ ਦੇ ਜੰਗਲ਼ ਵਿੱਚ ਇੱਕ ਵਾਰ ਗਿਆ ਕੋਈ ਵਿਅਕਤੀ ਹਾਲੇ ਤੱਕ ਕਦੇ ਜਿਉਂਦਾ ਨਹੀਂ ਪਰਤਿਆ ਸੀ। ਸ਼ਹਿਜ਼ਾਦੀ ਜ਼ੀਆ ਤਾਂ ਬੋਰਿਸ ਨੂੰ ਵੇਖ ਕੇ ਆਪਣੀ ਖ਼ੁਸ਼ੀ ਸੰਭਾਲ ਹੀ ਨਹੀਂ ਪਾ ਰਹੀ ਸੀ। ਜੰਗਲ਼ 'ਚੋਂ ਪਰਤੇ ਬੋਰਿਸ ਨੂੰ ਵੇਖ ਕੇ ਹਰ ਕੋਈ ਡਾਢਾ ਹੈਰਾਨ-ਪਰੇਸ਼ਾਨ ਸੀ। ਐਲਮਸ, ਜੋ ਬੋਰਿਸ ਤੋਂ ਸਭ ਤੋਂ ਵੱਧ ਖਿਝਦਾ ਸੀ ਤੇ ਉਸ ਦੇ ਮਨ ਵਿੱਚ ਡਾਢੀ ਈਰਖਾ ਭਰੀ ਹੋਈ ਸੀ; ਉਹ ਹੁਣ ਇਸ ਜੰਗ ਦੌਰਾਨ ਇੱਕ ਚੱਟਾਨ ਦੇ ਪਿਛਲੇ ਪਾਸੇ ਲੁਕਿਆ ਹੋਇਆ ਸੀ ਪਰ ਦੂਰ ਤੋਂ ਵੀ ਉਹ ਸਭ ਕੁਝ ਉੱਥੇ ਵਾਪਰਦਾ ਵੇਖ ਰਿਹਾ ਸੀ।

ਕੁਝ ਸਮਾਂ ਪਹਿਲਾਂ ਜਦੋਂ ਹਮਲਾ ਸ਼ੁਰੂ ਹੀ ਹੋਇਆ ਸੀ, ਤਦ ਬੋਰਿਸ ਜੰਗਲ਼ ਵਿੱਚ ਨੱਸਦਾ-ਨੱਸਦਾ ਬਹੁਤ ਬੁਰੀ ਤਰ੍ਹਾਂ ਹੰਭ ਗਿਆ ਸੀ ਤੇ ਉਸ ਦੇ ਫੇਫੜੇ ਜਿਵੇਂ ਸਾਹ ਲੈਣ ਤੋਂ ਵੀ ਜਵਾਬ ਦਿੰਦੇ ਜਾ ਰਹੇ ਸਨ। ਉਹ ਤੇਜ਼ ਇਸ ਲਈ ਭੱਜ ਰਿਹਾ ਸੀ ਕਿਉਂਕਿ ਉਸ ਨੇ ਆਪਣੇ ਲੋਕਾਂ ਦੀ ਜਾਨ ਬਚਾਉਣੀ ਸੀ। ਕਲੀਸ਼ੀਆ ਵੀ ਇਹ ਸਭ ਕੁਝ ਵੇਖ ਰਹੀ ਸੀ ਤੇ ਅੰਤ ਉਸ ਨੇ ਵੀ ਏਕਾਰਦਸ ਤੇ ਜ਼ਿਆਸ਼ਾ ਉੱਤੇ ਡਾਢਾ ਖ਼ਤਰਾ ਵੇਖ ਕੇ ਜੰਗਲ਼ 'ਚ ਮੌਜੂਦ ਸਾਰੇ ਸ਼ਰਾਪੇ ਜੀਵਾਂ ਨੂੰ ਹੁਕਮ ਦੇ ਦਿੱਤਾ ਕਿ ਉਹ ਸਭ ਬੋਰਿਸ ਦੀ ਮਦਦ ਕਰਨ ਲਈ ਤਿਆਰ ਹੋ ਜਾਣ। ਪਰਿੰਦਾ, ਕਲੇਅਰ, ਵੂਲਫ਼ੀ ਤੇ ਬੀਜ-ਧਾਰਕ ਸਭ ਜੰਗਲ਼ ਦੀ ਸੀਮਾ ਨਾਲ ਲੱਗਦੇ ਰੁੱਖਾਂ ਦੀ ਕਤਾਰ ਕੋਲ਼ ਖੜ੍ਹੇ ਸਭ ਕੁਝ ਵੇਖ ਰਹੇ ਸਨ, ਜੋ ਕੁਝ ਵੀ ਏਕਾਰਦਸ ਰਾਜ ਵਿੱਚ ਉਸ ਵੇਲੇ ਵਾਪਰ ਰਿਹਾ ਸੀ। ਹੁਣ ਕਲੀਸ਼ੀਆ ਨੇ ਹਰੇਕ ਤੱਕ ਬੋਰਿਸ ਦੀ ਹਰ ਸੰਭਵ ਮਦਦ ਕਰਨ ਦਾ ਸੁਨੇਹਾ ਪਹੁੰਚਾ ਦਿੱਤਾ ਸੀ ਅਤੇ ਨਾਲ ਹੀ ਇਹ ਵੀ ਆਖ ਦਿੱਤਾ ਸੀ ਕਿ ਉਨ੍ਹਾਂ ਨੂੰ ਬੋਰਿਸ ਦੀ ਮਦਦ ਕਰਨ ਲਈ ਜੇ ਜੰਗਲ਼ ਦੀ ਹੱਦ ਤੋਂ ਬਾਹਰ ਵੀ ਜਾਣਾ ਪਵੇ, ਤਾਂ ਉਹ ਜਾ ਸਕਦੇ ਹਨ। ਕਲੀਸ਼ੀਆ ਨੇ ਨਾਲ ਹੀ ਉਨ੍ਹਾਂ ਸਾਰੇ ਸ਼ਰਾਪੇ ਜੀਵਾਂ ਲਈ ਇਹ ਸ਼ਰਤ ਵੀ ਰੱਖ ਦਿੱਤੀ ਸੀ ਕਿ ਜੇ ਉਹ ਜੰਗ ਦੌਰਾਨ ਸਹੀ-ਸਲਾਮਤ ਬਚ ਗਏ, ਤਾਂ ਉਨ੍ਹਾਂ ਸਾਰਿਆਂ ਨੂੰ ਜੰਗਲ਼ ਵਿੱਚ ਪਰਤ ਕੇ ਆਉਣਾ ਹੋਵੇਗਾ। ਇਸ ਦੇ ਨਾਲ ਹੀ ਉਨ੍ਹਾਂ ਨੂੰ ਇਹ ਹਦਾਇਤ ਵੀ ਸੀ ਕਿ ਉਹ ਸਿਰਫ਼ ਤਦ ਹੀ ਹਮਲਾ ਕਰਨ, ਜਦੋਂ ਉਨ੍ਹਾਂ ਨੂੰ ਬਹੁਤ ਚੁਕਵਾਂ ਜਾਪੇ। ਉੱਧਰ ਬੋਰਿਸ ਵੀ 'ਨਿਰਪੱਖਤਾ ਦਾ ਬਰਛਾ ਬੀਜ-ਧਾਰਕ ਕੋਲ ਛੱਡ ਆਇਆ ਸੀ ਕਿਉਂਕਿ ਉਹ ਨਹੀਂ ਸੀ ਚਾਹੁੰਦਾ ਕਿ ਕ੍ਰੇਟੇ ਨੂੰ ਇਹ ਪਹਿਲਾਂ ਪਤਾ ਲੱਗੇ ਕਿ ਉਸ ਕੋਲ਼ ਇਹ ਬ੍ਰਹਮ-ਸ਼ਸਤਰ ਆ ਚੁੱਕਾ ਹੈ; ਕਿਉਂਕਿ ਉਸ ਖ਼ਾਸ ਸ਼ਕਤੀਸ਼ਾਲੀ ਬਰਛੇ ਨੂੰ ਵੇਖ ਕੇ ਕ੍ਰੇਟੇ ਆਪਣੇ ਬਚਾਅ ਲਈ ਕੋਈ ਰਣਨੀਤੀ ਉਲੀਕ ਸਕਦਾ ਸੀ।

ਇਸੇ ਲਈ ਬੋਰਿਸ ਨੇ ਉਸ ਬਰਛੇ ਬਾਰੇ ਆਖ਼ਰੀ ਦਮ ਤੱਕ ਕਿਸੇ ਨੂੰ ਹਵਾ ਤੱਕ ਨਹੀਂ ਲੱਗਣ ਦਿੱਤੀ। ਉਸ ਬਰਛੇ ਦੀ ਵਰਤੋਂ ਉਹ ਬਾਅਦ 'ਚ ਕਰਨੀ ਚਾਹੁੰਦਾ ਸੀ।

ਇੰਨੇ ਨੂੰ ਕ੍ਰੇਟੇ ਨੇ ਆਪਣੀਆਂ ਲੱਤਾਂ ਦੇ ਸਿਰਿਆਂ ਨਾਲ ਬੋਰਿਸ ਉੱਤੇ ਹਮਲਾ ਕਰ ਦਿੱਤਾ ਪਰ ਬੋਰਿਸ ਨੇ ਤੀਰ ਦੀ ਨੋਕ ਵਾਲੀਆਂ ਬਰਛਿਆਂ ਵਰਗੀਆਂ ਲੱਤਾਂ ਦੇ ਵਾਰ ਨੂੰ ਆਪਣੀ ਤਲਵਾਰ ਘੁੰਮਾ-ਘੁੰਮਾ ਕੇ ਚੀਨਾ-ਚੀਨਾ ਕਰ ਦਿੱਤਾ ਅਤੇ ਉਹ ਉਸ ਨੂੰ ਛੋਹ ਵੀ ਨਾ ਸਕੀਆਂ। ਬੋਰਿਸ ਤਦ ਕ੍ਰੇਟੇ ਸਾਹਮਣੇ ਦ੍ਰਿੜ੍ਹਤਾਪੂਰਬਕ ਡਟਿਆ ਖੜ੍ਹਾ ਸੀ। ਫਿਰ ਕ੍ਰੇਟੇ ਨੇ ਉਸ ਉੱਤੇ ਆਪਣੀਆਂ ਨਾਸਾਂ ਦੇ ਜ਼ਹਿਰ ਨਾਲ ਹਮਲਾ ਕੀਤਾ ਪਰ ਬੋਰਿਸ ਨੇ ਉਹ ਹਮਲਾ ਵੀ ਆਪਣੀ ਢਾਲ ਦੀ ਮਦਦ ਨਾਲ ਰੋਕ ਲਿਆ। ਤਦ ਕ੍ਰੇਟੇ ਜਿਵੇਂ ਗੁੱਸੇ 'ਚ ਪਾਗਲ ਹੋ ਗਿਆ। ਉਹ ਤਦ ਛਾਲ ਮਾਰ ਕੇ ਬੋਰਿਸ ਦੇ ਹੋਰ ਨੇੜੇ ਆ ਗਿਆ ਤੇ ਉਸ ਨੇ ਆਪਣੀਆਂ ਅਨੇਕਾਂ ਲੱਤਾਂ ਨਾਲ ਹਮਲਾ ਕਰਨਾ ਸ਼ੁਰੂ ਕਰ ਦਿੱਤਾ ਪਰ ਬੋਰਿਸ ਨੇ ਉਨ੍ਹਾਂ ਦਾ ਮੁਕਾਬਲਾ ਬਹੁਤ ਮਜ਼ਬੂਤੀ ਤੇ ਬਹਾਦਰੀ ਨਾਲ ਆਪਣੀ ਤਲਵਾਰ ਦੀ ਮਦਦ ਨਾਲ ਕੀਤਾ ਤੇ ਹਰ ਵਾਰ ਤੋਂ ਉਹ ਇੱਧਰ-ਉੱਧਰ ਛਾਲਾਂ ਮਾਰ ਕੇ ਬਚਦਾ ਰਿਹਾ।

ਕ੍ਰੇਟੇ ਨਾਲ ਇਕੱਲੇ ਬੋਰਿਸ ਨੂੰ ਲੜਦਾ ਵੇਖ ਕੇ ਰਾਜਾ ਵਿਕਟਰ ਨੇ ਆਪਣੇ ਫ਼ੌਜੀਆਂ ਨੂੰ ਹੁਕਮ ਦਿੱਤਾ ਕਿ ਉਹ ਕ੍ਰੇਟੇ ਦੇ ਮੂੰਹ ਉੱਤੇ ਆਪਣੇ ਤੀਰਾਂ ਦਾ ਨਿਸ਼ਾਨਾ ਲਾਉਣ ਤੇ ਅਜਿਹਾ ਕਰਦੇ ਸਮੇਂ ਉਹ ਬਿਲਕੁਲ ਵੀ ਤਰਸ ਨਾ ਖਾਣ। ਪਰ ਕ੍ਰੇਟੇ ਤਦ ਕਿਉਂਕਿ ਲਗਾਤਾਰ ਟੇਢਾ-ਮੇਢਾ ਚੱਲਦਾ ਹੋਇਆ ਬੋਰਿਸ ਨਾਲ ਲੜਦਾ ਅੱਗੇ ਵਧ ਰਿਹਾ ਸੀ, ਇਸੇ ਲਈ ਫ਼ੌਜੀਆਂ ਦਾ ਕੋਈ ਤੀਰ ਉਸ ਨੂੰ ਮਿਥੇ ਹੋਏ ਨਿਸ਼ਾਨੇ ਤੇ ਛੋਹ ਵੀ ਨਹੀਂ ਪਾਇਆ।

ਸ਼ਹਿਜ਼ਾਦੀ ਜ਼ੀਆ ਵੀ ਆਪਣੇ-ਆਪ ਨੂੰ ਰੋਕ ਨਾ ਸਕੀ ਤੇ ਉਸ ਨੇ ਇੱਕ ਤਲਵਾਰ, ਕਮਾਨ ਤੇ ਤੀਰ ਚੁੱਕੇ ਅਤੇ ਘੋੜੇ ਉੱਤੇ ਸਵਾਰ ਹੋ ਕੇ ਬੋਰਿਸ ਵੱਲ ਵਧੀ। ਨੇੜੇ ਪੁੱਜ ਕੇ ਜ਼ੀਆ ਨੇ ਕ੍ਰੇਟੇ ਦੇ ਇੱਕ ਤੀਰ ਦਾ ਨਿਸ਼ਾਨਾ ਵਿੰਨ੍ਹਿਆ, ਜੋ ਸਿੱਧਾ ਕ੍ਰੇਟੇ ਦੀ ਅੱਖ 'ਚ ਜਾ ਕੇ ਵੱਜਾ ਅਤੇ ਉਸ ਨੂੰ ਬਹੁਤ ਬੁਰੀ ਤਰ੍ਹਾਂ ਜ਼ਖ਼ਮੀ ਕਰ ਦਿੱਤਾ। ਦਰਦ ਨਾਲ ਚੀਕਦੇ ਕ੍ਰੇਟੇ ਨੇ ਆਪਣੀ ਲੱਤ ਨਾਲ ਜ਼ੀਆ ਉੱਤੇ ਹਮਲਾ ਬੋਲਿਆ ਤੇ ਉਸ ਨੂੰ ਘੋੜੇ ਤੋਂ ਹੇਠਾਂ ਡੇਗ ਦਿੱਤਾ। ਉਸ ਵੇਲੇ ਕ੍ਰੇਟੇ ਦਾ ਧਿਆਨ ਬੋਰਿਸ ਤੋਂ ਲਾਂਭੇ ਹੋ ਕੇ ਜ਼ੀਆ ਵੱਲ ਹੋ ਗਿਆ ਸੀ। ਬੋਰਿਸ ਨੇ ਉਸੇ ਮੌਕੇ ਪੂਰੀ ਤਾਕਤ ਨਾਲ ਛਾਲ ਮਾਰੀ ਤੇ ਕ੍ਰੇਟੇ ਵੱਲ ਤੇਜ਼ੀ ਨਾਲ ਦੌੜਿਆ

ਤੇ ਆਪਣੀ ਤਲਵਾਰ ਦੇ ਵਾਰ ਨਾਲ ਕ੍ਰੇਟੇ ਦੀ ਉਹੀ ਲੱਤ ਇੱਕ ਵਾਰ ਫਿਰ ਵੱਢ ਸੁੱਟੀ, ਜਿਸ ਨਾਲ ਉਸ ਨੇ ਕੁਝ ਚਿਰ ਪਹਿਲਾਂ ਹਮਲਾ ਕੀਤਾ ਸੀ।

ਮੈਦਾਨ-ਏ-ਜੰਗ ਦੇ ਦੂਜੇ ਪਾਸੇ, ਤਾਂਤੋਹ ਵੀ ਇਕੱਲਾ ਜਰਨੈਲ ਉੱਤੇ ਕਾਬੂ ਨਾ ਪਾ ਸਕਿਆ ਪਰ ਹੈਵਾਨਾਂ ਦੀ ਆਪਣੀ ਫ਼ੌਜ ਦੀ ਮਦਦ ਨਾਲ ਜਰਨੈਲ ਨੂੰ ਫੱਟੜ ਕਰਨ ਵਿੱਚ ਸਫ਼ਲ ਹੋ ਗਿਆ। ਉਸ ਤੋਂ ਬਾਅਦ ਜਰਨੈਲ ਆਪਣੇ ਫ਼ੌਜੀਆਂ ਦੀ ਕਮਾਂਡ ਚੰਗੀ ਤਰ੍ਹਾਂ ਨਾ ਸੰਭਾਲ ਸਕਿਆ ਤੇ ਫ਼ੌਜੀ ਤਦ ਆਪਣੇ ਹਿਸਾਬ ਨਾਲ ਜੰਗੀ ਕਾਰਵਾਈ ਪਾਉਣ ਲੱਗੇ। ਆਪਣੇ ਜਰਨੈਲ ਤੋਂ ਕੋਈ ਕਮਾਂਡ ਤੇ ਹਦਾਇਤ ਨਾ ਮਿਲਣ ਕਾਰਣ ਫ਼ੌਜੀ ਜਵਾਨ ਕੁਝ ਬੇਚੈਨ ਹੋ ਗਏ ਤੇ ਹੌਲੀ-ਹੌਲੀ ਪਿਛਾਂਹ ਖਿਸਕਣ ਲੱਗੇ।

ਜਰਨੈਲ ਜ਼ਖਮੀ ਪਿਆ ਇਹ ਸਭ ਵੇਖ ਰਿਹਾ ਸੀ ਕਿ ਉਸ ਦੀ ਨਜ਼ਰ ਇੱਕ ਚੱਟਾਨ ਪਿੱਛੇ ਲੁਕੇ ਐਲਮਸ ਤੇ ਪਈ ਅਤੇ ਉਸ ਨੇ ਮਦਦ ਲਈ ਉਸ ਨੂੰ ਸੱਦਣ ਦੀ ਕੋਸ਼ਿਸ਼ ਕੀਤੀ ਪਰ ਐਲਮਸ ਦੇ ਮਨ 'ਚ ਤਾਂ ਉਸ ਵੇਲੇ ਕੋਈ ਹੋਰ ਹੀ ਖਿਚੜੀ ਪੱਕ ਰਹੀ ਸੀ ਤੇ ਉਸ ਨੇ ਆਪਣੇ ਪਿਤਾ ਨੂੰ ਦਰਦ ਨਾਲ ਚੀਕਦਿਆਂ ਵੇਖਿਆ ਹੀ ਨਹੀਂ। ਐਲਮਸ ਦਾ ਪੂਰਾ ਧਿਆਨ ਤਾਂ ਕ੍ਰੇਟੇ ਦੀ ਵੱਢੀ ਹੋਈ ਲੱਤ ਵੱਲ ਸੀ, ਜੋ ਹੁਣ ਇੱਕ ਪਾਸੇ ਪਈ ਸੀ। ਸਹੀ ਮੌਕਾ ਵੇਖ ਕੇ ਉਹ ਅੱਗੇ ਵਧਿਆ ਤੇ ਕ੍ਰੇਟੇ ਦੀ ਲੱਤ ਚੁੱਕ ਕੇ ਮੈਦਾਨ-ਏ-ਜੰਗ 'ਚੋਂ ਤੇਜ਼ੀ ਨਾਲ ਬਾਹਰ ਵੱਲ ਨੂੰ ਭੱਜ ਗਿਆ। ਜਰਨੈਲ ਨੇ ਇਹ ਸਭ ਇੱਕ ਮੂਕ-ਦਰਸ਼ਕ ਬਣ ਕੇ ਵੇਖਿਆ ਪਰ ਬੁਰੀ ਤਰ੍ਹਾਂ ਜ਼ਖਮੀ ਹੋਣ ਕਾਰਣ ਉਹ ਕਰ ਕੁਝ ਨਾ ਸਕਿਆ। ਇਹ ਆਖ਼ਰੀ ਵਾਰ ਸੀ, ਜਦੋਂ ਜਰਨੈਲ ਨੇ ਆਪਣੇ ਪੁੱਤਰ ਐਲਮਸ ਨੂੰ ਵੇਖਿਆ ਸੀ।

ਰਾਜ ਦੇ ਇੱਕ ਹੋਰ ਹਿੱਸੇ ਵਿੱਚ ਸਿਆਣਾ ਬਜ਼ੁਰਗ ਉਥਮ ਲਗਾਤਾਰ ਆਪਣੇ ਦੇਸ਼ ਤੇ ਸਮੁੱਚੀ ਜਨਤਾ ਲਈ ਅਰਦਾਸ ਕਰ ਰਿਹਾ ਸੀ ਤੇ ਉਸ ਨੂੰ ਪਹਿਲਾਂ ਹੀ ਪਤਾ ਸੀ ਕਿ ਇਹ ਜੰਗ ਤਦ ਹੀ ਜਿੱਤੀ ਜਾ ਸਕੇਗੀ, ਜੇ ਕ੍ਰੇਟੇ ਉੱਤੇ 'ਨਿਰਪੱਖਤਾ ਦੇ ਬਰਛੇ' ਨਾਲ ਵਾਰ ਕੀਤਾ ਜਾਵੇ। ਪਰ ਉਹ ਬਰਛਾ ਕਿਸੇ ਨੂੰ ਕਿਤੇ ਵੀ ਵਿਖਾਈ ਨਹੀਂ ਸੀ ਦੇ ਰਿਹਾ। ਉੱਧਰ ਜਰਨੈਲ ਤੇ ਉਸ ਦੇ ਫ਼ੌਜੀ ਵੀ ਸਾਰੀਆਂ ਆਸਾਂ ਗੁਆ ਚੁੱਕੇ ਸਨ; ਅਜਿਹੀ ਹਾਲਤ ਵਿੱਚ ਉਥਮ ਤਾਂ ਵਾਹਿਗੁਰੂ ਕੋਲੋਂ ਸਿਰਫ਼ ਅਰਦਾਸ ਹੀ ਕਰ ਸਕਦਾ ਸੀ।

ਜਿਵੇਂ ਹੀ ਏਕਾਰਦਸ ਅਤੇ ਜ਼ਿਆਸ਼ਾ ਦੇ ਫ਼ੌਜੀਆਂ ਦਾ ਮਨੋਬਲ ਡਿੱਗਣ ਲੱਗਾ ਤੇ ਉਨ੍ਹਾਂ ਦਾ ਜਰਨੈਲ ਜ਼ਖ਼ਮੀ ਹੋ ਗਿਆ, ਤਾਂ ਤਾਂਤੋਹ ਤੇ ਉਸ ਦੀ ਫ਼ੌਜ ਨੇ ਕਿਲ੍ਹੇ ਅਤੇ ਆਪਣੇ ਰਾਜੇ ਕ੍ਰੇਟੇ ਵੱਲ ਵਧਣਾ ਸ਼ੁਰੂ ਕਰ ਦਿੱਤਾ ਕਿਉਂਕਿ ਕ੍ਰੇਟੇ ਵੀ ਤਦ ਜ਼ਖ਼ਮੀ ਸੀ ਤੇ ਉਸ ਨੂੰ ਕਾਫ਼ੀ ਦਰਦ ਹੋ ਰਿਹਾ ਸੀ। ਉਸ ਵੇਲੇ ਸਭ ਨੂੰ ਇਹ ਅਹਿਸਾਸ ਹੋ ਗਿਆ ਸੀ ਕਿ ਹੁਣ ਬੋਰਿਸ ਇਕੱਲਾ ਨਹੀਂ ਲੜ ਸਕੇਗਾ ਕਿਉਂਕਿ ਰਾਜੇ ਦੀ ਫ਼ੌਜ ਤਾਂ ਪਿੱਛੇ ਖਿਸਕ ਚੁੱਕੀ ਸੀ।

ਸ਼ਹਿਜ਼ਾਦੀ ਜ਼ੀਆ ਅਜਿਹੇ ਵੇਲੇ ਬੋਰਿਸ ਕੋਲ ਆਈ ਤੇ ਉਸ ਦੇ ਮੋਢੇ ਨਾਲ ਮੋਢਾ ਜੋੜ ਕੇ ਡਟ ਗਈ; ਜਦ ਕਿ ਸਾਹਮਣਿਓਂ ਸਭ ਨੂੰ ਹੈਵਾਨਾਂ ਦੀ ਖ਼ਤਰਨਾਕ ਫ਼ੌਜ ਆਉਂਦੀ ਸਾਫ਼ ਦਿਸ ਰਹੀ ਸੀ। ਰਾਜਾ ਵਿਕਟਰ ਵੀ ਅੱਗੇ ਆ ਗਿਆ ਤੇ ਆਪਣੀ ਧੀ ਜ਼ੀਆ ਨਾਲ ਆ ਕੇ ਖਲੋ ਗਿਆ ਤੇ ਕ੍ਰੇਟੇ ਦਾ ਮੁਕਾਬਲਾ ਮਿਲ ਕੇ ਕਰਨ ਦੀਆਂ ਤਿਆਰੀਆਂ ਕਰਨ ਲੱਗਾ। ਮਹਾਰਾਣੀ ਅਲਾਨਾ ਇਸ ਦੌਰਾਨ ਹੰਝੂਆਂ ਭਰੀਆਂ ਅੱਖਾਂ ਨਾਲ ਇਹ ਸਭ ਵੇਖ ਰਹੀ ਸੀ ਪਰ ਉਸ ਨੇ ਤਦ ਹੌਸਲਾ ਵਿਖਾਇਆ ਤੇ ਉਹ ਸਾਰੇ ਲੋਕਾਂ ਨੂੰ ਮਹਿਲ ਦੇ ਵੱਡੇ ਹਾਲ 'ਚ ਲੈ ਗਈ, ਤਾਂ ਜੋ ਉਹ ਘੱਟੇ-ਘੱਟ ਉਸ ਦੇ ਜਿਉਂਦੇ-ਜੀਅ ਸਹੀ-ਸਲਾਮਤ ਰਹਿਣ।

ਇੱਨੇ ਨੂੰ ਕ੍ਰੇਟੇ ਦੇ ਹੈਵਾਨ ਉਸ ਦੇ ਪਿੱਛੇ ਆ ਕੇ ਇਕੱਠੇ ਹੋ ਗਏ ਤੇ ਏਕਾਰਦਸ ਦੇ ਕੁਝ ਫ਼ੌਜੀ ਵੀ ਇਹ ਵੇਖ ਕੇ ਆਪਣੇ ਰਾਜੇ ਦੇ ਪਿੱਛੇ ਆ ਡਟੇ ਤੇ ਆਪਣੇ ਸਾਥੀ ਜੋਧਿਆਂ ਦੀ ਮੌਤ ਦਾ ਬਦਲਾ ਲੈਣ ਬਾਰੇ ਸੋਚ ਕੇ ਆਪਣੇ ਮਨਾਂ 'ਚ ਮੁੜ ਜੋਸ਼ ਭਰਿਆ। ਤਦ ਕਿਤੇ ਕੋਈ ਯੋਜਨਾਬੰਦੀ ਜਾਂ ਰਣਨੀਤੀ ਨਹੀਂ ਸੀ; ਕੋਈ ਕਿਤੇ ਭੱਜ ਨਹੀਂ ਸੀ ਰਿਹਾ ਤੇ ਕੋਈ ਪਿੱਛੇ ਨਹੀਂ ਸੀ ਵੇਖ ਰਿਹਾ ਤੇ ਨਾ ਹੀ ਕਿਸੇ ਨੂੰ ਜਰਨੈਲ ਦੀ ਕਮਾਂਡ ਜਾਂ ਹੁਕਮ ਦੀ ਉਡੀਕ ਸੀ। ਇਹ ਤਾਂ ਸਿਰਫ਼ ਫ਼ੈਸਲੇ ਦੀ ਘੜੀ ਸੀ, ਜਦੋਂ ਹਰੇਕ ਨੇ ਹਮਲਾਵਰਾਂ ਨੂੰ ਮਾਰ-ਮੁਕਾਉਣ ਜਾਂ ਭਜਾਉਣ ਲਈ ਆਪਣੀ ਹਰ ਸੰਭਵ ਬਿਹਤਰ ਕਾਰਗੁਜ਼ਾਰੀ ਦਾ ਮੁਜ਼ਾਹਰਾ ਕਰਦਿਆਂ ਆਪਣੀ ਮਾਤ-ਭੂਮੀ ਦੀ ਰਾਖੀ ਕਰਨੀ ਸੀ।

ਉਸ ਵੇਲੇ ਏਕਾਰਦਸ ਦੇ ਹਰੇਕ ਨਿਵਾਸੀ ਦੀਆਂ ਅੱਖਾਂ ਵਿੱਚ ਜੋਸ਼ ਝਲਕ ਰਿਹਾ ਸੀ ਤੇ ਉਹ ਸਾਰੇ ਆਪ ਵੀ ਜਿਉਣਾ ਚਾਹੁੰਦੇ ਸਨ ਤੇ ਆਪਣੇ ਸਾਰੇ ਸਾਥੀਆਂ ਨੂੰ ਵੀ ਸਹੀ-ਸਲਾਮਤ ਵੇਖਣਾ ਲੋਚਦੇ ਸਨ। ਇਕ ਵਾਰ ਫਿਰ ਤੋਂ ਸਭ ਦੀ ਹੈਰਾਨੀ ਦੀ ਕੋਈ ਸੀਮਾ ਨਾ ਰਹੀ ਜਦੋਂ ਕ੍ਰੇਟੇ ਅਤੇ ਉਸਦੀ ਫ਼ੌਜ ਵੱਲ ਅਚਾਨਕ ਹਜ਼ਾਰਾਂ ਪੱਥਰਾਂ ਤੇ ਲੱਕੜਾਂ ਦੇ ਤਿੱਖੇ ਫਾਨਿਆਂ ਦਾ ਮੀਂਹ ਵਰ੍ਹ ਪਿਆ। ਉਹ ਸਭ ਕੁਝ ਕਲੀਸ਼ੀਆ ਦੇ ਜੰਗਲ ਵੱਲੋਂ ਆ ਰਿਹਾ ਸੀ ਤੇ ਉਹ

ਸਭ ਕੁਝ ਇੰਨਾ ਤਿੱਖਾ ਸੀ ਕਿ ਉਹ ਦਰਿੰਦਿਆਂ ਦੇ ਜਿਸਮਾਂ ਦੇ ਐਨ ਅੰਦਰ ਤੱਕ ਘੁਸਦਾ ਜਾ ਰਿਹਾ ਸੀ। ਇਸ ਤੋਂ ਪਹਿਲਾ ਕਿਸੇ ਨੂੰ ਸਮਝ ਆਉਂਦੀ ਕਿ ਇਹ ਕੀ ਹੋ ਰਿਹਾ ਸੀ ਕਿ ਜੰਗਲ਼ 'ਚੋਂ ਵੁਲਫ਼ੀ, ਕਲੇਅਰ ਤੇ ਪਰਿੰਦਾ ਇਨ੍ਹਾਂ ਹੈਵਾਨ ਹਮਲਾਵਰਾਂ ਉੱਤੇ ਵਾਰ ਕਰਨ ਲਈ ਬਾਹਰ ਆਏ। ਬੀਜ-ਧਾਰਕ ਹਾਲੇ 'ਨਿਰਪੱਖਤਾ ਦਾ ਬਰਛਾ ਲਈ ਪਿੱਛੇ ਖਲੋਤਾ ਸੀ।

ਹੁਣ ਹੈਵਾਨਾਂ ਦੀ ਫ਼ੌਜ ਮਜ਼ਬੂਤ ਨਹੀਂ ਸੀ ਰਹੀ। ਪੱਥਰਾਂ ਤੇ ਤਿੱਖੇ ਫਾਨਿਆਂ ਨੇ ਉਨ੍ਹਾਂ ਦੇ ਹੌਸਲੇ ਪਸਤ ਕਰ ਛੱਡੇ ਸਨ ਤੇ ਉੱਪਰੋਂ ਇੱਕ ਵਿਸ਼ਾਲ ਤੇ ਮਜ਼ਬੂਤ ਭੇੜੀਆ ਉਨ੍ਹਾਂ ਵੱਲ ਵਧਦਾ ਜਾ ਰਿਹਾ ਸੀ, ਉੱਲੂ ਤੇ ਮਨੁੱਖ ਵਰਗਾ ਇੱਕ ਜੀਵ ਵੀ ਉਨ੍ਹਾਂ ਉੱਤੇ ਉਡਾਰੀਆਂ ਭਰ ਰਿਹਾ ਸੀ, ਇੱਕ ਹੋਰ ਪਰਿੰਦਾ ਵੀ ਕਦੇ ਹੈਲੀ ਤੇ ਕਦੇ ਤੇਜ਼ੀ ਨਾਲ ਉਡਾਣ ਭਰਦਾ ਹੈਵਾਨਾਂ ਦੇ ਉੱਪਰੋਂ ਦੀ ਲੰਘ-ਲੰਘ ਕੇ ਉਨ੍ਹਾਂ ਨੂੰ ਡਰਾ ਰਿਹਾ ਸੀ। ਇਹ ਸਾਰੇ ਇਕੱਠੇ ਹੀ ਕ੍ਰੈਟੇ ਅਤੇ ਉਸ ਦੀ ਫ਼ੌਜ ਨੂੰ ਚਾਹ ਰਹੇ ਸਨ। ਇਹ ਸਭ ਵੇਖ ਕੇ ਰਾਜਾ ਵਿਕਟਰ ਤੇ ਉਸ ਦੇ ਫ਼ੌਜੀਆਂ 'ਚ ਵੀ ਹੌਸਲਾ ਪਰਤਦਾ ਜਾ ਰਿਹਾ ਸੀ।

ਬੋਰਿਸ ਨੇ ਪਿੱਛਾਂਹ ਤੱਕਦਿਆਂ ਰਾਜੇ ਦੇ ਮਹਿਲ ਦੀ ਬਾਹਰਲੀ ਕੰਧ ਨਾਲ ਖੜ੍ਹੇ ਫ਼ੌਜੀਆਂ ਨੂੰ ਇਸ਼ਾਰਾ ਕੀਤਾ, ਉਨ੍ਹਾਂ ਤੁਰੰਤ ਆਪਣੇ ਤੀਰ ਕ੍ਰੈਟੇ ਦੀ ਫ਼ੌਜ ਨੂੰ ਨਿਸ਼ਾਨਾ ਬਣਾ ਕੇ ਛੱਡੇ। ਤੀਰਾਂ ਦੀ ਵੱਡੀ ਵਾਛੜ ਹੈਵਾਨਾਂ ਦੀ ਫ਼ੌਜ ਨਾਲ ਟਕਰਾਈ। ਰਾਜਾ ਵਿਕਟਰ ਨੇ ਤਦ ਆਪਣੇ ਜਵਾਨਾਂ ਨੂੰ ਮੈਦਾਨ-ਏ-ਜੰਗ ਵਿੱਚ ਅੱਗੇ ਵਧਣ ਤੇ ਬੇਤਰਸ ਹੋ ਕੇ ਦੁਸ਼ਮਣਾਂ ਨੂੰ ਖ਼ਤਮ ਕਰਨ ਦਾ ਹੁਕਮ ਦੇ ਦਿੱਤਾ। ਫ਼ੌਜੀ ਤਾਂ ਜਿਵੇਂ ਅਜਿਹੇ ਕਿਸੇ ਇਸ਼ਾਰੇ ਦੀ ਉਡੀਕ ਹੀ ਕਰ ਰਹੇ ਸਨ। ਉਹ ਆਪਣੀਆਂ ਖ਼ੂਨ ਦੀਆਂ ਪਿਆਸੀਆਂ ਤਲਵਾਰਾਂ ਲੈ ਕੇ ਅਣਚਹੇ ਯਾੜਵੀਆਂ ਵੱਲ ਤੇਜ਼ੀ ਨਾਲ ਵਧੇ।

ਜਰਨੈਲ ਚਾਹੇ ਬਹੁਤ ਬੁਰੀ ਤਰ੍ਹਾਂ ਜ਼ਖ਼ਮੀ ਸੀ, ਉਹ ਵੀ ਹੌਸਲਾ ਇਕੱਠਾ ਕਰ ਕੇ ਮੁੜ ਖੜ੍ਹਾ ਹੋਇਆ ਤੇ ਤਾਂਤੇਹ ਵੱਲ ਵਧਣ ਲੱਗਾ। ਪਰਿੰਦਾ, ਵੁਲਫ਼ੀ ਤੇ ਕਲੇਅਰ ਵੀ ਸਾਰੇ ਇੱਕੇ ਵਾਰੀ 'ਚ ਤਾਂਤੇਹ ਉੱਤੇ ਝਪਟੇ। ਵੁਲਫ਼ੀ ਨੇ ਤਾਂਤੇਹ ਦੀ ਬਾਂਹ ਹੀ ਉਸ ਦੇ ਧੜ ਤੋਂ ਵੱਖ ਕਰ ਦਿੱਤੀ ਤੇ ਉਹ ਆਪਣਾ ਬਚਾਅ ਕਰਨ ਜੋਗਾ ਵੀ ਨਹੀਂ ਰਿਹਾ ਕਿਉਂਕਿ ਹੁਣ ਉਸ ਕੋਲ ਹਥਿਆਰ ਨਹੀਂ ਸੀ। ਪਰਿੰਦੇ ਅਤੇ ਕਲੇਅਰ ਨੇ ਉਸ ਨੂੰ ਸਿਰ ਤੇ ਪੈਰਾਂ ਤੋਂ ਫੜ ਲਿਆ ਤੇ ਉਸ ਨੂੰ ਹਵਾ 'ਚ ਬਹੁਤ ਉੱਚੀ ਘੱਟੋ-ਘੱਟ 500 ਫੁੱਟ ਤੱਕ ਲੈ ਗਏ ਤੇ ਫਿਰ ਉੱਥੇ ਉਸ ਨੂੰ ਹੇਠਾਂ ਸੁੱਟ ਦਿੱਤਾ। ਤਾਂਤੇਹ ਐਨ ਜਰਨੈਲ ਦੇ ਸਾਹਮਣੇ ਆ ਕੇ ਡਿੱਗਾ ਤੇ ਭਾਰੀ ਪਰ ਟੁੱਟਵਾਂ ਜਿਹਾ ਸਾਹ ਲੈਣ ਤੋਂ ਪਹਿਲਾਂ ਉਸ ਨੇ ਆਖ਼ਰੀ ਵਾਰ

ਜਰਨੈਲ ਦੀਆਂ ਅੱਖਾਂ ਵਿੱਚ ਵੇਖਿਆ। ਜਰਨੈਲ ਨੇ ਵੀ ਕੋਈ ਢਿੱਲ ਨਾ ਕੀਤੀ ਤੇ ਉਸ ਨੇ ਆਪਣੀ ਤਲਵਾਰ ਤਾਂਤੇਹ ਦੀ ਛਾਤੀ ਦੇ ਆਰ-ਪਾਰ ਕਰ ਦਿੱਤੀ, ਤਾਂ ਜੋ ਇਸ ਵਾਰ ਉਸ ਦੇ ਬਚਣ ਦੀ ਕੋਈ ਆਸ ਬਾਕੀ ਨਾ ਰਹਿ ਸਕੇ।

ਜੰਗ ਵਿੱਚ ਹੈਵਾਨਾਂ ਦੀ ਗਿਣਤੀ ਘਟਣੀ ਸ਼ੁਰੂ ਹੋ ਗਈ ਕਿਉਂਕਿ ਜੰਗਲ ਤੋਂ ਆਏ ਫਾਨਿਆਂ ਤੇ ਪੱਥਰਾਂ ਦੇ ਨਾਲ-ਨਾਲ ਫ਼ੌਜੀਆਂ ਦੇ ਤੀਰਾਂ ਨੇ ਉਨ੍ਹਾਂ 'ਚੋਂ ਬਹੁਤਿਆਂ ਦੇ ਸਰੀਰਾਂ ਦੇ ਚੀਥੜੇ ਉਡਾ ਦਿੱਤੇ ਸਨ। ਬਾਕੀ ਦੀ ਰਹੀ ਸਹੀ ਕਸਰ ਏਕਾਰਦਸ ਤੇ ਜ਼ਿਆਸ਼ਾ ਦੇ ਜਵਾਨਾਂ ਨੇ ਉਨ੍ਹਾਂ ਨੂੰ ਉੱਡ ਹੀ ਝੰਬ ਕੇ ਪੂਰੀ ਕਰ ਦਿੱਤੀ। ਦਿੱਬ-ਸ਼ਕਤੀਆਂ ਵਾਲੀ ਦੂਰ-ਦ੍ਰਿਸ਼ਟੀ ਨਾਲ ਭਰਪੂਰ ਬੀਜ-ਧਾਰਕ ਤੇ ਕਲੀਸ਼ੀਆ ਨੇ ਇੱਥੇ ਵਧੀਆ ਕੰਮ ਕਰ ਵਿਖਾਇਆ ਸੀ; ਉਹ ਤੀਰ-ਫਾਨੇ ਸਿਰਫ਼ ਹਮਲਾ ਕਰਨ ਵਾਲੇ ਹੈਵਾਨਾਂ ਦੀ ਫ਼ੌਜ ਦੇ ਹੀ ਲੱਗ ਰਹੇ ਸਨ ਤੇ ਜੇ ਕੋਈ ਫਾਨਾ ਕਿਤੇ ਏਕਾਰਦਸ ਤੇ ਜ਼ਿਆਸ਼ਾ ਦੇ ਕਿਸੇ ਫ਼ੌਜੀ ਜਵਾਨ ਵੱਲ ਆ ਵੀ ਜਾਂਦਾ ਸੀ, ਤਾਂ ਉਹ ਉਨ੍ਹਾਂ ਤੱਕ ਪੁੱਜਣ ਤੋਂ ਪਹਿਲਾਂ ਹੀ ਧਰਤੀ ਉੱਤੇ ਡਿੱਗ ਪੈਂਦਾ ਸੀ ਤੇ ਉਨ੍ਹਾਂ ਨੂੰ ਕੋਈ ਸੱਟ-ਫੇਟ ਨਹੀਂ ਸੀ ਲੱਗਦੀ।

ਤਾਂਤੇਹ ਮਰ ਚੁੱਕਿਆ ਸੀ ਤੇ ਹੋਰ ਹੈਵਾਨ ਵੀ ਹਰ ਪਾਸੇ ਮਰਦੇ ਹੀ ਦਿਸ ਰਹੇ ਸਨ - ਇਹ ਸਭ ਵੇਖ ਕੇ ਕ੍ਰੈਟੇ ਦੇ ਗੁੱਸੇ ਦੀ ਕੋਈ ਹੱਦ ਨਾ ਰਹੀ। ਗੁੱਸੇ ਵਿੱਚ ਉਹ ਜਿਵੇਂ ਪਾਗਲ ਹੀ ਹੋ ਗਿਆ ਸੀ। ਫਿਰ ਉਹ ਅੰਨ੍ਹੇਵਾਹ ਸਾਹਮਣੇ ਆਉਣ ਵਾਲੇ ਹਰੇਕ ਵਿਅਕਤੀ ਉੱਤੇ ਬੇਕਾਬੂ ਜਿਹਾ ਹੋ ਕੇ ਹਮਲੇ ਕਰਨ ਲੱਗਾ। ਰਾਜਾ ਵਿਕਟਰ ਤੇ ਸ਼ਹਿਜ਼ਾਦੀ ਜ਼ੀਆ ਨੇ ਉਸ ਦਾ ਧਿਆਨ ਕਿਸੇ ਹੋਰ ਪਾਸੇ ਕਰ ਕੇ ਲੜਨ ਦੀ ਰਣਨੀਤੀ ਉਲੀਕੀ। ਉਹ ਦੋਵੇਂ ਛਾਲ ਮਾਰ ਕੇ ਉਲਟ ਪਾਸੇ ਨੂੰ ਹੋ ਗਏ ਤੇ ਕ੍ਰੈਟੇ ਦੀਆਂ ਲੱਤਾਂ ਉੱਤੇ ਆਪੋ-ਆਪਣੀ ਤਲਵਾਰ ਨਾਲ ਹਮਲਾ ਕੀਤਾ ਤੇ ਬੋਰਿਸ ਪਹਿਲਾਂ ਤੋਂ ਹੀ ਕ੍ਰੈਟੇ ਨਾਲ ਆਹਮੋ-ਸਾਹਮਣੇ ਦਾ ਮੁਕਾਬਲਾ ਕਰ ਰਿਹਾ ਸੀ।

ਕ੍ਰੈਟੇ ਨੂੰ ਇਹ ਸਭ ਵੇਖ ਕੇ ਅਹਿਸਾਸ ਹੁੰਦਾ ਜਾ ਰਿਹਾ ਸੀ ਕਿ ਹੁਣ ਉਸ ਦੀਆਂ ਜਿੱਤ ਦੀਆਂ ਸੰਭਾਵਨਾਵਾਂ ਘਟ ਗਈਆਂ ਸਨ ਪਰ ਉਸ ਨੂੰ ਇਹ ਵੀ ਪਤਾ ਸੀ ਕਿ ਇਸ ਵੇਲੇ ਮੈਦਾਨ-ਏ-ਜੰਗ ਵਿੱਚ ਵਿਰੋਧੀ ਫ਼ੌਜਾਂ ਜਿਹੜੇ ਹਥਿਆਰਾਂ ਨਾਲ ਲੜ ਰਹੀਆਂ ਸਨ; ਉਨ੍ਹਾਂ ਨਾਲ ਉਸ ਨੇ ਕਦੇ ਨਹੀਂ ਮਰਨਾ। ਲੜਦੇ ਸਮੇਂ ਉਸ ਨੇ ਆਪਣੇ ਆਲੇ-ਦੁਆਲੇ ਦੀ ਹਰੇਕ ਚੀਜ਼ ਉੱਤੇ ਬਹੁਤ ਬਾਰੀਕਬੀਨੀ ਨਾਲ ਨਜ਼ਰ ਰੱਖੀ ਸੀ ਪਰ ਉਸ ਨੂੰ ਕਿਤੇ ਕੋਈ ਖ਼ਤਰਾ ਵਿਖਾਈ ਨਹੀਂ ਦਿੱਤਾ ਸੀ।

ਇਹ ਸਭ ਕੁਝ ਬਹੁਤ ਤੇਜ਼ ਰਫ਼ਤਾਰ ਨਾਲ ਵਾਪਰ ਰਿਹਾ ਸੀ। ਬੋਰਿਸ ਨੂੰ ਤਦ ਯੂਰਾ ਦੀ ਆਵਾਜ਼ ਇੱਕ ਵਾਰ ਫਿਰ ਸੁਣਾਈ ਦਿੱਤੀ:

"ਬੋਰਿਸ, ਆਪਣਾ ਕੰਮ ਕਰ ਦੇ, ਹੁਣੇ।"

ਇਹ ਉਹ ਛਿਣ ਸੀ, ਜਦੋਂ ਬੋਰਿਸ ਨੇ ਸਮੁੰਦਰ ਦੀ ਹੇਠਲੀ ਤਹਿ ਦੇ ਰਾਜੇ ਕ੍ਰੇਟੇ ਦੇ ਹਰ ਤਰ੍ਹਾਂ ਦੇ ਗੁੱਸੇ ਦਾ ਖ਼ਾਤਮਾ ਕਰਨਾ ਸੀ। ਬੋਰਿਸ ਨੇ ਤਦ ਬੀਜ-ਧਾਰਕ ਵੱਲ ਵੇਖਿਆ ਤੇ ਦੋਵਾਂ ਦੀ ਅੱਖਾਂ ਹੀ ਅੱਖਾਂ 'ਚ ਗੱਲ ਹੋਈ ਪਰ ਉੱਥੇ ਜੰਗ ਦੌਰਾਨ ਕਿਸੇ ਦਾ ਧਿਆਨ ਉਨ੍ਹਾਂ ਵੱਲ ਨਾ ਗਿਆ। ਜੰਗਲ਼ ਵੱਲੋਂ ਲੱਕੜ ਦੇ ਤਿੱਖੇ ਫਾਨੇ ਹਾਲੇ ਵੀ ਆ ਰਹੇ ਸਨ। ਬੀਜ-ਧਾਰਕ ਨੇ 'ਨਿਰਪੱਖਤਾ ਦਾ ਬਰਛਾ' ਬੋਰਿਸ ਵੱਲ ਵਗਾਹ ਕੇ ਮਾਰਿਆ। ਫਾਨਿਆਂ ਦੇ ਮੀਂਹ 'ਚ ਕਿਸੇ ਨੇ ਵੀ ਉਸ ਨੂੰ ਨਹੀਂ ਵੇਖਿਆ। ਉੱਝ ਭਾਵੇਂ ਜੰਗਲ਼ ਦੀ ਤਰਫ਼ੋਂ ਆ ਰਿਹਾ ਉਹ ਚਮਕਦਾਰ ਤੇ ਵਿਲੱਖਣ ਕਿਸਮ ਦਾ ਬਰਛਾ ਆਸਾਨੀ ਨਾਲ ਵੇਖਿਆ ਜਾ ਸਕਦਾ ਸੀ ਪਰ ਜੰਗ 'ਚ ਸਭ ਨੂੰ ਆਪੋ-ਆਪਣੀ ਜਾਨ ਬਚਾਉਣ ਦੀਆਂ ਭਾਜੜਾਂ ਪਈਆਂ ਹੋਈਆਂ ਸਨ ਤੇ ਜਵਾਨ ਲੜਨ 'ਚ ਰੁੱਝੇ ਹੋਏ ਸਨ।

ਰਾਜਾ ਵਿਕਟਰ ਤੇ ਜ਼ੀਆ ਨੇ ਤੇਜ਼ੀ ਨਾਲ ਆਪਣੀਆਂ ਤਲਵਾਰਾਂ ਘੁੰਮਾਉਣੀਆਂ ਸ਼ੁਰੂ ਕਰ ਦਿੱਤੀਆਂ, ਤਾਂ ਜੋ ਕ੍ਰੇਟੇ ਦਾ ਵਧੇਰੇ ਧਿਆਨ ਉਨ੍ਹਾਂ ਵੱਲ ਹੀ ਰਹੇ। ਵੂਲਫ਼ੀ, ਕਲੇਅਰ ਤੇ ਪਰਿੰਦੇ ਨੇ ਵੀ ਕ੍ਰੇਟੇ ਉੱਤੇ ਹਮਲਾ ਬੋਲ ਦਿੱਤਾ, ਤਾਂ ਜੋ ਉਸ ਦਾ ਧਿਆਨ ਬੋਰਿਸ ਵੱਲ ਘੱਟ ਤੋਂ ਘੱਟ ਰਹੇ। ਵੂਲਫ਼ੀ ਨੇ ਕ੍ਰੇਟੇ ਦੀ ਇੱਕ ਲੱਤ ਆਪਣੇ ਜਬਾੜੇ 'ਚ ਜਕੜ ਲਈ; ਜਦ ਕਿ ਕਲੇਅਰ ਤੇ ਪਰਿੰਦੇ ਨੇ ਉਸ ਦੇ ਉੱਪਰੋਂ ਦੀ ਉੱਡਦਿਆਂ ਆਪਣੇ ਤਿੱਖੇ ਪੰਜੇ ਉਸ ਦੇ ਖੁਭਾਏ। ਜਿਵੇਂ ਹੀ 'ਨਿਰਪੱਖਤਾ ਦਾ ਬਰਛਾ' ਨੇੜੇ ਆਇਆ, ਬੋਰਿਸ ਨੇ ਆਪਣੀ ਤਲਵਾਰ ਤੇ ਢਾਲ਼ ਨੂੰ ਸੁੱਟ ਦਿੱਤਾ ਤੇ ਉਹ ਬਰਛਾ ਲਪਕਣ ਲਈ ਹਵਾ 'ਚ ਉੱਚਾ ਉੱਛਲਿਆ। ਇਸੇ ਦੌਰਾਨ ਰਾਜਾ ਵਿਕਟਰ ਤੇ ਜ਼ੀਆ ਨੇ ਕ੍ਰੇਟੇ ਦੀਆਂ ਦੋ ਲੱਤਾਂ ਬੁਰੀ ਤਰ੍ਹਾਂ ਜ਼ਖਮੀ ਕਰ ਦਿੱਤੀਆਂ ਤੇ ਕ੍ਰੇਟੇ ਦੇ ਬਹੁਤ ਜ਼ਿਆਦਾ ਦਰਦ ਹੋਣ ਲੱਗਾ।

ਇਸ ਤੋਂ ਪਹਿਲਾਂ ਕਿ ਕਿਸੇ ਨੂੰ ਇਹ ਸਮਝ ਆਉਂਦੀ ਕਿ ਬੋਰਿਸ ਨੇ ਹਵਾ 'ਚ ਇੰਨੀ ਉੱਚੀ ਛਾਲ਼ ਕਿਉਂ ਮਾਰੀ ਹੈ, ਉਸ ਨੇ 'ਨਿਰਪੱਖਤਾ ਦੇ ਬਰਛੇ' ਨੂੰ ਆਪਣੇ ਦੋਵੇਂ ਹੱਥਾਂ 'ਚ ਜਕੜ ਲਿਆ ਅਤੇ ਕ੍ਰੇਟੇ ਦੀਆਂ ਦੋਵੇਂ ਅੱਖਾਂ ਦੇ ਐਨ ਵਿਚਕਾਰ ਉਸ ਦੇ ਮੱਥੇ ਵਿੱਚ ਪੂਰੇ ਤਾਣ ਨਾਲ ਖੋਭ ਦਿੱਤਾ।

"ਤੂੰ ਕੈਦ 'ਚ ਸੜਨ ਦੇ ਵੀ ਯੋਗ ਨਹੀਂ ਕ੍ਰੇਟੇ, ਤੇਰੇ ਲਈ ਤਾਂ ਮੌਤ ਹੀ ਠੀਕ ਹੈ। ਚਲ, ਹੁਣ ਮਰ ਕ੍ਰੇਟੇ, ਮਰ।" ਨਿਰਪੱਖਤਾ ਦਾ ਬਰਛਾ ਖੋਭਦਿਆਂ ਬੋਰਿਸ ਨੇ ਕਿਹਾ ਉਹ ਬਰਛਾ ਸਮੁੰਦਰ ਦੇ ਹੇਠਲੀ ਸੱਤ੍ਹਾ ਦੇ ਰਾਜੇ ਦੇ ਸਿਰ ਅੰਦਰ ਡੂੰਘਾ ਜਾ ਚੁੱਕਾ ਸੀ ਤੇ ਉਸ ਲਈ ਹੁਣ ਖਲੋਣਾ ਵੀ ਔਖਾ ਸੀ ਤੇ ਉਹ ਜ਼ਮੀਨ 'ਤੇ ਡਿੱਗ ਪਿਆ।

ਸਾਰਾ ਦਰਦ, ਸਾਰੇ ਦੁੱਖੜੇ, ਡਰ, ਰੋਹ, ਦਹਿਸ਼ਤ, ਮਾਰ-ਕਾਟ, ਜੰਗ - ਇਹ ਸਭ ਕੁਝ ਬੋਰਿਸ ਦੇ ਇਸ ਆਖ਼ਰੀ ਜੋਸ਼ੀਲੇ ਵਾਰ ਨਾਲ ਹੀ ਖ਼ਤਮ ਹੋ ਗਿਆ ਸੀ। ਕ੍ਰੇਟੇ ਹੁਣ ਜ਼ਮੀਨ 'ਤੇ ਪਿਆ ਸੀ ਤੇ ਬਰਛਾ ਉਸ ਦੇ ਸਿਰ ਵਿੱਚ ਖੁਭਿਆ ਹੋਇਆ ਸੀ। ਤਾਂਤੋਹ ਦੀ ਲਾਸ਼ ਥੋੜ੍ਹੀ ਦੂਰੀ ਪਈ ਸੀ ਤੇ ਉਸ ਦੀ ਛਾਤੀ ਵਿੱਚ ਜਰਨੈਲ ਦੀ ਤਲਵਾਰ ਖੁੱਭੀ ਹੋਈ ਸੀ। ਹੈਵਾਨਾਂ ਦੀ ਫ਼ੌਜ ਹੁਣ ਸੁਆਹ ਬਣ ਰਹੀ ਸੀ। ਮਹਾਂਸਾਗਰ ਵੀ ਆਮ ਦਿਨਾਂ ਵਾਂਗ ਹੁਣ ਸ਼ਾਂਤ ਹੋ ਗਿਆ ਸੀ। ਇਹ ਸਭ ਵੇਖ ਕੇ ਕੋਈ ਯਕੀਨ ਵੀ ਨਹੀਂ ਸੀ ਕਰ ਸਕਦਾ ਕਿ ਇੱਥੇ ਇੰਨਾ ਕੁਝ ਵਾਪਰ ਚੁੱਕਾ ਸੀ।

ਏਕਾਰਦਸ ਤੇ ਜ਼ਿਆਸ਼ਾ ਦੇ ਫ਼ੌਜੀ ਜਵਾਨਾਂ ਨੇ ਆਪਣੇ ਨਵੇਂ ਨਾਇਕ ਬੋਰਿਸ ਨੂੰ ਨਮਨ ਕੀਤਾ। ਰਾਜਾ ਵਿਕਟਰ ਨੂੰ ਇਹ ਵੇਖ ਕੇ ਬਿਲਕੁਲ ਵੀ ਬੁਰਾ ਨਹੀਂ ਲੱਗਾ। ਉਸ ਨੇ ਬੋਰਿਸ ਵੱਲ ਹੱਥ ਚੁੱਕੇ ਤੇ ਆਪਣੇ ਫ਼ੌਜੀਆਂ ਨਾਲ ਖ਼ੁਸ਼ੀ ਮਨਾਉਣ ਦੇ ਰੌਂਅ 'ਚ ਜੈਕਾਰੇ ਛੱਡੇ। ਉਹ ਹੌਲੀ-ਹੌਲੀ ਬੋਰਿਸ ਵੱਲ ਵਧਿਆ। ਉਹ ਥੱਕਿਆ ਹੋਇਆ ਸੀ ਤੇ ਆਪਣਾ ਸਾਹ ਮੇਲਣ ਦੀ ਕੋਸ਼ਿਸ਼ ਕਰ ਰਿਹਾ ਸੀ। ਉਹ ਬੋਰਿਸ ਕੋਲ ਗਿਆ ਤੇ ਉਸ ਨੂੰ ਆਖ਼ਰੀ ਜਿਉਂਦਾ ਕਾਹਨ ਆਖਿਆ। ਰਾਜੇ ਨੇ ਫਿਰ ਉਸ ਦੀਆਂ ਅੱਖਾਂ ਵਿੱਚ ਵੇਖਿਆ ਤੇ ਉਸ ਨੂੰ ਘੁੱਟ ਕੇ ਜੱਫੀ ਪਾਈ ਤੇ ਜ਼ੋਰ ਦਾ ਹਾਸਾ ਵੀ ਹੱਸਿਆ। ਬੋਰਿਸ ਨੂੰ ਜੱਫੀ ਪਾਉਂਦੇ ਸਮੇਂ ਰਾਜੇ ਨੇ ਆਪਣੇ ਖੱਬੇ ਹੱਥ ਖੜ੍ਹੀ ਜ਼ੀਆ ਵੱਲ ਵੇਖਿਆ ਤੇ ਇੱਕ ਮੁਸਕਰਾਹਟ ਨਾਲ ਉਸ ਦੀਆਂ ਕੋਸ਼ਿਸ਼ਾਂ ਦੀ ਸ਼ਲਾਘਾ ਕੀਤੀ। ਮਹਾਰਾਣੀ ਅਲਾਨਾ ਆਪਣੇ ਅੰਗ-ਰੱਖਿਅਕਾਂ ਨਾਲ ਧੋੜਾ-ਬੱਧੀ 'ਚ ਉੱਥੇ ਪੁੱਜੀ ਤੇ ਰਾਜੇ ਵੱਲ ਵਧੀ। ਸ਼ਾਨਦਾਰ ਜਿੱਤ ਉੱਤੇ ਖ਼ੁਸ਼ੀ ਮਨਾਉਂਦਿਆਂ ਉਸ ਨੇ ਰਾਜੇ ਨੂੰ ਜਾ ਕੇ ਜੱਫੀ ਪਾਈ, ਫਿਰ ਘੁੱਟ ਕੇ ਆਪਣੀ ਧੀ ਨੂੰ ਜੱਫੀ ਪਾਈ ਤੇ ਬੋਰਿਸ ਦਾ ਵੀ ਧੰਨਵਾਦ ਕੀਤਾ ਕਿਉਂਕਿ ਇਹ ਸਭ ਉਸ ਦੇ ਬਗੈਰ ਤਾਂ ਸੰਭਵ ਹੀ ਨਹੀਂ ਸੀ ਹੋ ਸਕਦਾ।

ਇੱਕ ਵਾਰ ਰਾਜੇ ਤੇ ਉਸ ਦੇ ਪਰਿਵਾਰ ਨਾਲ ਰਸਮੀ ਖ਼ੁਸ਼ੀ ਸਾਂਝੀ ਕਰਨ ਤੋਂ ਬਾਅਦ ਬੋਰਿਸ ਨੇ ਪਰਿੰਦੇ, ਵੂਲਫ਼ੀ ਤੇ ਕਲੇਅਰ ਵੱਲ ਵੇਖਿਆ, ਜੋ ਥੋੜ੍ਹੀ

ਦੂਰੀ 'ਤੇ ਇਕੱਠੇ ਖਲੋਤੇ ਸਨ। ਬੋਰਿਸ ਉਨ੍ਹਾਂ ਕੋਲ ਗਿਆ ਤੇ ਮੁਸਕਰਾਹਟ ਨਾਲ ਉਨ੍ਹਾਂ ਦਾ ਸੁਕਰੀਆ ਅਦਾ ਕੀਤਾ ਤੇ ਉਨ੍ਹਾਂ ਤੋਂ ਪੁੱਛਿਆ ਕਿ ਕੀ ਉਹ ਕੁਝ ਸਮਾਂ ਉਸ ਨਾਲ ਰਹਿ ਸਕਦੇ ਹਨ।

ਕਲੇਅਰ ਨੇ ਬਹੁਤ ਹੀ ਸਨਿਮਰ ਲਹਿਜੇ ਵਿੱਚ ਜਵਾਬ ਦਿੱਤਾ:

"ਸਾਨੂੰ ਹਦਾਇਤ ਕੀਤੀ ਗਈ ਸੀ ਕਿ ਜੇ ਜਿਉਂਦੇ ਬਚ ਗਏ, ਤਾਂ ਜੰਗ ਤੋਂ ਬਾਅਦ ਜੰਗਲ 'ਚ ਪਰਤਣਾ ਹੈ। ਹੁਣ ਅਸੀਂ ਬਚ ਗਏ ਹਾਂ ਅਤੇ ਹੁਣ ਸਾਡੇ ਕੋਲ ਜੰਗਲ 'ਚ ਪਰਤਣ ਤੋਂ ਬਿਨਾ ਹੋਰ ਕੋਈ ਰਾਹ ਨਹੀਂ ਹੈ।"

ਵੂਲਫੀ ਨੇ ਅੱਗੋ ਕਿਹਾ:

"ਤੂੰ ਜੰਗਲ ਦੇ ਹਰੇਕ ਇੰਚ ਵਿੱਚ ਅਥਾਹ ਮਾਣ ਤੇ ਪਿਆਰ ਖੱਟਿਆ ਹੈ। ਕਲੀਸ਼ੀਆ ਵੀ ਤੈਥੋਂ ਇੰਨੀ ਜ਼ਿਆਦਾ ਪ੍ਰਭਾਵਿਤ ਹੈ ਕਿ ਅਸੀਂ ਸ਼ਬਦਾਂ 'ਚ ਬਿਆਨ ਨਹੀਂ ਕਰ ਸਕਦੇ। ਰੁੱਖਾਂ, ਪਾਣੀਆਂ, ਜੀਵਾਂ, ਬੀਜ-ਧਾਰਕ - ਸਾਨੂੰ ਸਭ ਨੂੰ ਤੇਰੀ ਯਾਤਰਾ ਦਾ ਹਿੱਸਾ ਬਣ ਕੇ ਮਾਣ ਮਹਿਸੂਸ ਹੋਇਆ ਹੈ ਤੇ ਉਸੇ ਸਦਕਾ ਇਨ੍ਹਾਂ ਨਿਰਦੋਸ਼ ਲੋਕਾਂ ਦੀਆਂ ਜਾਨਾਂ ਬਚਾਉਣ 'ਚ ਤੈਨੂੰ ਸਭ ਦੀ ਮਦਦ ਮਿਲੀ ਹੈ।"

ਪਰਿੰਦਾ ਹੱਸਿਆ ਤੇ ਵਾਪਸੀ ਤੋਂ ਪਹਿਲਾਂ ਆਖ਼ਰੀ ਸ਼ਬਦ ਕਹੇ:

"ਬੀਜ-ਧਾਰਕ ਚਾਹੁੰਦਾ ਹੈ ਕਿ ਤੈਨੂੰ ਇਹ ਗੱਲ ਪਤਾ ਲੱਗੇ ਕਿ ਭਾਵੇਂ ਉਹ ਤੈਨੂੰ ਪਿਆਰ ਕਰਦਾ ਹੈ ਪਰ ਹੁਣ ਉਹ ਕਦੇ ਤੇਰਾ ਚਿਹਰਾ ਨਹੀਂ ਵੇਖਣਾ ਚਾਹੇਗਾ ਕਿਉਂਕਿ ਤੇਰੇ ਕਾਰਣ ਉਸ ਨੂੰ ਬਹੁਤ ਮੁਸੀਬਤਾਂ ਦਾ ਸਾਹਮਣਾ ਕਰਨਾ ਪਿਆ ਹੈ (ਹੱਸਦਿਆਂ)। ਕਲੀਸ਼ੀਆ ਨੇ ਵੀ ਤੈਨੂੰ ਆਪਣੀਆਂ ਸੁਭਕਾਮਨਾਵਾਂ ਭੇਜੀਆਂ ਹਨ। ਉਸ ਨੂੰ ਖ਼ੁਸ਼ੀ ਹੋਵੇਗੀ, ਜੇ ਤੂੰ ਅਕਸਰ ਜੰਗਲ 'ਚ ਆਇਆ ਕਰੇਂ, ਬੇਸ਼ੱਕ ਇਕੱਲਾ ਆਵੇਂ, ਕਿਉਂਕਿ ਇਹ ਛੋਟ ਸਿਰਫ਼ ਤੇਰੇ ਲਈ ਹੀ ਹੈ, ਹੋਰ ਕਿਸੇ ਵਾਸਤੇ ਨਹੀਂ। ਅਤੇ ਹਾਂ (ਜੰਗਲ ਵੱਲ ਤੱਕਦਿਆਂ ਤੇ ਉਡਾਣ ਭਰਨ ਤੋਂ ਠੀਕ ਪਹਿਲਾਂ), ਅਸੀਂ ਸਾਰੇ ਤੈਨੂੰ ਪਿਆਰ ਕਰਦੇ ਹਾਂ ਬੋਰਿਸ, ਸਦਾ ਨਿਸ਼ਕਾਮ ਇਨਸਾਨ ਬਣਿਆ ਰਹੁ, ਕਿਉਂਕਿ ਤੂੰ ਸਿਰਫ਼ ਇਸੇ ਕਰ ਕੇ ਵਿਲੱਖਣ ਹੈਂ।"

ਇਹ ਆਖਦਿਆਂ ਪਰਿੰਦਾ ਅਤੇ ਕਲੇਅਰ ਜੰਗਲ ਵੱਲ ਰਵਾਨਗੀ ਪਾ ਗਏ; ਜਦ ਕਿ ਵੂਲਫੀ ਨੱਸਦਾ ਤੇ ਟੱਪਦਾ ਰੁੱਖਾਂ ਵਿੱਚ ਕਿਤੇ ਅਲੋਪ ਹੋ ਗਿਆ।

ਬੀਜ-ਧਾਰਕ ਜੰਗਲ਼ ਦੀ ਸੀਮਾ ਤੋਂ ਬਾਹਰ ਨਹੀਂ ਆਇਆ ਤੇ ਉਹ ਵੀ ਬੋਰਿਸ ਦੀ ਆਖ਼ਰੀ ਝਲਕ ਵੇਖ ਕੇ ਵੂਲਢੀ ਨਾਲ ਜੰਗਲ਼ 'ਚ ਪਰਤ ਗਿਆ।

ਅਧਿਆਇ 12

ਵੇਂ ਹੀ ਬੋਰਿਸ ਨੇ ਕ੍ਰੈਟੇ ਦੀ ਲਾਸ਼ 'ਚੋਂ 'ਨਿਰਪੱਖਤਾ ਦਾ ਬਰਛਾ ਤੇ ਜਿ
ਜਿਉਂਧਰੋ ਜਰਨੈਲ ਨੇ ਤਾਂਤੇਹ ਦੀ ਛਾਤੀ 'ਚ ਫਸੀ ਤਲਵਾਰ ਨੂੰ ਬਾਹਰ
ਕੱਢਿਆ, ਤਿਵੇਂ ਹੀ ਉਨ੍ਹਾਂ ਦੇ ਸਰੀਰ ਵੀ ਸੁਆਹ ਬਣ ਗਏ ਤੇ ਹਵਾ ਨਾਲ
ਕਿਤੇ ਉੱਡ-ਪੁੱਡ ਗਏ। ਬੋਰਿਸ ਨੇ 'ਨਿਰਪੱਖਤਾ ਦਾ ਬਰਛਾ ਸੰਭਾਲ ਕੇ
ਆਪਣੇ ਕੋਲ ਸੁਰੱਖਿਅਤ ਰੱਖ ਲਿਆ ਕਿ ਤਾਂ ਜੋ ਕਿਸੇ ਅਜਿਹੇ ਹੋਰ ਹਮਲੇ
ਦੀ ਮੁਸੀਬਤ ਵੇਲੇ ਕੰਮ ਆ ਸਕੇ। ਜ਼ਖ਼ਮੀ ਜਰਨੈਲ ਨੂੰ ਵੀ ਇਲਾਜ ਲਈ
ਲਿਜਾਂਦਾ ਗਿਆ ਤੇ ਵੈਦ ਨੇ ਉਸ ਦੇ ਛੇਤੀ ਹੀ ਠੀਕ ਹੋਣ ਦੀ ਆਸ
ਪ੍ਰਗਟਾਈ।

ਰਾਜਾ ਵਿਕਟਰ ਜਿਵੇਂ ਹੀ ਬੋਰਿਸ ਨੂੰ ਮਹਿਲ ਅੰਦਰ ਆਉਣ ਲਈ ਕਹਿਣ
ਹੀ ਵਾਲਾ ਸੀ, ਤਦ ਖ਼ਾਨਾ-ਬਦੋਸ਼ ਖ਼ੁਸ਼ੀਆਂ ਮਨਾਉਂਦੇ ਤੇ ਲੁੱਡੀਆਂ ਪਾਉਂਦੇ ਆ
ਗਏ ਕਿਉਂਕਿ ਉਹ ਵੀ ਬੋਰਿਸ ਨੂੰ ਮਿਲਣਾ ਚਾਹੁੰਦੇ ਸਨ। ਬੋਰਿਸ ਉਨ੍ਹਾਂ ਨੂੰ
ਵੇਖ ਕੇ ਡਾਢਾ ਖ਼ੁਸ਼ ਹੋਇਆ; ਭਾਵੇਂ ਉਨ੍ਹਾਂ ਨੂੰ ਕਬੀਲੇ ਦੇ ਸਰਦਾਰ ਦੇ ਮਾਰੇ
ਜਾਣ ਦਾ ਦੁੱਖ ਸੀ ਪਰ ਫਿਰ ਵੀ ਉਹ ਖ਼ੁਸ਼ ਸਨ। ਉਨ੍ਹਾਂ ਨੂੰ ਇਸੇ ਗੱਲ ਦੀ
ਤਸੱਲੀ ਸੀ ਕਿ ਬਾਕੀ ਸਾਰੇ ਜਿਉਂਦੇ ਤੇ ਸਹੀ-ਸਲਾਮਤ ਹਨ। ਰਾਜਾ
ਵਿਕਟਰ ਨੇ ਬੋਰਿਸ ਨੂੰ ਮਹਿਲ ਅੰਦਰ ਆਉਣ ਲਈ ਆਖਿਆ ਪਰ ਬੋਰਿਸ
ਨੇ ਬੇਨਤੀ ਕੀਤੀ ਕਿ ਉਹ ਘੱਟੋ-ਘੱਟ ਇੱਕ ਦਿਨ ਆਪਣੇ ਲੋਕਾਂ ਭਾਵ ਖ਼ਾਨਾ-
ਬਦੋਸ਼ਾਂ 'ਚ ਬਿਤਾਉਣਾ ਚਾਹੁੰਦਾ ਹੈ। ਰਾਜਾ ਖ਼ੁਸ਼ੀ-ਖ਼ੁਸ਼ੀ ਇਸ ਗੱਲ ਲਈ
ਸਹਿਮਤ ਹੋ ਗਿਆ। ਫਿਰ ਮਹਾਰਾਣੀ ਅਲਾਨਾ ਨੇ ਖ਼ੁਦ ਬੋਰਿਸ ਕੋਲ ਜਾ ਕੇ
ਕਿਹਾ ਕਿ ਅਗਲੇ ਦਿਨ ਦਾ ਨਾਸ਼ਤਾ ਉਨ੍ਹਾਂ ਨਾਲ ਕਰੇ ਤੇ ਉਹ ਉਸ ਨੂੰ
ਉਡੀਕਣਗੇ। ਜ਼ੀਆ ਬੌਸ ਬੋਰਿਸ ਨੂੰ ਵੇਖ ਕੇ ਮੁਸਕਰਾਈ; ਉਹ ਕੁਝ ਆਖਣਾ
ਤਾਂ ਚਾਹੁੰਦੀ ਸੀ ਪਰ ਆਪਣੇ ਮਾਪੇ ਕੋਲ ਹੋਣ ਕਾਰਣ ਸੰਗ ਗਈ।

ਅਗਲੇ ਦਿਨ ਨਾਸ਼ਤੇ ਤੋਂ ਬਾਅਦ ਰਾਜਾ ਤੇ ਰਾਣੀ ਦੋਵਾਂ ਨੇ ਬੋਰਿਸ ਨੂੰ ਜ਼ੀਆ
ਨਾਲ ਵਿਆਹ ਕਰਵਾਉਣ ਲਈ ਕਿਹਾ ਤੇ ਅਜਿਹੀ ਪੇਸ਼ਕਸ਼ ਭਲਾ ਕੌਣ
ਠੁਕਰਾ ਸਕਦਾ ਸੀ। ਹਰੇਕ ਨੇ ਬੋਰਿਸ ਨੂੰ ਆਪਣਾ ਨਵਾਂ ਸ਼ਹਿਜ਼ਾਦਾ ਪ੍ਰਵਾਨ
ਕਰ ਲਿਆ ਤੇ ਸਾਰੇ ਬਹੁਤ ਖ਼ੁਸ਼ ਸਨ ਤੇ ਉਸ ਦੀ ਤਾਰੀਫ਼ ਕਰ ਰਹੇ ਸਨ।

ਫਿਰ ਇੱਕ ਹਫ਼ਤੇ ਪਿੱਛੋਂ ਜਦੋਂ ਸਭ ਕੁਝ ਸੁਖਾਵਾਂ ਹੋ ਗਿਆ, ਸਾਰੇ ਇੱਕ ਵਾਰ
ਫਿਰ ਨਾਸ਼ਤੇ ਦੀ ਮੇਜ਼ 'ਤੇ ਇਕੱਠੇ ਹੋਏ। ਤਦ ਤੱਕ ਜਰਨੈਲ ਵੀ ਠੀਕ ਹੋ
ਚੁੱਕਾ ਸੀ ਤੇ ਉਹ ਵੀ ਨਾਸ਼ਤੇ ਸਮੇਂ ਮੌਜੂਦ ਸੀ। ਤਦ ਆਪਣੀ ਇੱਕ
ਉਤਸੁਕਤਾ ਦੂਰ ਕਰਨ ਲਈ ਰਾਜਾ ਵਿਕਟਰ ਨੇ ਜਰਨੈਲ ਨੂੰ ਕਿਹਾ:

"ਜਰਨੈਲ, ਮੈਂ ਸੋਚ ਰਿਹਾ ਸੀ ਕਿ ਤੇਰੇ ਪੁੱਤਰ ਨੇ ਤੈਨੂੰ ਜੋ ਕੁਝ ਵੀ ਦੱਸਿਆ, ਉਹੀ ਤੂੰ ਮੈਨੂੰ ਆ ਕੇ ਦੱਸ ਦਿੱਤਾ ਤੇ ਇੰਝ ਬੋਰਿਸ ਨੂੰ ਦੇਸ਼-ਨਿਕਾਲਾ ਮਿਲ ਗਿਆ। ਹੁਣ ਅਸੀਂ ਉਸ ਨੂੰ ਮਹਿਲ 'ਚ ਸੱਦ ਕੇ ਪੁੱਛਾਂਗੇ ਕਿ ਉਸ ਨੇ ਅਜਿਹਾ ਕਿਉਂ ਆਖਿਆ ਸੀ। ਹੁਣ ਸਾਨੂੰ ਸਭ ਨੂੰ ਪਤਾ ਹੈ ਕਿ ਉਹ ਸਭ ਝੂਠ ਸੀ ਪਰ ਆਖ਼ਰ ਤੇਰੇ ਪੁੱਤਰ ਨੇ ਇੰਨਾ ਵੱਡਾ ਝੂਠ ਕਿਉਂ ਬੋਲਿਆ।"

ਰਾਜਾ ਵਿਕਟਰ ਨੇ ਬੋਰਿਸ ਨੂੰ ਸਾਰੀ ਗੱਲ ਦਾ ਸਪੱਸ਼ਟੀਕਰਣ ਦਿੱਤਾ ਕਿਉਂ ਕਿ ਉਸ ਨੂੰ ਤਾਂ ਅਸਲ ਗੱਲ ਦਾ ਪਤਾ ਹੀ ਨਹੀਂ ਸੀ, ਜਿਸ ਲਈ ਉਸ ਨੂੰ ਦੇਸ਼-ਨਿਕਾਲੇ ਦੀ ਸਜ਼ਾ ਦਿੱਤੀ ਗਈ ਸੀ।

ਰਾਜੇ ਦਾ ਹੁਕਮ ਸੁਣ ਕੇ ਜਰਨੈਲ ਕੁਝ ਬੇਚੈਨ ਹੋ ਗਿਆ। ਜਰਨੈਲ ਨੂੰ ਪਤਾ ਸੀ ਕਿ ਐਲਮਸ ਤਾਂ ਕ੍ਰੇਟੇ ਦੀ ਲੱਤ ਲੈ ਕੇ ਫ਼ਰਾਰ ਹੋ ਗਿਆ ਸੀ ਤੇ ਹੁਣ ਉਸ ਦੀ ਕੋਈ ਉੱਘ-ਸੁੱਘ ਨਹੀਂ ਹੈ। ਹੋਰ ਕਿਸੇ ਨੂੰ ਇਸ ਬਾਰੇ ਕੋਈ ਜਾਣਕਾਰੀ ਨਹੀਂ ਸੀ। ਜਰਨੈਲ ਅਜਿਹੀ ਹਾਲਤ 'ਚ ਆਪਣੇ ਪੁੱਤਰ ਬਾਰੇ ਕਿਵੇਂ ਦੱਸ ਸਕਦਾ ਸੀ ਕਿ ਉਸ ਨੇ ਇੰਨਾ ਵੱਡਾ ਝੂਠ ਕਿਉਂ ਬੋਲਿਆ। ਇਸੇ ਲਈ ਉਸ ਨੇ ਸੋਚਿਆ ਕਿ ਬਿਹਤਰ ਹੋਵੇਗਾ ਕਿ ਆਪਣੇ ਪੁੱਤਰ ਬਾਰੇ ਉਹ ਕੁਝ ਨਾ ਦੱਸੇ ਤੇ ਉਸ ਨੇ ਕੁਝ ਡਰਦਿਆਂ ਜਵਾਬ ਦਿੱਤਾ:

"ਮਹਾਰਾਜ, ਮੈਂ ਆਖ਼ਰੀ ਵਾਰ ਉਸ ਨੂੰ ਜੰਗ ਤੋਂ ਪਹਿਲਾਂ ਹੀ ਮਿਲਿਆ ਸਾਂ। ਜੰਗ ਖ਼ਤਮ ਹੋਣ ਤੋਂ ਬਾਅਦ ਉਸ ਦਾ ਹਾਲੇ ਤੱਕ ਕੋਈ ਅਤਾ-ਪਤਾ ਨਹੀਂ ਹੈ। ਪਤਾ ਨਹੀਂ ਉਹ ਜਿਉਂਦਾ ਹੈ ਕਿ ਮਰ ਚੁੱਕਾ ਹੈ। ਮੈਨੂੰ ਖ਼ੁਦ ਉਸ ਦੀ ਚਿੰਤਾ ਲੱਗੀ ਹੋਈ ਹੈ ਅਤੇ ਉਸ ਨੂੰ ਲੱਭਣ ਦੀ ਕੋਸ਼ਿਸ਼ ਕਰ ਰਿਹਾ ਹਾਂ।"

ਜਰਨੈਲ ਦਾ ਜਵਾਬ ਸੁਣ ਕੇ ਹਰੇਕ ਦੇ ਮਨ 'ਚ ਐਲਮਸ ਬਾਰੇ ਕਈ ਤਰ੍ਹਾਂ ਦੇ ਸ਼ੰਕੇ ਪੈਦਾ ਹੋਣ ਲੱਗੇ ਅਤੇ ਸਭ ਦੇ ਮਨ 'ਚ ਇਹ ਸੁਆਲ ਸੀ ਕਿ ਆਖ਼ਰ ਉਸ ਨੇ ਬੋਰਿਸ ਨੂੰ ਕਿਉਂ ਫਸਾਇਆ ਸੀ। ਬੋਰਿਸ ਤੇ ਜ਼ੀਆ ਨੇ ਵੀ ਚੇਤੇ ਕੀਤਾ ਕਿ ਉਨ੍ਹਾਂ ਨੇ ਐਲਮਸ ਨੂੰ ਆਖ਼ਰੀ ਵਾਰ ਕਦੋਂ ਵੇਖਿਆ ਸੀ। ਜਦੋਂ ਉਨ੍ਹਾਂ ਨੇ ਵੇਖਿਆ ਸੀ, ਤਾਂ ਐਲਮਸ ਨੇ ਸ਼ੱਕੀ ਜਿਹੀ ਖੱਚਰੀ ਹਾਸੀ ਦੋਵਾਂ ਨੂੰ ਵਿਖਾਈ ਸੀ। ਅਤੇ ਹੁਣ ਜਿਸ ਸ਼ੱਕੀ ਹਾਲਤ 'ਚ ਉਹ ਗ਼ਾਇਬ ਹੋ ਗਿਆ ਸੀ, ਉਸ ਦੀ ਮਨਸ਼ਾ ਉੱਤੇ ਵੀ ਸਭ ਨੂੰ ਸ਼ੱਕ ਹੋ ਰਿਹਾ ਸੀ।

ਹਰੇਕ ਨੇ ਆਪਣਾ ਨਾਸ਼ਤਾ ਨਿਬੇੜ ਲਿਆ ਸੀ। ਰਾਜਾ ਵਿਕਟਰ ਤੇ ਮਹਾਰਾਣੀ ਅਲਾਨਾ ਬਾਗ਼ ਵੱਲ ਗਏ; ਜਦ ਕਿ ਬੋਰਿਸ ਤੇ ਜ਼ੀਆ ਘੋੜਿਆਂ 'ਤੇ ਬੈਠ ਕੇ ਆਪਣੇ ਰਾਜ ਦਾ ਇੱਕ ਗੇੜਾ ਲਾਉਣ ਲਈ ਨਿੱਕਲ ਗਏ।

ਏਕਾਰਦਸ ਤੇ ਜ਼ਿਆਸ਼ਾ ਦੋਵੇਂ ਰਾਜਾਂ ਦੀ ਪਰਜਾ ਤਦ ਖ਼ੁਸ਼ੀ-ਖ਼ੁਸ਼ੀ ਤੇ ਸੁਰੱਖਿਅਤ ਰਹਿਣ ਲੱਗੀ ਤੇ ਹੁਣ ਕੋਈ ਸੋਚ ਵੀ ਨਹੀਂ ਸੀ ਸਕਦਾ ਕਿ ਅਜਿਹਾ ਹਮਲਾ ਦੋਬਾਰਾ ਕਦੇ ਹੋ ਸਕਦਾ ਹੈ।

ਅਧਿਆਇ 13

ਏਕਾਰਦਸ ਦੇ ਭਵਿੱਖ ਤੇ ਉਸ ਦੀ ਕਿਸਮਤ ਬਾਰੇ ਕੋਈ ਨਹੀਂ ਸੀ ਜਾਣਦਾ ਕਿ ਉਸ ਦੀ ਪਰਜਾ ਲਈ ਹਾਲੇ ਹੋਰ ਵੀ ਬਹੁਤ ਕੁਝ ਝੱਲਣਾ ਬਾਕੀ ਸੀ।

ਦੂਰ-ਦੁਰਾਡੇ ਬੰਜਰ ਜ਼ਮੀਨਾਂ 'ਤੇ ਐਲਮਸ ਇਕੱਲਾ ਬੈਠਾ ਸੀ ਤੇ ਉੱਥੇ ਉਸ ਦੀ ਇੱਕੋ-ਇੱਕ ਸਾਥਣ ਸੀ - ਕ੍ਰੇਟੇ ਦੀ ਲੱਤ। ਉਸ ਨੂੰ ਪਤਾ ਸੀ ਕਿ ਜੰਗ ਤੋਂ ਬਾਅਦ ਉਸ ਤੋਂ ਕਈ ਤਰ੍ਹਾਂ ਦੇ ਸੁਆਲ ਪੁੱਛੇ ਜਾਣਗੇ ਤੇ ਉਸ ਕੋਲ ਕੋਈ ਤਸੱਲੀਬਖ਼ਸ਼ ਜੁਆਬ ਦਿੱਤੇ ਨਹੀਂ ਜਾਣੇ ਸਨ; ਇਸੇ ਲਈ ਉਸ ਨੇ ਉਸ ਤੋਂ ਬਾਅਦ ਏਕਾਰਦਸ ਦਾ ਰਾਜ ਸਦਾ ਲਈ ਛੱਡ ਕੇ ਕ੍ਰੇਟੇ ਦੀ ਸੇਵਾ ਵਿੱਚ ਬਿਤਾਉਣ ਤੇ ਉਸ ਦੀ ਲੱਤ ਨਾਲ ਹੀ ਰਹਿਣ ਦਾ ਫ਼ੈਸਲਾ ਕਰ ਲਿਆ ਸੀ।

ਪਹਿਲਾਂ ਉਸ ਦੀ ਯੋਜਨਾ ਸੀ ਕਿ ਜੰਗ ਦੇ ਅੰਤ 'ਚ ਜਦੋਂ ਕ੍ਰੇਟੇ ਜਿੱਤੇਗਾ, ਤਾਂ ਉਹ ਉਸ ਦੇ ਪ੍ਰਸ਼ੰਸਕਾਂ ਤੇ ਪੈਰੋਕਾਰਾਂ 'ਚ ਜਾ ਕੇ ਸ਼ਾਮਲ ਹੋ ਜਾਵੇਗਾ। ਪਰ ਅਜਿਹਾ ਕੁਝ ਨਾ ਵਾਪਰਿਆ ਤੇ ਉਸ ਕੋਲ ਉੱਥੋਂ ਭੱਜਣ ਤੋਂ ਇਲਾਵਾ ਹੋਰ ਕੋਈ ਰਾਹ ਵੀ ਬਾਕੀ ਨਹੀਂ ਸੀ ਰਹਿ ਗਿਆ।

ਕ੍ਰੇਟੇ ਦੀ ਲੱਤ ਵੱਲ ਵੇਖਦਿਆਂ ਉਹ ਉਸ ਕੱਪੜੇ ਵਿੱਚੋਂ ਦੀ ਬੁੜਬੁੜਾਇਆ, ਜਿਸ ਨਾਲ ਉਸ ਨੇ ਆਪਣਾ ਚਿਹਰਾ ਢਕਿਆ ਹੋਇਆ ਸੀ:

"ਅਸੀਂ ਏਕਾਰਦਸ 'ਤੇ ਜਿੱਤ ਹਾਸਲ ਕਰਾਂਗੇ, ਮੇਰੇ ਮਹਾਰਾਜ। ਛੇਤੀ ਬਹੁਤ ਛੇਤੀ।"

ਅਨੁਵਾਦਕ:

ਮਹਿਤਾਬ-ਉਦ-ਦੀਨ

Translated By:

Mehtab-Ud-Din